கே.ஏ.குணசேகரனின் நாடகங்கள்

கே.ஏ.குணசேகரன்

நியூ செஞ்சுரி புக் ஹவுஸ் (பி) லிட்.,
41–B, சிட்கோ இண்டஸ்டிரியல் எஸ்டேட்,
அம்பத்தூர், சென்னை– 600 098.
☎ : 26258410, 26251968, 26359906

Language : Tamil
K.A.Gunasekaranin Natakangal
Author : **K.A.Gunasekaran**
First Edition : December, 2013
Copyright : Author
No. of pages : x + 404 = 414
Typesetting : NCBH Computers
Publisher :
New Century Book House Pvt. Ltd.,
41-B, SIDCO Industrial Estate
Ambattur, Chennai - 600 098
Tamilnadu State, India
Email: info@ncbh.in
Online: www.ncbhpublisher.com

ISBN: 978-81-234-2550-4
Code No. A2911
₹ 310/-

Branches
Ambattur (H.O.) 044-26359906, 26258410, 26251968 **Thiruvanmiyur** 044-24404873 **Spenzer Plaza (Chennai)** 28490027 **Trichy** 0431-2700885 **Tanjore** 04362-231371 **Tirunelveli** 0462-2323990 **Madurai** 0452-2344106, 2350271 **Dindigul** 0451-2432172 **Coimbatore** 0422-2380554 **Salem** 0427-2450817 **Hosur** 04344-245726 **Ooty** 0423-2441743 **Vellore** 0416-2234495 **Villupuram** 04146-227800 **Pondicherry** 0413-2280101 **Thiruvannamalai** 04175-223449

கே.ஏ.குணசேகரனின் நாடகங்கள்
ஆசிரியர் : கே.ஏ.குணசேகரன்
முதல் பதிப்பு : டிசம்பர், 2013

அச்சிட்டோர் : பாவை பிரிண்டர்ஸ் (பி) லிமிடெட்.,
16 (142), ஜானி ஜான் கான் ரோடு, இராயப்பேட்டை, சென்னை - 14
☎ : 044 - 28482441, 28482973

முன்னுரை

பதினெழு நாடகப் பிரதிகளைக் கொண்டது இந்நூல். 'பவளக்கொடி' என்பது மகாபாரத கிளைக்கதையில் ஒன்று. பெண்ணியப் பார்வையில் வாசித்துப் பார்க்கும்போது வேறு ஒரு பிரதியாக அது உருப்பெற்றது. நாடகக் கலைஞரின் வாழ்க்கையை பவளக்கொடி அல்லது குடும்ப வழக்கு எனும் பிரதி சுட்டிக் காட்டுகிறது. எனது நாடகங்கள் வெவ்வேறு பதிப்பகங்களால் வெளியிடப்பட்டு உள்ளன. அந்தந்த பதிப்பாளர் பதிப்பித்த நூல்களில் அந்நாடகப் பிரதி உருவான சூழல், தேவை, மேடையாக்கம், பார்வையாளர்களால் உள்வாங்கப்பட்ட சேதிகள் எனப் பலவும் பதிவு செய்யப்பட்டுள்ளன. அவற்றை அந்தந்த நூல்களிலிருந்து இதை வாசிப்போர் கூடுதலாகத் தெரிந்துகொள்ளலாம்.

இத்தொகுப்பில் பதிப்பிக்கப்பட்டுள்ள வரிசை முறையைப் பின்பற்றி நாடகப் பிரதிகள் குறித்துச் சொல்ல உள்ளேன். இப்பிரதிகள் குறித்து வெவ்வேறு காலகட்டங்களைச் சார்ந்து எழுதப்பட்ட வையே சமூகத் தேவைகளுக்கேற்ப எழுதப் பட்டவை. 'சத்திய சோதனை' எனும் நாடகப்

பிரதி என்னால் எழுதப்பட்டு அரங்கேற்றப்பட்ட முதல் நாடகமாகும். இது சங்கரதாஸ்சுவாமிகளின் பிரதியை மறுவாசிப்புச் செய்து பெண்ணிய நோக்கில் எழுதப் பட்ட நாடகப்பிரதியாகும்.

பாரதிதாசனின் இருண்டவீடு எனும் கவிதையை முன் மாதிரியாகக் கொண்டு எழுதப்பட்டது 'இருண்ட வீடு' நாடகம். அறியாமைக் குறித்த விழிப்புணர்வையும், கல்வியின் அவசியம் குறித்தும், மூடநம்பிக்கையை ஒழிப்பது குறித்தும் நாடக வடிவில் பேசுவதாக இப் பிரதிமைந்துள்ளது. 'ஊர் கூடி' என்னும் நாடகப் பிரதி கல்வியின் அவசியம் குறித்துப் பேசுவதாக அமைக்கப் பட்டது. 'இருண்ட வீடு', 'ஊர்கூடி' என்ற இரண்டு நாடகங்களும் அறிவியல் இயக்கம் தமிழகமெங்கும் மாவட்டந்தோறும் கலையின் ஊடாக விழிப்புணர்வை மக்களிடம் ஏற்படுத்துவதற்காகச் செய்யப்பட்ட பயிற்சி பட்டறைகளில் கலைப் பயிற்சி அளிப்பதற்காக எழுதப் பட்டவையாகும்.

மேற்குறித்த தேவைக்காகவே எழுதப்பட்டது. 'வெகுமதி' என்ற நாடகமுமாகும். இந்நாடகப் பிரதி கூத்து வடிவத்தினை அடியொற்றி மேடையேற்றும் நோக்கில் எழுதப்பட்டுள்ளது. 'பேயோட்டம்' எனும் நாடக மானது படிப்பறிவில்லாத நாட்டுப்புற இளம்பெண்கள் மூடநம்பிக்கையில் ஆட்பட்டுள்ளவர்களை சமூக விழிப் புணர்வு கொள்ளவேண்டியும் தேவையற்ற வாழ்க்கை நெறிமுறைகளை மீறுவதற்கு வழி செய்வதாகவும் இந்நாடகப் பிரதி அமைக்கப்பட்டுள்ளது. இது புதுவைத் தொலைக்காட்சி (தூர்தர்ஷன்) நிலையத்தில் படப் பதிவு செய்து ஒளிபரப்பினர். 'மாற்றம்' எனும் இந் நாடகம் orient longman பதிப்பகம் ஆங்கிலத்தில் மொழி பெயர்த்து வெளியிட்டது. மூன்றாம் பாலினத்தாரின் வாழ்க்கை பிரச்சனைகளையும் அவற்றை எதிர்கொள்ளும் சமூக விழிப்புணர்வையும் வெளிப்படுத்துவதாக அமை கின்றது.

'மழி' என்னும் மழித்தலை தொழிலாகக் கொண்டுள்ள மக்கள் தீண்டாமைக்கு உட்படுவதை சுட்டுவதோடு, தீண்டாமை கூடாது என உயர்சாதி வகுப்பினரே உணர்ந்து செயல்பட வைப்பதாக இப்பிரதி அமைக்கப் பட்டுள்ளது. தலித் அரங்கியலில் இந்நாடகம் ஒரு தனித்த இடத்தை பெற்றது.

"சாமி கணக்கிது சாகும் போது
சாதிக் கணக்கை மறக்கலாமோ
அய்யா வாக்கு அருள் வாக்கு
அடியேனோ தனிநோக்கு"

இவ்வாறான கவிதை நடையில் தீண்டாமைப் பற்றி நையாண்டித் தன்மையோடு பேசுவதாக இப்பிரதி அமைந்துள்ளது. இதனை எழுத்தாளர் திலகவதி அவர்கள் தன் வெளியீடாகப் பதிவு செய்துள்ளார். 'தொடு' இந்நாடகம் touch என்னும் பெயரில் ஆங்கிலத்தில் மொழிப்பெயர்க்கப்பட்டு, OXFORD பதிப்பகம் TAMIL DALITH WRITING எனும் பெயரில் நூலாக்கி 2012-இல் வெளியிட்டது.

'கந்தன் X வள்ளி' இந்த நாடகம் தவத்திரு சங்கரதாஸ் சுவாமிகளின் வள்ளி திருமண நாடகத்தை மறுவாசிப்புச் செய்து எழுதப்பட்டது. புதுவைப் பல்கலைக்கழக மாணவர்களைக் கொண்டு இந்த இசை நாடகம் அரங்கேற்றப்பட்ட போது நண்பர் நாசர் எனக்கும் என் துறைக்கும் நண்பராகினார். 'வெளிச்சம்' எனும் நாடகத்தை இந்திய அரசின் திட்டப் பணிகளில் ஒன்றாக இளைஞர்களுக்கு, சுதந்திரப் போராட்ட உணர்வை விதைக்கும் நோக்கில் தயாரிக்கப்பட்ட பிரதி யாகும். கம்பம் பீர் முகமது. சிவகங்கைச் சீமை 780-இல் மீட்ட வீரமங்கை வேலு நாச்சியார், வீரன் சுந்தர லிங்கம், சுப்ரமணிய சிவா, தீரன் சின்னமலை, மதுரையைச் சேர்ந்த ஜார்ஜ் போன்றவர்களின் சுதந்திரப் போராட்ட நிகழ்வுகளை விளக்கும் முகமாக 'வெளிச்சம்' நாடகப் பிரதி அமைந்துள்ளது. திரு.ஞானசேகரன் ஸ்ரீபெரும் புதூரில் இயங்கும் ராஜீவ்காந்தி இளையோர் மையத்தின் இயக்குனராக இருந்தபோது, கேரளாவிற்கும், தமிழ் நாட்டிற்கும் நாடகங்கள் செய்ய தேர்ந்தெடுத்தனர்.

தமிழகத்திற்கான நாடகம் என் வசம் ஒப்படைக்கப் பட்ட போது இயற்றப்பட்டது இந்நாடகம். 'பலி ஆடுகள்' எனும் நாடகம் தமிழகத்தில் தலித் நாடகம் என அறியப்பட்டது. இந்நாடகத் தாக்கத்தால் தமிழகத்தில் பலரும் தலித் நாடகங்கள் எழுத முற்பட்டனர். உடுமன் பறையன் ஓடாததேர் ஓட வேண்டி பலி செய்யப்பட்டு அவன் குடும்பத்திற்கு குறிப்பிட்ட நெல் மூட்டைகளை வழங்கப்பட்ட செய்தியைப் பொறித்த கல்வெட்டினை ஆதாரமாகக் கொண்டு எழுதப்பட்டது. தலித் நாடகப் பிரதியெனத் தொடங்கி மூன்றாம் பாலினத்தாரின் குரலாக ஒலித்து பின் பெண்ணிய நாட்கமாக முடிவுறுவதாக அமைந்தது இப்பிரதி.

டாக்டர் அம்பேத்கர் அவர்களும் முல்க்ராஜ் ஆனந்த் அவர்களும் உரையாடிய பேட்டி செய்தி இந்நாடகப் பிரதியில் கதை சொல்லி (Narrtor) எனும் இடத்தை எடுத்துக் கொண்டு கதைச் சொல்லும் உத்தியாகப் பயன்படுத்தப் பட்டது.

இந்நாடகம் OXFORD பதிப்பகமும் ORIENT LONGMAN (Blackswan) பதிப்பகமும் ஆங்கிலத்தில் மொழிபெயர்த் துள்ளன. இந்நாட்கத்தின் மீதான விமர்சனங்கள் தமிழகத்திலும், இந்தியாவிலும் பரவலாக வெளி வந்தன. 'பாறையைப் பிளந்துகொண்டு' எனும் நாடகம் மலையின மக்கள் தங்கள் நிலங் களையும், காடு களையும், மலைகளையும் இழக்க நேரிடுவதும், எதிர்க்க முற்படுவதுமான பிரச்சனைகளை முன்வைத்து இந் நாடகம் அமைந்துள்ளது.

கனவுலகவாசி:

இந்நாடகம் தனி நடிப்பு நாடகமாகச் செய் (Mono Acting)வதற்காக எழுதப்பட்டது. முகமூடிக் கலையைப் பயன்படுத்தி இந்நாடகம் பார்வையாளர்களின் கவனத்தை ஈர்க்கச் செய்ய வேண்டி இந்த உத்திமுறை கையாளப் பட்டுள்ளது. தனிமனித உணர்வும், சமூகத்தில் ஒதுக்கித் தள்ளப்பட்டுள்ள ஒருவனின் தாய்ப்பாச உணர்வும் வெளிப்படுத்துவதாக இப்பிரதி அமைகிறது. இவ் வுணர்வே சமூகத்தை எதிர்கொள்ளத் தெம்பு தருவதாகவும் அமைகிறது.

‘தொட்டில் தொடங்கி’ எனும் நாடகம் பத்மினி (சிதம்பரம்) அத்தியூர் விஜயா போன்ற தலித் பெண்கள் போலீசாரால் பாலியல் வன்கொடுமைக்கு ஆளாக்கப் பட்ட நிகழ்ச்சிகளை முன்வைத்து தலித் நாடகமாக ஆக்கப்பட்டுள்ளது. தலித் இயக்க மேடைகளில் பலி ஆடுகள், தொடு, மழி, பாறையைப் பிளந்து கொண்டு போன்ற நாடகங்களோடு ‘தொட்டில் தொடங்கி’ எனும் நாடகமும் தன்னார்வத் தொண்டு நிறுவனங்கள் மற்றும் தலித் அமைப்புகள் போன்றவற்றால் மேடையேற்றப் பட்டன.

“பாவம் தொலையுது” எனும் நாடகப் பிரதி பெண் பார்க்க வருதல், சீதனம் குறித்துப் பேசுதல் போன்ற வற்றை நையாண்டி செய்தும், கண்டித்தும் எழுதப் பட்டுள்ளதாக அமைகிறது. பெண் கவிஞர்கள் என அறியப்பட்ட கவிஞர் சல்மா, கவிஞர் கனிமொழி, கவிஞர் சுகிர்தராணி போன்ற கவிஞர்களின் கவிதை வரிகளை எடுத்தாண்டுள்ள நிலையில் இப்பிரதி அமைக்கப்பட்டுள்ளது.

“வரைவு கடாவுதல்” எனும் நாடகப் பிரதி சாதீய அரசியல் நடத்துதல் கூடாது என்பதை வலியுறுத்தியும், மக்களை சீரழிக்கும் தேவையற்ற கலாசாரப் போக்கு களை கண்டிக்க அரசியல்வாதிகள் முன்வர வேண்டும் என்பதையும் வலியுறுத்தி இந்நாடகப் பிரதி அமைந் துள்ளது. தமிழரின் தொன்மை வாய்ந்த அறநெறி வாழ்க்கை இன்றைய சாதி ஒழிப்புக்கு முன்மொழிவதாக இப்பனுவல் அமைகிறது.

கே.ஏ.குணசேகரன்

நூலாசிரியர் பற்றி...

பேராசிரியர் டாக்டர் கே.ஏ.குணசேகரன் புதுச் சேரி மத்தியப் பல்கலைக்கழகத்தில் நிகழ்கலைத் துறையின் துறைத் தலைவர் மற்றும் புலமுதன்மையர். இவர் மேனாள் உலகத் தமிழாராய்ச்சி நிறுவன இயக்குநர் (2008-2011). 'தன்னானே' கலைக்குழு வழியே நாடகங்கள் மற்றும் நாட்டுப் புறக் கலை நிகழ்ச்சிகளை சமூக விழிப்புணர்வு வேண்டி தொடர்ந்து நடத்தி வரக்கூடியவர். தமிழகம் அறிந்த நாட்டுப்புற இசைப் பாடகர். அழகி, பள்ளிக்கூடம், தேவதை, அந்நியன், பத்தாயிரம் கோடி, ஒன்பது ரூபாய் நோட்டு போன்ற படங்களில் பாடல்கள் எழுதியும் பாடியும் நடித்தும் உள்ளார்.

அமெரிக்கா, கனடா, பிரான்சு, லண்டன், நார்வே, ஜெர்மனி, இலங்கை, பர்மா போன்ற நாடுகளுக்கு கல்வி மற்றும் கலைப் பணி நிமித்தம் பயணப்பட்டுள்ளார்.

இவரது 'பலிஆடுகள்' தமிழின் முதல் தலித் நாடகம் என்றும் 'வடு' தமிழின் முதல் தலித் தன் வரலாற்று நூல் என அறியப்பட்டுள்ளன. 1955-இல் மாரந்தைக் கிராமத்தில் (சிவகங்கை மாவட்டத்தில்) பிறந்த இவரது தந்தை அழகன் ஆசிரியர், தாய் பாக்கியவதி அம்மாள். இவரது துணைவியார் முனைவர் வீ.ரேவதி பேராசிரியர், மகள் டாக்டர். குணவதி, மகன் அகமன் இடதுசாரி மேடைகளில் முகிழ்த்தவர் இவர்.

உள்ளிருப்பு

1. பவளக்கொடி (அ) குடும்ப வழக்கு — 1
2. சத்திய சோதனை — 51
3. இருண்ட வீடு — 85
4. ஊர் கூடி — 97
5. வெகுமதி — 107
6. பேயோட்டம் — 119
7. மாற்றம் — 145
8. மழி — 161
9. தொடு — 175
10. கந்தன் X வள்ளி — 187
11. வெளிச்சம் — 223
12. பலி ஆடுகள் — 265
13. அறிகுறி — 299
14. கனவுலகவாசி — 321
15. பாறையைப் பிளந்துகொண்டு — 327
16. தொட்டில் தொடங்கி — 351
17. பாவம் தொலையுது — 363
18. வரைவு கடாவுதல் — 379

1. பவளக்கொடி அல்லது குடும்ப வழக்கு

மேல்தளம், கீழ்த்தளம் என மேடைகள் இருமேடைகளாக அமைந்துள்ளன. ஒரு மேடைக்காட்சி நடைபெறும் போது மறு மேடைக்காட்சி தெரியாத வண்ணம் ஒளியில் அல்லது திரையில் கவனம் செலுத்த வேண்டும்.

(அரங்கில் ஒளி பரவுகிறது)

நாடகம் நடக்க உள்ள மேடை. பார்வையாளர்கள் நாடகம் எப்போது தொடங்கும் எனும் ஆர்வத்தோடு எதிர்பார்த்து உள்ளனர்.

ஒருவர் : (மேடையிலுள்ள ஒலிபெருக்கியைச் சரி செய்துவிட்டு) செய்யாறு நாடக நடிகர் சங்கத்திலிருந்து வந்துள்ள நாடகக்குழு உடை, ஒப்பனை செய்து முடித்து விட்டனர். இன்னும் ஒரு சில நிமிடங்களில் தவத்திரு சங்கரதாஸ் சுவாமிகள் எழுதிய பவளக்கொடி எனும் புராண நாடகத்தை டாக்டர் கே.ஏ குணசேகரன் அவர்கள் மறுவாசிப்புச் செய்து எழுதிய நவீன நாடகமான பவளக் கொடி அல்லது குடும்ப வழக்கு எனும் நாடகத்தை நடத்த உள்ளனர். சைலன்ஸ்! அமைதி காத்தருளும்படி ஊர்ப் பெரியோர்கள் சார்பில் கேட்டுக் கொள்ளப்படுகிறது.

உடை ஒப்பனை அறைக்காட்சி-1

மேடையில் உடை ஒப்பனை அறை காட்சியளிக்கிறது. பொருட்கள், ட்ரங்க் பெட்டிகள், துணிமணிகள், போன்றவை உள்ளன. உடை, ஒப்பனை செய்துகொண்டுள்ளனர் கலைஞர்கள்.

ஆர்மோனியக் காரர் : ஏய்யா! தொழில் பண்ண வந்த இடத்திலே இப்படியா தகராறு பண்றது. உங்க குடும்ப விசயத்தை ஊர்ல நாலுபேர் வச்சுப்பேசித் தீர்த்திக்கிருங்க. ஊரே கூடியிருக்கு. நாடகம் எப்ப நடத்து வாங்கன்னு காத்துக்கிட்டுருக்காங்க. கொஞ்சநேரம் ஆச்சுன்னா கல்லெடுத்து எறிஞ்சிடுவாங்க.

(நாடகத்)தரகர் : யோவ் எங்க குடும்ப விசயம். இதிலே நீங்க தலையிடாதீங்க. இவ எவ்வளவு திமிர் கொண்டவள்னு எனக்குத் தெரியும். நானும் எத்தனை நாளாக் கேக்கிறேன். ஒண்ணுக்கும் ஒத்துவரமாட்டேங்கிறாள். பல ஊரு கண்டவ.

அல்லி (வேடம் பூண்டவள் - நாடகத்தரகரின் மனைவி) : யோவ்! நாக்கப்புடிச்சு அறுத்திடுவேன். யாரப்பாத்து பல ஊருகண்டவள்னு பேசுற. நீதான் ஊரு ஊருக்குப் பொண்டாட்டி வச்சிருக்கே. இப்ப எந்தங்கச்சியப் பொண்டாட்டியாக்கணும்னு எங்கிட்ட சம்மதம் கேக்குறே.

தரகர் : அடியே செண்பகம்! என்னடி வாய் நீளுது. என்னப்பத்தித் தெரியும்ல (அருகில் நெருங்கி தலைமயிரைப் பிடித்து) அல்லி ராணி வேசம் போட்ட நெனப்பா... அல்லி ராஜ்யம் மேடையிலேதான். வீட்ல வச்சுக் கிட்டே, மவளே அரிவா வெட்டுத்தான்: கொடல் சரிஞ்சிடும்டீ.

கோமாளி : யோவ்! ஒனக்கு அறிவு இருக்கா. வேசங் கட்டியிருக்கிற பொம்பளையப் போயி தலைமயிரப் •புடிக்கிற. தலை மயிரவிடுய்யா. டோப்பா என்ன ஆகும்?

தரகர் : ஓய்! யாரும் இவள வச்சிருக்காகளா? எம்பொண்டாட்டிய நான் அடிப்பேன், மிதிப்பேன், நீயாரு வந்துகேக்குறதுக்கு.

ஆர்மோனியக்காரர் : யோவ் நிறுத்துய்யா... (கலைஞர்கள் அனைவரும் எழுந்து அமைதிப்படுத்து கின்றனர்)

தாளக்காரர் : (மேளதாளங்களைத் தட்டிக் களை கட்டுகிறார்)

ஆர்மோனியக்காரர் : (பாடல் பாடுகிறார். அனைத்துக் கலைஞர் களும் சேர்ந்து பாடுகின்றனர்)

கல்விக்குரிய கலைவாணி - உன்
கழலடி பணிந்தேன் கருணை செய் பேணி (கல்வி)
செல்வம் உன் அருளன்றி ஜெகத்தினர்க்கேது
திகழும் அறிவில்லார்க்கு உன் நிலை தெரியாது
பல்கலைப் புகழ் மறை பகர் மொழி மாது
பாரதி நீ கடைக் கண் பாரெங்கள் மீது (கல்வி)

தர்பார் காட்சி - 2

கோமாளி (வருகை) :சைலன்ஸ் - வணக்கம்.

கோமாளி வந்துட்டேன்
கோமாளி வந்துட்டேன்
கூடி இருக்கிற உங்களுக்கெல்லாம்
வணக்கம் தந்திட்டேன்
வாங்க வாங்க உட்காருங்க
வந்த காலில் நிக்காதீங்க
பாதையை விட்டுவிலகி - நீங்க
பதறாம பாத்துடுங்க.

சைலன்ஸ்! கோமாளி வந்துட்டேன்!

(வசனம்) : அதாகப்பட்டது, இன்றைய தினம் பவளக் கொடி அல்லது குடும்ப வழக்கு எனும் நாடகம் நடைபெறபோகிறது. முதலாக,

பாண்டிய நாட்டை ஆளக்கூடிய பாண்டியர் குமாரியான பாவை அல்லிராணி, தர்பார் வரும் விதம் காண்க.

(அல்லிராணி-சகிகள், சேவகி சகிதம் தர்பாரில் வீற்றிருக்கிறாள்)

சகிகள் : பாண்டியர் குமாரியான பாவையல்லியே! பட்டம் பொருத்தி இம்மதுரையையாளும் சௌபாக்ய வல்லியே.

பலப்பல அரசர்கள் பணிவோடு தருகிற பகுதிகள் பெரும் அல்லியே!

(வசனம்) : அம்மணி! நமஸ்கரிக்கின்றோம்.

அல்லி : மங்கலமுண்டாகட்டும்.

சகிகள் : நான் கேட்கும் கேள்விக்குப்பதில் வார்த்தை சொல்லுங்கள் ஞாபகமாய். இந்த மதுரை நகரறுபது காதமும் வாழ்ந்திருக்கும் குடிகள் சுகமா?

சகிகள்
(மந்திரி 1) : நலமே அம்மா!

அல்லி : மந்திரி! நமது தேசத்தின் நிலைமை எப்படி இருக்கிறது?

மந்திரி
(கோமாளி) : கொஞ்ச நேரத்துக்கு முந்தித்தான் பார்த்தேன். முடிமயிரு பிடிச்சு... இழுத்த இழுவையிலே...

அல்லி : என்ன?

மந்திரி : நான் வேற ஒரு நெனப்பிலே சொல்லிட்டேன் தப்பு. நம்ம குடிமக்கள் ஜெகஜோதியாய் வாழ்கிறார்கள். ஆனா? என்ன குறையின்னா ஒரு குறையுமில்லை...

அல்லி : நல்லது மந்திரி! இன்று நாம் விசாரிக்கும் படியான வழக்குகள் ஏதேனும் உண்டா?

மந்திரி : (உடை, ஒப்பனை அறையைப்பார்த்து) கொஞ்ச நேரத்துக்கு முந்தி தலை மயிரப் புடிச்சு இழுத்த வழக்கு ஒண்ணு இருக்குதுங்க.

அல்லி	:	மந்திரி! என்ன உளறுகிறீர்… அல்லி ராணி முன் நிற்கிறீர் என்பதை உணர்ந்துதான் பேசுகிறீரா…?
மந்திரி	:	நான் கனவு கண்டதைப்பத்தி ஒளறினேன் அம்மா! இன்று தாங்கள் விசாரிக்கும் படியான வழக்குகள் ஒன்றும் இல்லை அம்மணி.

புலந்திரன் வருகிறான் (அல்லிராணியின் மகன்).

பாட்டு

புலந்திரன் :

தாயே போற்றினேன் பாதம்
தந்தருள் ஆசீர்வாதம்
நேயமுடனே இந்த நிலத்தை ஆண்டிடுஞ் சொந்தத் (தாயே)
வீரம் புகழ் செல்வங்கள்
விருத்திமென் மேலுமுற்ற
விநயகுணராணியே!
விருப்பமோடென்னைப் பெற்ற (தாயே)

(வசனம்)	:	அம்மா! வந்தனம் செய்கிறேன்.
அல்லி	:	மகனே! அருகில் வா! பாலகா! கண்மணி ஏன் அருகில் வராமல் மனச் சலிப்படைந்து புறமாய்த் திரும்பி நிற்கிறாய்?
புலந்திரன்	:	நான் கேட்கும் பொருளைத் தருவேனென்றால் உந்தன்கிட்ட வருவேன். இல்லையேல், அருகில் வரமாட்டேன்.
அல்லி	:	சொக்க மீனாட்சியின் சத்தியமாக நீ சொன்ன பொருளைத்தர இக்கணம் சம்மதித்தேன். தாமதமேனோ இன்னும் அருகில் வா…
புலந்திரன் (பாடல்)	:	வந்தேன் வந்தேன் வந்தேன் அருகினில் (வந்) வாகை வெற்றியிலே மிகுந்திடில்

மாதுனைத் தொழுதேன் பாலனித்தினம் (வந்தேன்)

(வசனம்) : அம்மா! நான் என் தோழர்களோடு சிறுதேர் உருட்டி விளையாடிக் கொண்டிருந்தேன். ஒரு சிறுவனின் மரத்தேர் என் முத்துத் தேரின் மீது மோதிற்று. நீ ஏனிப்படி என் தேரின்மீது உன்தேரை மோதவிட்டாய் என்றுதான் அவனைக் கேட்டேன். அதற்கவன் உன் தேர் அருமையான பவளத்தேரா? உடைந்தா உடைந்து போகட்டும்; என்ன குடி கெட்டுப்போச்சுதென்று கேட்டான். எனக்கு ஒரு பவளத்தேர் செய்து கொடுக்க வேண்டும். இதுவே என் கோரிக்கை.

அல்லி-புலந்திரன் தர்க்கப் பாடல்

அல்லி : சந்தனத்தால் தேரியற்றிப் பாலனே தாரேண்டா

புலந்திரன் : சந்தனத்தேர் தர்மர் தந்தார் எந்தனுக்கது வேண்டாம்

அல்லி : நீலக் கல்லால் தேரியற்றிப்பாலனே தாரேண்டா

புலந்திரன் : நீலத்தேரோ கிருஷ்ணன் தந்தார். ஆதலாலது வேண்டாம்.

(வசனம்) : அம்மா! நீ என்ன சொன்னாலும் நான் சமாதானம் அடையவேமாட்டேன். அந்தப் பவளத்தேர் எனக்குக் கிடைக்கும்வரை அன்னா காரங்கொள்ளவே மாட்டேன். உன்னால் முடியாதென்றால் இப்பொழுதே சொல்லிவிடு.

மந்திரி : யார் பெத்தபுள்ளே? அப்பன் புத்தி தப்பாது இருக்கு.

அல்லி : (சகிகளைப் பார்த்து) பவளம் எங்கே விளைகிறது பாவையரே?

சகிகள்		
(மந்திரி 2)	:	*அம்மா! ஏழு சமுத்திரங்களைக்கடந்து போக வேண்டும். தப்பித்தவறி அங்கு போய்ச் சேர்ந்தாலும் அங்குள்ள பிராண வாஸ்தைகள் அனந்தம், வண்டு கும்பல் கும்பலாய்ப் பறக்கும். அவை காட்டுக்குள் பிரவேசிப்பவர்களைக் கடித்துக் கொன்றுவிடும்.*
அல்லி	:	*உங்களில் ஒருவராவது பவளக்காட்டிற்குச் செல்ல மனோதைரியமுடையவர்கள் இல்லையா?*
சகி 1	:	*அம்மா! நான் சமுத்திரக் கரைவரையிலும் போவேன். சமுத்திரத்தை எப்படிக் கடப்பது என்றுதான் கவலை.*
சகி 2	:	*அம்மா! நான் சமுத்திரத்தைத் தாண்டி விடுவேன். பவளக்காட்டிற்குள் போவது குறித்துத்தான் கவலை.*
சகி 3		
(மந்திரி)	:	*சமுத்திரம் தாண்டி... பவளக் கவலையில்லை. என் உயிர் போய்விடும் என்றுதான் கவலை.*
அல்லி	:	*போடி போங்கள்! யாரைக் கொண்டிந்தக் காரியம் செய்திடலாம் அறைவீர்! அறைவீர்!*
சகி 3		
(பாடல்)	:	*அர்ச்சுனராஜ கம்பீரதுரை. அவரால் முடியும் அழையுங்கள் அவரை.*
(வசனம்)	:	*அர்ச்சுனராஜ கம்பீரதுரையால்தான் முடியும்.*
மந்திரி	:	*உங்கள் கணவர்தான்.*
அல்லி	:	*மூர்க்கன் தறுதலை, மடையன், தடித்தன முடையதோர் கொடியன், அறிவில்லாதவன். அபலஸ்திரீகளை ஏமாற்றும் நயவஞ்சகன். மோசக்காரன்.*
மந்திரி	:	*உங்கள் கணவர்தான், அர்ச்சுனராஜ கம்பீர துரை.*

அல்லி	:	அவனை, அவன் பெயரை, மறுமுறை உச்சரித்தால் உங்கள் நாக்கைத் துண்டு துண்டாய் நறுக்கி நெருப்பிலிட்டுக் கருக்கி விடுவேன். ஜாக்கிரதை!
மந்திரி	:	(ஒப்பனை அறையைப்பார்த்து) இப்பப் பேசுன வசனத்தை நீங்க அரண்மனைக்கு வர்றதுக்கு முந்தி வீட்டிலேயே பேசியிருக்கணும். அப்பத்தான் ஒங்க கணவருக்குச் சரியான புத்தி வந்திருக்கும்.
அல்லி	:	திரும்பவும் அவனை என் கணவன்னு சொல்லாதே.
மந்திரி	:	இப்பச் சொன்னதும் ரொம்பச் சரிதான்.
சகி 1	:	அம்மா தாங்கள் ஏழையாகிய எங்கள் மீது சினங்கொள்ளுதல் தகாது. கல்லானாலும் கணவன் புல்லானாலும் புருசன் பெரியவங்க சொன்னது...
அல்லி	:	பெரியவங்க! பெரிய இவங்க! ஆம்பளைங்க பொம்பளைகளை... ஏய்க்கிறதுக்குக் கட்டிவச்சக் கட்டுக் கதைகள்ள இது ஒண்ணு.
சகி 2	:	அருமைக் குழந்தையாகிய இப்பாலகன் மீதேனும் அன்பு வேண்டாமா?
அல்லி	:	புள்ளகளைப் பெத்துக்க வக்கிறதும் பொம்பளைங்களை அடக்கி வைக்கிற ஒருவகை உத்திதான் போலும்.
மந்திரி	:	நாடகம் ஆடுற தொழில் கெட்டுப்போகும்னு நெனச்சுப் புள்ளையப் பெத்துக்க விடாமப் புருசன் செய்யிறதும் ஒருவிதமான உத்திதான். அம்மா, இப்ப உங்களை எடுத்துக்குங்க உள்ள இருக்காரே (ஒப்பனைஅறையைப் பார்த்து) ஒங்க வீட்டுக்காரரு.
ஆர்மோனியக் காரர்	:	(குறுக்கிட்டு) மந்திரி கதைய மாத்தாமப் போங்க! அடுத்த சீனுக்கு உடைமாத்த உள்ளே நீங்க

		வரணும். உள்ள அந்த ஆளு இருக்குது. மறந்திடாதீங்க.
அல்லி	:	சரி அவரை எவ்விதம் வரவழைப்பது?
மந்திரி	:	உள்ளேதான் இருக்கிறாரு கூப்பிட்டா உடனே வந்துருவாரு?
அல்லி	:	மந்திரி நாவை அடக்கிப் பேசு.
சகி 1	:	ஒரு ஓலை எழுதித் தூதன் மூலம் கொடுத்து அனுப்பலாம்.
சகி 2	:	தங்கள் புத்திரர்க்கு ஜன்னிகண்டிருப்பதாய் ஓலை எழுதி அனுப்பலாம்.
அல்லி	:	அர்ச்சுனன் பெயருக்கு வேண்டாம். அவர் சிரேஷ்டராகிய தர்மபூபதிக்கு எழுதினால் போதும்.

(ஆர்மோனியக்காரர் இசை வாசிக்கிறார்)

காட்சி-3

தர்மராசா, பீமர், சகாதேவன் முதலானோர் தர்பார் வீற்றிருத்தல்.

(பீமராஜா ஓலையைக் காவலாளியிடமிருந்து பெற்றுத் தர்ம பூபதியிடம் கொடுக்கிறார். தர்மர் ஓலையை வாங்கிப் படித்துவிட்டு)

தர்மர்	:	தூதா! நீ விரைவாய்ச் சென்று அர்ச்சுனன் வருவானென்று சொல்.
தூதன்	:	உத்தரவு மகாராஜா.
தர்மர்	:	தம்பி பீமா! இது என்ன விபரீதமாயிருக்கிறது. வத்ஸன் புலந்திரனுக்கு ஜன்னி கண்டு வருந்துவதாக ஓலை வந்திருக்கிறதே! அர்ச்சுனனை எங்கே சென்று தேடிப் பிடிப்பது. அசாத்தியமல்லவோ! அவன் புத்திரன் முகத்தில் விழிக்க இப்பொழுது மதுராபுரிக்குப் போகாவிடில் அல்லியால் ஆபத்து விளையும். அவள் கோபக்காரி யென்பதும், சமாதானத்துக்கும் உடன்படமாட்டாள் என்பதும் நமக்குத் தெரிந்த விசயமே. இதற்கென்ன செய்வது.

பீமன் : அண்ணா தாங்களொன்றும் கவலைப்பட வேண்டாம். பார்த்தன் எங்கிருந்தாலும் சரி, கண்டு பிடித்துச் சேர்க்கிறேன். தம்பி சகாதேவா, இதற்கொரு யுக்தி சொல்.

சகாதேவன் : காண்டீபரோ ஸ்திரீலோகப்பிரியர். மனைவி மார்கள் அநேகர். அவர் வீட்டிலிருக்கிறாரோ தெரியவில்லை. ஒரு பொய் கூறி அவரை அழைக்கலாம்.

பீமன் : அப்படியே செய்வோம்.

சகாதேவன் : தர்மண்ணாவுக்குப் பாக்குச் சொக்கேறி, மரண அவஸ்தையில் இருக்கிறார். அர்ச்சுனராஜாவை முகத்தில் விழிக்க விருப்பம் எனப் பறையடிக்கச் செய்தால் செய்தி கேட்டு அண்ணன் மேல் உள்ள பாசத்தால் எங்கிருந்தாலும் வந்துசேருவார்.

உடை ஒப்பனை அறைக்காட்சி - 4

செண்பகம் : யோவ்... நான் தொழில் பண்ண வந்த இடத்தில் வந்து தகராறு பண்ணாதே.

தரகர் : அல்லிதர்பாரில் கணவனைக் கண்டமேனிக்குத் திட்டினியே.

கோமாளி : மூர்க்கன், கொடியன், தடியன், காமாந்தகன், மடையன், அறிவில்லாதவன், அபலஸ்திரீகளை ஏமாற்றும் நயவஞ்சகன், மோசக்காரன்.

தரகர் : என்னைய நெனச்சுத்தானே பேசுனே... உண்மையச் சொல்லு.

செண்பகம் : இப்படி எதுக்கெடுத்தாலும் சந்தேகப்பட்டா நான் என்ன செய்யிறது? (தலையில் அடித்துக் கொண்டு தொங்கும் துணிமணிகளுக்குள் முகத்தைப் புதைத்து நிற்கிறாள்)

கிருஷ்ணன் (வேடதாரி) : எதுக்கெடுத்தாலும் சந்தேகப்படுவது குடும்பத்துக்கு அழகில்லே தம்பி.

செண்பகம் : (கிருஷ்ணன் வேடதாரியைப் பார்த்து) ஆம்பளை களோட சேர்ந்து நடிச்சு வசனம் பேசினா, அவனை வச்சிருக்கிறியான்னு கேக்குறாரு. தொட்டுப்பேசினா எனக்கு தேவடியாப் பட்டம் கொடுக்கிறாரு. அழுது கொண்டே தங்கை (சுபத்திரை வேடமிட்டுள்ளாள்)யைக் கட்டிப்பிடித்து, என்ன ஜென்மம் எடுத்தோமோ கண்ணீரும் கம்பலையுமா நம்ம பொழப்பு இப்படி இருக்கு.

தரகர் : இங்கே பாரு செண்பகம், நம்ம குடும்பத்துக்கு நல்லதுக்குத்தான் சொல்லுறேன். உன் தங்கச்சிய இந்த சீசன்ல எவனாவது தள்ளிக்கிட்டுப் போயிடுவான். அதுக்குள்ள நான் அவளைக் கல்யாணம் பண்ணிக்கிட்டா, அவ சம்பாத்தியத்தை நாம் வச்சுக் குடும்பம் நடத்தலாம்ல...

செண்பகம் : எங்கள வேவு பார்க்கிறதும், எங்களை மேய்க் கிறதும் தான் ஒன் தொழிலா? போய் நீ ஒரு வேலை வெட்டியப் பாரேன். குடும்பம் நடத்த வக்கில்லேன்னா, காவியக் கட்டிக்கிட்டு பிச்சை எடுக்கப்போடா...

தரகர் : அடியே நாதாரி... (அவளைப் பிடித்து அடிக்க முற்படும்போது கலைஞர்கள் தடுக்கின்றனர். ட்ரங்க் பெட்டியில் ஏறித் தொங்கிய நிலையில் உள்ள துணிமணிகளின் துணை கொண்டு தன்னைத் தற்காத்துக் கொள்ள ஓடுகிறாள். மேடையில் இவனும் விரட்டி அடிக்க ஓடு கிறான். அய்யோ பாவி மனுசன் அடிக் கிறானே, அய்யய்யோ, எனக் கத்திக் கொள் வதும், அடிச்சிறுக்கி-தேவடியாளே...என அவன் கத்திக்கொண்டு ஓடுவதும், வேண்டாம், அடிக்காதே, நில்லுப்பா அப்புறம் பேசலாம் எனும் கலைஞர்களின் குரல்களும் இடை யிடையே ஒலிக்கின்றன).

காட்சி-5

பறை அறிவிப்பு கேட்கிறது

(அர்ச்சுனன் சுபத்திரை மஞ்சம் வீற்றிருக்கின்றனர்)

இதனால் கனதனவான்களுக்குத் தெரிவிப்பது என்னவென்றால் இன்று தர்மபூபதி தாம் தாம்பூலதாரணம் செய்துகொள்ளும் போது பாக்குச் சொக்கேறி மரணாவஸ்தைப்படுகிறார். அவர் அர்ச்சுனராஜா முகத்தில் விழிக்க விரும்புகிறார். கண்டோர் கேட்டோர் அவருக்குச் சொல்லி அரண்மனை சேர்ப்பிக்க வேண்டும். இது இளவரசர் பீமசேனர் ஆக்ஞை.

(பசைச்சத்தங் கேட்டு அர்ச்சுனன் மஞ்சத்தினின்றும் எழுந்திருக் கிறான். சுபத்திரை அர்ச்சுனன் கையைப் பிடித்துக்கொண்டு)

சுபத்திரை(பாடல்) :

பல்லவி

எங்கு செல்லுகிறீர் இப்பொதெழுந்து - நீர் (எங்கு)

அனுபல்லவி

என்னாசை மன்னாசம்பன்னா இந்நாளினில் (எங்கு)

அர்ச்சுனன் : வந்து சேருகிறேன் - சென்று துரிதமாய் (வந்து)
மாதவனாரின் சகோதரி! கேளடி(வந்து)
எத்தனை தேவிமார் ஏற்பட்டிருப்பினும்
எந்தனுக்குந்தனைப் போலுண்டோ எண்ணினும்

தரகர் : (பாடி ஆடிக்கொண்டிருக்கும்போது ஒப்பனை அறையிலிருந்து நாடகத் தரகர் மேடைக்கு வந்து ஒலி பெருக்கியைப் பிடித்து) சுபத்திரை வேசங் கட்டியிருக்கிற என் கொழுந்தியாள் அவர் களுக்கு மாமன் சண்முகத்தின் அன்பளிப்பு ரூ. 5 சிறப்பாக நடித்ததற்காக அளிக்கிறேன்.

(என்று சொல்லிவிட்டு அவளது சட்டையில ஊக்கு கொண்டு ரூபாயைக் குத்த முயற்சிக்

கிறான். சுபத்திரை வேண்டா விருப்பில் கையில் பெற்றுக்கொள்கிறாள்)

சுபத்திரை
(வசனம்) : தொட்டில் பழக்கம் சுடுகாடு மட்டென்னும் பழமொழிக்கிணங்க, எவளையோ நினைத்துக் கொண்டு இப்படிப் பரபரப்பாய் விழுந்து ஓடுகிறீர். *(ஓரமாக நின்று கவனித்துக் கொண்டிருக்கும் நாடகத் தரகர் சண்முகத்தைப் பார்த்த எரிச்சலில்...)* பொம்பளைய எங்கேன்னு தெரு நாயாட்டம் நாக்கத் தொங்கப்போட்டுகிட்டுப் போறியே ஏய்யா! ஒன் வித்தைகள் பூராம் எனக்குத் தெரியும். எங்க அக்காவைக் கல்யாணம் பண்ணிட்டு, இப்ப-தங்கச்சி எங்கிட்டே! இன்னும் எத்தனை பேர வெரட்டுவே? ஒன்னைய சூத்தாம் பட்டையிலே நச்சு நச்சுன்னு போட்டாத் தான் எனக்கு நிம்மதி. ஒன்னைய மாதிரி ஆளை உசுரோட விடவே கூடாது. பொம்பளைகள்ளாம் ஒண்ணு சேர்ந்து கும் கும்முன்னுகும்முனாத்தான் ஒன்னைய மாதிரி பொறுக் கிகளுக்குப் புத்தி வரும்.

(அர்ச்சுனன் நிலைகுலைகிறார்).

ஆர்மோனியக்காரர் (பாடல்):

*அடி காதலி! என்னென்னவோ சொல்லுகிறாயே! எதற்காக
வீண் கலவரப்படுகிறாய்! என்னென்னவோ சொல்லுகிறாயே!
செண்பகம் தங்கையே...(அய்யய்யோ எனச் சுதாரித்து)
கிருஷ்ணன் தங்கையே! சுபத்திரையே! என்னென்னவோ
சொல்லுகிறாயே*

(ஒலி சடக்கென்று மறைகிறது. காட்சி மாறுகிறது)

பாட்டு

*மகா சுதிர்த் ரூப சுந்தரி
வனிதையே புனிதையே
வினயமாய் மனோகரியே
மதனரதியே (மகா)*

காட்சி-6

தர்மபூபதி, பீமன், நகுலன், சகாதேவன் வீற்றிருக்கின்றனர். அர்ச்சுனன் வருகிறான்.

அர்ச்சுனன் :

    சரணஞ் சரணந்தர் மண்ணா
    தங்கள் திருப்பாதமலர் இங்கு போற்றி
        நின்றேனருள் (சரண)
    தருணம் இதிலே பாக்காலே
    தமக்குச் சொக்கேறியதாலே
    மரண அவஸ்தையைப் போலே
    வாய்ந்ததென்று பறை அறைந்தார்
    கேட்டு நொந்தேன் மண்மேலே

(வசனம்) : அண்ணா! தங்களுக்குப் பாக்குச் சொக்கேறி மரணா வஸ்தையிலிருப்பதாகப் பறை யடித்தனர். அது கேட்டு ஓடிவந்தேன். தேக சௌக்கியம் இப்பொழுது எப்படி இருக்கிறது?

தர்மர் : அர்ச்சுனா! அப்படியொன்றும் நேரவில்லை. உன்னைக் கண்டுபிடிப்பதற்காக நமது பாந்தவர்கள் செய்த உபாயம். இந்த ஓலையை வாசித்துப்பார்.

(ஓலையை வாங்கிப் பார்த்து)

அர்ச்சுனன்
(பாடல்) : அப்பா புலந்திரனே அருமைக் கண்மணியே
    இப்பாரினில் பாவியானேண்டா மகனே
    ஒரு முறை கண்ட கண்ணால் மறுமுறை காண்பதற்குள்
    உனக்கிந்த பிணி வந்ததோ. மகனே! மகனே.

தர்மர்
(வசனம்) : தம்பி நீ இப்படி புலம்பி வீண் காலம் போக்குவது சனமில்லாத காரியம் சீக்கிரம் மதுராபுரிபோய் குழந்தைக்கு வேண்டிய சிகிச்சை செய்து குணங்கண்டு வருவாயாக.

அர்ச்சுனன்: அப்படியே! நமஸ்கரிக்கின்றேன்.

(ஒளி அணைந்து பின்வருகிறது. தர்மர் முதலானோர் சென்று விடுகின்றனர். அர்ச்சுனன் மட்டும் தனிமையில் இருக்கிறான்)

(அர்ச்சுனன் தனிமொழி, தனி இடம்)

அல்லியோ மிகக் கோபக்காரி. நாம் ஐந்து வருடமாக அங்குப் போகாததால் சின முற்றிருப்பாள். நம்மைக்கண்டதும் கொல்ல எண்ணினும் எண்ணுவாள். ஆகையால் ஆபத்பாந்தவன் கோபாலனைச் சகாயமாக உடன் அழைத்துப் போக வேணும். நல்லது அவரையே நினைக்கிறேன்.

பாட்டு

கன்றுகொண்டுவிளவெறிந்த-கண்ணா
கார்முகிலே காயாம்பு வண்ணா
கண்ணா! கண்ணா!
(கிருஷ்ணன் தோன்றுதல்)

தர்க்கப் பாட்டு

கிருஷ்ணன் :

மனமிக்க மெலிவாகி எனை நத்தியிது வேளை
விசினித்த விதமேது மைத்துனா.
எனக்கதனைச் சொல்லவும் வேண்டும் அர்ச்சுனா.
விழி மாரி நீர் நிறை வாரி போல் வர
யாது காரணம் நேரலானது
வரும் கஷ்டம் எதுவென்று தோணிலேன்
அந்த வகை செப்பிவிடு சோகம் வீணிலேன்

அர்ச்சுனன்:

வனிதைக்குள் உயர்வான மதுரைக்கரசியாளின்
மகனுக்கரிய நோயுமானதாம்

உண்ண வகையற்று மொழியற்றுப்
                          போனதாம் அந்த
மாது நான்வர ஓலை ஏகினாள்
போயும் நானதி காலமானது
ஒருமித்தம் நிலையான மாதினாள்
தருமரிடத்தில் ஒரு ஓலை ஏவினாள்.

கிருஷ்ணன் : ஓகோ! எனதருமை மருமகன் புலந்திரனுக்கோ நோய் நேரிட்டது? குழந்தைக்கு இந்நேரம் என்ன நேர்ந்ததோ தெரியவில்லையே! என்ன சும்மா நிற்கிறாய் சீக்கிரம் புறப்படு.

அர்ச்சுனன் : மைத்துனா! அங்குப் போகத்தானே உன்னை நினைத்தேன்.

அங்குப் போனால் ஒரு சங்கடமல்லோ குறுக்கே இருக்கிறது.

கிருஷ்ணன் : அப்படி என்ன சங்கடம்

கோமாளி : வருசத்திற்கொருமுறை அல்லி மாதிடம் போய் வரவேண்டும் என்ற நியமம் தவறிவிட்டது. புலந்திரன் பிறந்த வருசம் அம்மணியைப் பார்த்துவிட்டு வந்ததோடு சரி. அப்புறம் எத்தனை பொம்பளைகளை மயக்கி எத்தனை வீடுகள்ள இருந்தாரோ தெரியாது.

கிருஷ்ணன் : ஓகோ! இதற்கு நானென்ன செய்வேன். அவளோ கோபக்காரி.

கோமாளி : அவுங்களைக் கோபக்காரியாக ஆக்குனதே இந்த அர்ச்சுன மகாராஜாதான்.

கிருஷ்ணன் : நான் மதுராபுரிக்கு வரமாட்டேன். இதோ துவாரகைக்குப்போகிறேன் நீ எப்படியாவது போ.

அர்ச்சுனன் : இதற்காகத்தான் உன்னை நினைத்தேனா? பெண்களை இதவசனங்கள் சொல்லிச் சமாதானப்படுத்தி எனக்குக் கூட்டி வைப்பதில் உனக்கு நிகர் யார் இருக்கிறார்கள்?

கோமாளி : அது சரி! ரெண்டும் அகண்ட ஆப்பை, ரெண்டும் கழண்ட ஆப்பை.

கிருஷ்ணன் : நான் சொல்வதைக் கேள். அவளோ மிகப் பொல்லாதவள். கோபக்காரி! இருவரும் ஒருங்கே போனால் நமது காரியம் கெட்டுவிடும். நீ முன்பதாகப் போய் நயமொழிகளாலேயே அவளை வசப்படுத்த முயன்று பார். அவளிணங்காது போனால் தக்க சமயம் பார்த்து நானங்கு வந்து உன்னைக் காணாதவன் போல் அவளிடம் பேசி, தந்திரோபாயத்தால் உன்மீதுள்ள கோபத்தை மாற்றி வைக்கிறேன். தாமதிக்காதே நீ முன்பதாகப்போ.

கோமாளி : பொம்பளைங்கள ஏமாத்துறதுல ரெண்டு பேரும் பலே கில்லாடிங்க. திருட்டுப் பசங்க. அன்னையில இருந்து இன்னைக்கி வரையிலும் இவனுகதான் நாடு பூராம் பெருகிப் போயிருக் கானுக. இந்தக் கொட்டகைக்குள்ளே ஒரு பய இருக்கான். பொம்பளைங்க முழிச்சுக்கிட்டா இவனுக பாடு அம்போ! உள்ளே அந்தப்பய இந்நேரம் என்ன ரகளை பண்ணுறானோ.

உடை ஒப்பனை அறைக்காட்சி-7

தரகர் : *(சுபத்திரை வேடமிட்ட கொழுந்தியாளைப் பார்த்து)* சூத்தாம்பட்டையிலே போடணும்னு யாரைச் சொன்னே. பொம்பளைகள்ளாம் ஒண்ணுசேர்ந்து கும்மு கும்முன்னு கும்மனும்னு 'டையலாக்', பேசினியே யாரைடி பேசினே?

சுபத்திரை (வேடமிட்டவள்) : சுபத்திரை அர்ச்சுனனை வெறுக்கிற சீன். அந்த சீன்ல அப்படித்தான் பேசணும். பின்ன எப்படிப் பேசணும்? நீ ஏதும் வாத்தியாரைக் கொண்டு எனக்குப் பாடம் சொல்லித்தந்தியா? ஏதோ நாங்களா ஓரம் சாரமா நின்று மத்தவங்களுக்குப் பாடம் சொல்லிக் கொடுக்கும்போது கேள்வி ஞானத்துலேயே பாடம் கத்துக்கிட்டோம். ஆனா, வேசம் கட்டி நடிக்கும் போது

பாடம் ஏதும் தப்புச்சுன்னா அடிக்கிறதுக்கு மட்டும் கை நீளும்.

செண்பகம் : அவ சொல்றது சரிதான்.

தரகர் : இங்கே பாரடி ஒங் கதையெலாம் நான் கேக்க வரலே... இனிமே நீ எந்த நாடகக் கம்பெனிக்கும் போயி நாடகம் நடிக்கக் கூடாது.

செண்பகம் தங்கை : (கோபமும் கண்கலக்கமும் கொண்டு) யோவ்-என்ன வார்த்தை சொன்னே? எந்தலையப் பாருய்யா (குனிந்து தலையில் உள்ள காயத் தழும்பைக் காட்டுகிறாள்). உச்சந்தலையிலே ஒரு பெரிய தழும்பு இருக்குதே. பாருய்யா. அது எப்படி வந்துச்சு தெரியுமா? பவளக்கொடி நாடகத்திலே எங்க அக்கா அல்லி வேசம். எனக்கு ஏழு வயது. அப்ப தாயும், புள்ளையும் தர்க்கம் பாடினபோது நான் தாளம் தப்பிப் பாடிட்டேன். சட்டுனு எங்க அக்கா அதுதான் அல்லி வேசம் போட்டிருந்ததுல அது கையில இருந்த கத்திய வச்சு என்னடி பாடுறேன்னு மண்டையிலே "ஙங்" கின்னு ஒரு போடு போட்டுச்சு. ரத்தம் கொட்டு கொட்டுன்னு கொட்டுச்சு. எங்க அக்கா ரத்தத்தைப் பார்த்த பிறகும் விடாமப் பாடி வசனம் பேசி நடிக்கிறத நிறுத்தலே. அந்தக் காட்சி முடிஞ்சு கொட்டகைக்குள்ள வந்ததும் தான் என் தலையில உள்ள காயத்துக்கு மருந்து வச்சுக் கட்டுனது. அப்படிக் கலையினா உயிரா நெனக்கிற குடும்பம்யா எங்க குடும்பம். எங்க அப்பா அழகப்பன் இந்த நாடு பூராம் பேரெடுத்த நாடகக் காரரு. யாரப் பார்த்து நாடகத்துல நடிக்காதேன்னு சொல்லுறே. ஏதோ அக்கா புருசன்னு மரியாதை வச்சா நீ அடி மடியிலேயே கை வைக்கப்பார்க்கிறியா.

காட்சி-8

அல்லிராணி, சகிகள் வீற்றிருக்கும் தர்பார் காட்சி

அல்லி : சகிகளே! அர்ச்சுனன் வருவானாகில் அவனுடன் யாரும் பேசக்கூடாது.

அர்ச்சுனன்

(பாடல்) : வந்தேன் வந்தன முன்னரசுக்குத்
தந்தேன் மதுரா புரிராணிக்கே(வந்தேன்)
இந்துகுல மதில் பிறந்திட்ட
இறைவி யுனது எழுத்துக்கோடி
விரைவிறுதிய இடத்தைத் தேடி (வந்தேன்)

(வசனம்) : இதென்ன ஆச்சரியம்! நாம் இத்தனை நாளாக இங்கு வராததால் கோபம் அதிகரித்துப் பிணக்கங் கொண்டிருக்கிற தாகத் தெரிகிறது. இவளுடைய பரிவாரப் பெண்களும் முகந்திருப்பி நம்மைப் பாராது நிற்கிறார்கள்.

(சகிகளையும், மந்திரிகளையும் பார்க்கிறான், யோசிக்கிறான்)

சரிதான், சரிதான்! ஐயமில்லை. ராணியின் கடின கட்டளை ஏற்பட்டிருக்கிறதாகத் தெரிகிறது. இனியென்ன செய்வது?

பாட்டு
கண்ணிகள்

காால்கள் நோகுதம்மா கருணை செய்யம்மா
காவலாயுலகாளும் ராணியே கோபமாகுமா-உன்
ஆக்னைக்குப் பயந்து நான் அஞ்சியே ஓடி வந்தேன்
ஆதலாலினி மேலுங் கோபதாமோ
மேனி நொந்தேன் ஓலை கண்டவுடன் ஓடிவந்த
என்மேல் உற்ற கோப மெதற்கு விட்டென
ரசிப்பாய் நீ அன்பாய்

(வசனம்) : மதுரை மகாராணியே! உனது திருமுகலிகிதங் கண்டதும் தாமதிக்காமல் ஆக்னைக்குப் பயந்து ஓடோடியும் வந்தேனே! எவ்வளவு நேரம் இப்படி நின்றுகொண்டிருப்பது? கொஞ்சம் தயவுசெய்து, சமீபத்தில் உட்காரென்று ஒரு மொழி சொல்லக் கூடாதா? என்னையறியாது ஏதாவது குற்றஞ் செய்திருந்தாலும் நீ சற்றுப்பொறுத்துக் கொள்ளக் கூடாதா?

பாட்டு

இராகம்-தன்யாசி   தாளம்-ஆதி

பல்லவி

எத்தனை நேரமாக இப்படி நிற்பேன்
கால்கள் இற்றிற்று நோகுதம்மா

அனுபல்லவி

சத்தியமாக இனி சகிக்க என்னாலாகாது
தரணியாளரசியே வருமமேனோ தகாது

சரணம்

அபசாரந்தினம் செய்யும் பகைவனும் வீடுவந்தால்
உபச்சாரம் செய்ய வேணும்-என
அறவுடையோருரைப்பார் அதிலும் நான் உன் கணவன்
ஆதலால் அழைக்க வேணும்
சபையினில் வந்து நின்று சாம நேரமாவதாலே
சஞ்சலமிருந்ததெந்தன் நெஞ்சமும் துன்பத்தினாலே
(எத்தனை)

(வசனம்) : மாதரசே நீ இவ்வித கடின கோபஞ் செய்யலாமா...? பாதகனாய் இருந்தாலும் அவன் வீடு தேடி வந்து விட்டானானால்

அவனுக்கு உபச்சாரஞ் செய்ய வேண்டு மென்று பெரியோர்கள் சொல்லுவார்களே!...

கோமாளி-மந்திரி : ஏய்யா! அர்ச்சுனரே! பெரியமனிதர்கள் சொன்ன மொழிகளையெல்லாம் அவுத்து விடுறியே! நீ எந்தப் பெரிய மனுசன் பேச்சுக் கேட்டு ஊருல திரியுறே... சோறுகண்ட இடம் சொர்க்கம் என்பதுபோல பொம்பளையக் கண்ட இடம் படுக்கைன்னு அலையுறே. ஒங்களுக்கு எங்க அம்மா கருணை செய்யணுமா? அம்மா கையில பெரிய கத்தி இருக்குதே பார்த்தியா. கருணைக் கிழங்கச் சீவுகிற மாதிரி சதக்! சதக்! அவ்வளவு தான் ஒன்னைய மாதிரித் திரியுற ஆம்பளைங்களப் புடிச்சு அறுத்தாத்தான் பெண்களுக்கு மரியாதை ஏற்படும்.

(அல்லி கோபத்துடன் அர்ச்சுனன் மீது உடைவாளை உருவி வீசப் போகும் சமயம் கிருஷ்ணன் வருகிறார்)

அல்லி : அண்ணா! வாருங்கள்! வாருங்கள் இவ் வாசனத்தில் உட்காருங்கள்.

கிருஷ்ணன் : மங்களமுண்டாகுக. நீயும் உட்காரு.

அல்லி : அண்ணா ஏது இவ்வளவு கிருபை வைத்து எழுந்தருளியது?

கிருஷ்ணன் : அம்மா! நான் இங்கு குழந்தை புலந்திரனைப் பார்த்துப் போய் வெகுநாளாய் விட்டதல்லவா? அவனையும் பார்த்துவிட்டு உனது யோக ஷேமங்களையும் விசாரித்துக் கொண்டு போகலாமென வந்தேன் (திரும்பிப் பார்த்து) அர்ச்சுனா? என்ன இப்படி நிற்கிறாய்? (எழுந்து நின்று கேட்கிறார்)

அல்லி : அண்ணா இந்த ஆசனத்தில் நீங்கள் உட்காருங்கள்.

அர்ச்சுனன் : நீ பாக்கியசாலிதான். நீ இப்பொழுதுதான் வந்தாய் உனக்கு உட்காருவதற்கு ஆசனங் கிடைத்துவிட்டது.

கோமாளி-மந்திரி : இந்த நாட்டுல சீட் வாங்குறதும் சீட்டுல உட்காருறதும் ஈஸி. ஆட்சி படக்கினு போயிருச்சுனா சீட் பறிபோறதும் ஈஸி. அண்ணா ஒறவு - அம்மா ஒறவு-ன்னு ஏதாவது ஒறவு, எப்படியாவது ஒறவுன்னு இருந்தா எல்லாமே ஈஸி. இங்கே ஒங்களுக்கு எந்த உறவும் இல்லேன்னா எப்படி சீட் கெடைக்கும்?

அர்ச்சுனன் : இந்தத் தறுதலையைக் கொஞ்சம் சும்மா இருக்கச் சொல்லும்மா.

கோமாளி-மந்திரி : முதல்ல ஒங்க தலை ஒங்ககிட்டே இருக்குமான்னு எங்க அம்மாவோட கத்திதான் தீர்மானிக்கணும்.

கிருஷ்ணன் : அம்மா! என்ன சும்மா இருக்கிறாய்? இந்தப் பயல் செய்த குற்றத்தைச் சொல்லு! அதற்குப் பின் அவனுக்கு நான் தக்க தண்டனை விதிக்கிறேன்.

அல்லி : அண்ணா கேளுங்கள்! இந்த மனுசன் பொண்டாட்டி பிள்ளைகளை வைத்து வாழப்பட்டவனா?

கோமாளி : பொண்டாட்டிகளை மட்டும் வச்சு வாழப்பட்டவன்.

அல்லி : வருசத்துக்கு ஒரு முறை தவறாது வந்து போவதாகத் தங்கள் முன்னிலையில்தானே வாக்குறுதி செய்து கொடுத்தார்.

கோமாளி : வாக்குறுதியா?

வாக்குறுதி கொடுத்தவுக என்றைக்குச் செஞ்சு கொடுத்ததாக வரலாறு இருக்கு?

அல்லி : அதன்படி வந்தாரா? வாக்குறுதி இவருக்கும் இவரைச் சார்ந்தோருக்கும் தயிரும் சாதமுமாக ஆகிவிட்டது. குழந்தை நிலை என்ன? மனைவி நிலை என்ன என்று நினைக்காமல் கண்ட கண்ட சிறுக்கிகள் வீடுகளில் திரிந்து நிற்கிறார். தீவட்டி மரம்போல் சீச்சீ...

கோமாளி (அர்ச்சுனனைப் பார்த்து) : கண்டபடி திரிஞ்சா எய்ட்ஸ் பரவும். முதல்ல இவருமாதிரி ஆளுகளுக்குக் கிருமிகள் இருக்கான்னு சோதனை பண்ணணும். எத்தனை பெண்களுக்கு எய்ட்ஸ் சப்ளை பண்ணுனாரோ?

கிருஷ்ணன் : இவனது பேச்சு சரியில்லையே!

கோமாளி : (கிருஷ்ணனைப் பார்த்து) ஒங்களை கட்டாயம் சோதனை பண்ணணும்.

தர்க்கப் பாட்டு
கண்ணிகள்

கிருஷ்ணன் : அர்ச்சுனா இது உனக்குத் தகுதியா
அல்லி நிலையறியாயோ மடமதியா

அர்ச்சுனன் : உரைத்ததை மறுக்கிறேன் உண்மையிதுவே

அல்லி : உளறாதீர் தெரியும் உமதாசையெல்லாம்
உணர்வேன் மனைவியும் நானல்லவோ

அர்ச்சுனன் : கால்களும் நோகுது கருணை செய்வாய்
கருத்து மயங்குதரைத்தேனுண்மையாய்

கிருஷ்ணன் : இனிமேலிப்படி பிழைகள் செய்யாதே

அர்ச்சுனன் : ஒருபோதும் பிழைசெய் யேன்னானருளே
புரியஇவளிடத்தில் உரைசெய்வீரே

கிருஷ்ணன் : போதும்போதும் தங்கா கோபம் விடு
புருஷ னானதால் அழைத்தி டன்போடு

அல்லி : ஏதண்ணா நீரென்னை ஏசிடவந்தீரோ

கிருஷ்ணன் : இனிநான் உரையேன் உன்பாடு அவன் பாடு
எனக்கொன்றும் தெரியாது நான் போறேன்.

அர்ச்சுனன் (வசனம்) : நீரென்ன சொன்ன போதிலும் உமது கால்களை விடமாட்டேன். நீ வேணுமானால் திமிரிக் கொண்டுபோம்.

கோமாளி : நெனச்சதச் சாதிக்காமல் இந்த ஆளும் விடமாட்டாரு போல. உள்ளே இருக்கிற அந்த ஆளும் விடமாட்டாருபோல.

தர்க்கப் பாட்டு

அல்லி : என்னவிதம் சொன்னாலும் கேளேன்-இனிமேல்
நிஜமாய் மொழிந்தேன்-இனி
இங்கிருக்க என் மனம் தாளேன்.
எவளால் இதனால் வாராதிருந்தீரோ-அவளை
விட்டுநாடி வர ஏது நேர்ந்ததோ

கிருஷ்ணன் : இன்னமும் நீ கோபம் கொண்டாய்
நன்னயமாமோ தங்கை

அல்லி : என்னருமை கண்டும் அன்பில்லாதவருக்காக-
இங்கு (என்ன)

கிருஷ்ணன் (வசனம்) : அம்மா! மாங்கல்ய தாரணஞ் செய்த மணவாளன் பிழை செய்தால், மனைவி பொறுத்துக் கொள்வதே விரதாதர்மம். இல்லையேல் உலகம் பழிக்கும்.

கோமாளி : போட்டாண்டா ஒரு போடு. 'மாங்கல்யம்' இந்த மாங்கல்யத்தை வச்சுக்கிட்டு எவ்வளவு தில்லுமுல்லு பித்தலாட்டம் ஆம்பளைப்பயலுக செய்யுறானுக.... (வாயில் அடித்தவாறு) தமிழ்ச்சினிமாக்காரனுக மாங்கல்யத்தை வச்சுக்கிட்டு எவ்வளவு கிறுக்குத் தனமாகப் பெண்களை அடிமைப்படுத்துற கதைகளப் பண்ணுறானுக.

விருத்தம்
(பாட்டு)

அர்ச்சுனன் : அருமைசேர் மயிலே உன்னை அகன்றிடேன் ஒருபோதுமிங்கே இருவென்றாலிருப்பேன். எழுந்துபோவென்றால் போவேன்.

(வசனம்) : என் பிரிய நாயகி! இனி ஒருபோதும் நீ இட்ட கட்டளைக்கு மாறாக நடக்க மாட்டேன். இருவென்றால் இருப்பேன். எழுந்து போ வென்றால் போவேன். அன்பார்ந்த சுந்தரி நமது அருமைக்குழந்தை நிலையைக் காண வேண்டும்.

அல்லி : புத்திரனுக்கு ஒன்றுமில்லை. பவளத்தேர் வேண்டும் என அன்னம் உண்ணாது கவலையாய் உள்ளான். புத்திரன் ஆசையைப் பூர்த்தி செய்தால் மகனை நீங்கள் பார்க்கலாம்.

அர்ச்சுனன் : எட்டு நாளையில் கொண்டுவந்து கொடுக் கிறேன். எந்தன் சொல் தப்பாது. இந்தக் கிருஷ்ணமூர்த்தி தலையில் கைவைத்து சத்தியம் செய்கிறேன்.

கிருஷ்ணன் : அடே அர்ச்சுனா! அவள் கையிலடி அல்லது உன் தலையில் அடி.

கோமாளி-
மந்திரி : கையில் அடிச்சாலும் சரி
தலையில் அடிச்சாலும் சரி
வாயில அடிச்சிராதீங்க
வயித்தலடிச்சிராதீங்க

அல்லி : நல்லது. இனித்தாமதிக்க வேண்டாம். ஞாபக மிருக்கட்டும். என்சேதி தெரியுமல்லவா? அங்கு போய் எவளாவது ஒருத்தியைக் கண்டு பல்லை இளித்துக்கொண்டு நின்று நாளைக் கடத்தினீரோ. அங்கு வந்து உம்மை இந்தக் கத்திக்கிரையாக்கி விடுவேன். என்ன

சாக்குப்போக்குச் சொன்னாலும் ஒப்புக் கொள்ளமாட்டேன். எட்டு நாளென்பதை மறுமுறையும் ஞாபகப்படுத்துகிறேன்.

காட்சி-9

தரகர் : (குடித்த நிலையில் தள்ளாடியவாறு) அடியே! எனக்குத்தண்ணி காட்டுறியா? ஒன்னைய மாதிரி எத்தனை பேரப்பாத்தவன் இந்த சண்முகம் தெரியுமா? (திரைச்சீலையை விலக்கிக்கொண்டு மேடையில் உள்ள ஒலி பெருக்கியைப் பிடித்துப் பின்பு வேட்டியை மடித்துக் கொண்டு) எத்தனை நாள் கேக்கிறேன். ஒத்துவரமாட்டேங்கிறாள். இப்ப நான் அவளைத்தொட்டு இழுக்கப் போறேன். எந்தக் கிருஷ்ணன் வந்தாலும் பாச்சா நம்பகிட்டே பலிக்காது? அடியே! (ஒருத்தியை இழுப்பதுபோல் பாவனை செய்து பாடல் பாடுகிறான்.)

'தொட்டுஇழுக்காமல் போவேனோ
துரியோதனன் தம்பி ஆவேனோ'

(என்று பாடியவாறு கிரிக்கி அடிக்க முற்பட்டு மேடையில் விழுந்துவிடுகிறான்.)

தாளம் வாசிப்பவரும் கோமாளியும் மேடையில் விழுந்துள்ள அவரைத்தூக்குகின்றனர்.

தரகர் : மேடை ஆடுது மேடையை ஒழுங்காப் போட வேண்டாமா? இவனுக வேற, வந்து நம்மை அசிங்கப்படுத்துறானுக. என்னைய விடுங்க. நான் என்ன செய்வேன். மேடையை ஒழுங்காப் போட வேண்டாமா? (உளறிய வார்த்தையாக...) நான் ஸ்டடியாத்தான் இருக்கேன்..

தாளக்காரர்-
கோமாளி : *(அடக்கிய குரலில்) என்னப்பா! சண்முகம். சனங்கள்ளாம் கவனிக்கிறாங்கன்னு ஒரு நிதானம் வேண்டாம்...(எனக் கூறியவாறு திரைச் சீலைக்குப் பின்புறம் தாங்கி சண்முகத்தைக் கூட்டிச் செல்கின்றனர்)*

பவளக்காடு காட்சி-10

அர்ச்சுனன் கிருஷ்ணன் இருவரும் பவளக்காட்டில் வினோதங் களைக் கண்டு வர்ணிக்கிறார்கள்.

பாட்டு

இராகம்-மோகனம் **தாளம்-ஆதி**

பல்லவி

அர்ச்சுனன் : ஆ! ஆ! இதென்ன காட்சி அற்புதமாட்சி (ஆ)

அனுபல்லவி

அழகு பவளமிது விளைகிற வனமிரு(ஆ)

சரணம்

சாகைகளெல்லாம் கொடி
சன்னல் பின்னலாய்ப் படர்ந்து
தழைத்துச் செழித்து ஓங்கி
சார்ந்து எங்கு மடர்ந்து(ஆ)

அர்ச்சுனன் : அதோ ஒருவேடன். அவனைக் கண்டு இந்த வனத்தைப்பற்றி விசாரிக்கலாம். ஓய்! யாரங்கே போறது.

வேடன் : ஓய்!

கிருஷ்ணன் : நீ யாரப்பா?

வேடன் : நான் ஒரு வேடன்.

அர்ச்சுனன் : அந்த வனம் யாருடையது?

வேடன் : பவளநாயகி என்னும் மாதரசிக்கு உரியது. அந்த அம்மாவுக்குத் தந்தை தாய் கிடையாது. இந்தப் பவளக்கொடியிலே பிறந்தாள். சேராம்பு ராஜா எடுத்துத் தன் மகளாகப் பாவித்து வளர்த்து வருகிறார்.

அர்ச்சுனன் : அவள்அழகு விமர்சையாகத்தானே இருக்கும்.

வேடன் : அந்த அம்மாவைப் போல் ஒரு பெண் எங்கு தேடிப் போனாலும் கிடைக்காது.

அர்ச்சுனன் : நல்லது. அவளுக்கு மணமாயிற்றா?

வேடன் : இல்லை.

அர்ச்சுனன் : அவளைக் காணமுடியுமா?

வேடன் : இந்த வனத்தின் வினோதம் காண மாதம் இரு முறை வருவதுண்டு. அப்போது மறைவாக இருந்து பார்க்கலாம். இன்று இங்கு வருவதாகச் செய்தியுண்டு.

அர்ச்சுனன் : நல்லது. அவளுக்குப் பிரியமான வஸ்து இன்னதென உனக்குத் தெரியுமா?

வேடன் : அன்னப்பறவையைக் காணவும் அதனோடு விளையாடவும் ஆவல் கொண்டவள் எனக்கேள்விப் பட்டுள்ளேன்.

அர்ச்சுனன் : சரி. நீ போகலாம் (கிருஷ்ணனைத் தனியே தள்ளிக் கூட்டிப்போய் சென்று) கிருஷ்ணா, வேடன் சொல்லிய யாவும் கேட்டாயா?

கிருஷ்ணன் : ஆம்.கேட்டேன்.

பாட்டு

இராகம்-புன்னாவராளி *தாளம்-ஆதி*

கண்ணிகள்

அர்ச்சுனன் : பவளக்கொடி மாதை நான் பார்க்க வேணுமே
பாதாதிகேசம் வரை நோக்க வேணுமே (பவள)
அவளுக்குள்ள அழகு எவருக்கும் இல்லையென

அணுகிக் கண் எதிர்வேடன் அறையக் கேட்ட
தனால் (பவள)

(வசனம்) : இந்தப் பவளக்கொடி அழகைப்பார்த்ததும் உன்னோடு வந்துவிடுகிறேன். இங்கு வந்த வேடனும் இன்று அவள் வருவாள் எனச் சொல்லியிருக்கிறான். அவளை ஒருமுறை நான் கண்ணால் காணும் பாக்கியத்தை நீ அருள் செய்யவேண்டுமென்று தாழ்மையோடு கேட்டுக்கொள்கிறேன்.

தர்க்கப் பாட்டு

இராகம்-கமாசு   தாளம்-ஆதி

பல்லவி

கிருஷ்ணன் : விட்டுவிடு பார்த்தா வீணான செய்கையிது (விட்)

அனுபல்லவி

எட்டுநாளில்வாறேனென்று
இயம்பினாய் அல்லிமுன்நின்று
சட்டென அதை மறந்து
சாற்றலாமோ நீ நினைந்து (விட்)

பல்லவி

அர்ச்சுனன் : பார்க்க வேணும் கண்ணால்-அந்தப்
பாவையாள் தன்னை இன்று (பா)

கார்க்கதிக மேனிமாயா
கண்ணனே என் சகாயா

தங்கமக்கா சொல்லுகிறேன்
சீக்கிரம் அருள்செய் அய்யா...

கிருஷ்ணன் : அல்லிகோபம் வந்தால் மோசம்
யார் தடுப்பார் அவள்பிரகாசம்

சொல்லினேன் கேளும் தோசம்
துயரம் நேரும் கெட்ட தோசம்

அனுபல்லவி

அர்ச்சுனன் : அல்லிகோபம்வந்தாலென்ன
அடியேனுயிர் போனாலென்ன
மெல்லியவளைப் பாராமல்
மேவிடெனென்றெண்ணு முன்னம்

கிருஷ்ணன் : பாலனுக்குப் பவளரதம்
பார்க்க வந்து சேர்ந்த இடம்
மாலடைந்து மதிமயங்கி
வாடலாமோயிந்த விதம் (பாட்டு)

அர்ச்சுனன் (வசனம்) : மைத்துனா-தயவுசெய். (சற்று உற்றுச் செவி சாய்த்து) அதென்ன ஆரவாரம்!

கிருஷ்ணன் : பவளக்கொடிதான் வருவதுபோல் தோன்றுகிறது.

அர்ச்சுனன் : சுவாமி! இதற்கொரு மார்க்கஞ் சொல்லும்.

கிருஷ்ணன் : (சற்று யோசித்து) அர்ச்சுனா! நீ தொண்ணூறு வயது சென்ற கிழவன் வேடம் பூண்டு இறந்தது போல் பாசாங்கு செய்து தரையிலே சாய்ந்து விழுந்துகிட. நானொரு இளம் பெண்ணாக வேடம் பூண்டு, உன்னைப் புருசனாகப் பாவித்து, வண்டு கடித்து, இறந்து போனானென்று மாரடித்து விழுந்து ஒப்பாரியிட்டு அழுது புலம்புகிறேன்! அம்முறைக்குக் குரல் கேட்டு அருகில் வருவாள். அப்பொழுது வெகு சமத்காரமாய் அவளறியாதபடி கண்ணாலே அவள் அழகைப் பார்த்துக் கொள். ஜாக்கிரதை. நீ பார்ப்பது அவளுக்குத் தெரிந்தால் மோசம் வந்துவிடும். வா! வேடம் போட்டுக்கொண்டு வருவோம்.

பாட்டு

கோமாளி : பொம்பளைய வட்டமிடும்
போக்கிரிங்க திரியிறாங்க
எங்கன தொங்குது நாக்கு-புடிச்சு
அறுக்கப்போறேன் மூக்கு

(வசனம்) : இவனுகள்ளாம் பெரியமனுசங்க. பொம்பள பொறுக்கிக. ராசாதி ராசாக்கள் நூறு இரு நூறுன்னு பொண்டாட்டிமாருக. வச்சிருக் கானுக. பொம்பளைங்களை மனுச சாதின்னு நெனுச்சானுகளா, இல்லே உசுரில்லாத ஜடங்கன்னு நெனக்கிறானுகளா?

(பவளக்கொடி தோழிகளுடன் வனவளம் காணவருகிறாள்)

பல்லவி

பவளக்கொடி : வாரீரோ மகிழ்ந்து ஒன்றாய்க் கூடி
வனச் சிங்காரங்கள் பாடி
மலை போலப் பெரிதான பலவண்டு
மகத்வ கீதம் கொண்டு
வருவதுவும் உண்டு
வளர்கொடிகள் விழிகுளிர
அதிசயமாம் இது தருணம் *(வாரீரோ)*

பவளக்கொடி
(வசனம்) : சகிமார்களே! உடலை நிழல் தொடர்ந்து வருவதுபோல் விடாமல் என்னைப் பின்பற்றி வாருங்கள்! பார்த்தீர்களா! எங்கு பார்த்த போதிலும் செக்கச் செவேலென செங்காடு தீப்பட்டது போல பவளங்கள் விளைந்து கொடி வீசிச் சன்னல் பின்னலாகப் படர்ந் திருக்கின்றன. ஆங்காங்கு மலைபோல பெரிய பெரிய வண்டுகளும் கதண்டுகளும் பாடி ஆடித்திரிகின்றன நல்லது. சுற்றிப்பார்த்து வருவோம் வாருங்கள்.

கிருஷ்ணன் : (அர்ச்சுனனிடம் கையை நீட்டி) அவள்தான் பவளக்கொடி மறைந்திருந்து பார்.

அர்ச்சுனன் : சுவாமி! ஆகா!...என்ன அழகு! எத்தனை வண்டுகள் அவளைச் சுற்றி வட்ட மடிக் கின்றன.

ஒப்பனை அறைக் காட்சி-11

தரகர் : அடியே! செண்பகம். இங்கே ஒரு கொலை விழப்போகுது. என்னடி அக்காளும் தங்கச்சியும் கிச்சு கிச்சுத்தம்பலம், கியாக்கியாத்தம்பலம்னு எங்கிட்டே விளையாடுறியளா?

ஆர்மோனியக்
காரர் : தம்பி சண்முகம், நீ ஒரு நாடகக் கம்பெனி வச்சு நடத்துன ஒருத்தர். இப்படி தொழில் செய்யிற இடத்தில் வம்பு வழக்கு பண்ணுறியே! நாளைக்கு எந்த ஊருலயும் நாடகத்துக்கு நம்மள ஒரு பயகூட பாக்கு வைக்க வரமாட்டான். எல்லாரோட பொழப்பும் கெட்டுப்போகும் தம்பி. விடியப்போகுது. நாடகம் முடியப் போகுது. இன்னும் கொஞ்சம் நேரம் சும்மா இருப்பா...

தரகர் : ஒனக்கு ஒன்னோட பிரச்சனை
எனக்கு ஒன்னோட பிரச்சனை
எம்பொண்டாட்டிக்கிட்டே நீ பேசு
அவளோட தங்கச்சிய எனக்குக்கட்டித்தரச் சொல்லு

சுபத்திரை
(வேடதாரி) : எல்லாருடைய பொழப்புலயும் மண்ணள்ளிப் போடணும்னே கார் ஏறி இங்கே வந்திருக்கு இந்த ஆளு.

தரகர் : அடியே எங்கொழுந்தியா! ஒன்னைய ராசாத்தி கணக்கா வச்சுக் குடும்பம் நடத்துவேன். வாடி எங்கூட.

செண்பகம் : இதே வசனத்தைத்தான் எங்கிட்டேயும் பேசுனே. ஆனா என்ன செஞ்சே? கஞ்சிக்கு வழியில்லேன்னு நாடகம் நடிக்கப் போகலைன்னா ஊருலதான்டி போகணும்னு என்னைய நாடகத்துல நடிக்க வச்சே... இப்ப எந்தங்கச்சி வாழ்க்கையை கெடுக்கப்பார்க்கிறே...

தரகர் : சரி இப்பச் சொல்றேண்டி.... (உரத்த குரலில்) நீ இனி நாடகம் நடிக்காதே...

செண்பகம் : இந்த நாடகக்கலை ஒன்னையும் என்னையும், சோறு போட்டு வளர்த்தது. நீயெல்லாம் ஒரு மனுசனா? ஆர்மோனியச் சத்தமும் மேளச்சத்தத் தோடதான் இந்த உயிர் இந்த ஒடம்பவிட்டுப் போகணும்... (ஓ! என அழுது துணிமணி களுக்குள் முகம் புதைக்கிறாள்).

வனக்காட்சி-12

கிருஷ்ணன் மாயப் பெண்ணாகவும், அர்ச்சுனன் வயது சென்ற கிழவனாகவும் வேசமிட்டு வருகிறார்கள். அர்ச்சுனன் கீழே படுத்துக் கொள்கிறான்.

பாட்டு

இராகம்-செஞ்சுருட்டி **தாளம்-ஏகம்**

கிருஷ்ணன் : சாக உமக்கு விதிவந்ததோ
சஞ்சலம் வண்டினாலே தேர்ந்ததோ
ஆவி சோருது கண்பார்த்திடும்
அன்புடனென் பேர் சொல்லிக்கூப்பிடும்
சின்னஞ்சிறு பெண்ணாள் என்னைவிட்டு
சேர்ந்ததேனோ விண்ணுலகத்துக்கு

(பவளக்கொடி வருகிறாளா என நோட்ட மிடுகிறான்)

பவளக்கொடி : சகி மார்களே! ஓடிவாருங்கள்! ஓடி வாருங்கள் நம்மைப் போல் ஒரு பெண் அபயக்குரலிட்டு அழுது கொண்டிருக்கிறாள்.

கிருஷ்ணன் பாட்டு தொடர்கிறது

நாமப்பெட்டி எடுத்தாடி என்று
எந்நாளும் சொல்லுவீரே நாதா என்று
பூமிக்குப் பாரமாய் என்னை விட்டுப்
போய் மடிந்தீரோ சொர்க்கத்திற்கு

பவளக்கொடி : என்னவிதி வந்தது
ஏனழுது புலம்புவது
அன்ன தெனக்குச் சொன்னால்
அவதி தொலைப் பேனின்னாள். (என்ன)

கிருஷ்ணன் : வண்டு கடித்ததாலே
மணவாளன் செத்ததாலே
அண்ட இடமோ இல்லை
யார் தணிப்பாரிந்தத் தொல்லை

பவளக்கொடி : ஏ! மாதே! நீ விசனப்படாதே. உன் கணவனு யிருக்குச் சேதமில்லை. இந்த இடத்திலுள்ள கொடியவிசமுள்ள வண்டு, கதண்டுகள் கடித்திருக்கின்றன. இவ்விசம் இறங்கிப் போக எனக்கு மருத்துவம் தெரியும். நீ சற்று மறைவாக இரு. (கிருஷ்ணன் சென்றதும் திடீரென யோசித்தவளாய்) சகிகளே இந்தக் கிழவன் உயிர் வந்ததும் என்அழகைக்கண்டு கட்டிப்பிடித்தால் என்ன செய்வது. இக் கிழவனின் கை கால்களைப் பிடித்துக் கட்டுங்கள்.

சகி : அப்படியே அம்மா!

(அர்ச்சுனன் கண்ணை விழித்துத் தலையைத் தூக்கிப் பவளக்கொடியாளைப் பார்க்கிறான். சகிகள் வருவது தெரிந்து தலையைக் கீழே போட்டுக் கண்ணை விழித்துப்பார்க்கிறான். சகிகள் கொடியால் அர்ச்சுனன் கை கால் களைக் கட்டுகிறார்கள்.

(அர்ச்சுனன், கை, கால் அசைத்து சேட்டை செய்கிறான்)

பாட்டு

இராகம்-தோடி தாளம்-ஆதி

பவளக்கொடி : வண்டு கடித்ததில்லையடி இவனை (வண்டு)

இவன் வஞ்சக மாயங்கள் தந்திரமறிந்த கள்ளனடி (வண்டு) பெண்களுக்குள்ளே இவன் பெருஞ்ஜெக ஜாலியடி பேசுவதெல்லாம் திருட்டு.

(வசனம்) : தோழிகளே! இவர்களைப் பார்த்தால் பெரும் மோசக்காரர்களைப் போல் தோன்றுகிறது.

தோழி : ஒங்களுக்குத் தெரிந்தது எல்லாருக்கும் (பார்வையாளர்களைக் காட்டி) தெரிய வில்லையே!

பவளக்கொடி : இவன் அநேக ஸ்திரீகளை ஏமாற்றும் கள்ளனென்பதாக அறிகிறேன். இவ்விருவரது நடை, பாவனைகளைப் பார்த்தால் எனக்கு ஏதோ ஒரு ஆபத்தையோ, அவமானத்தையோ விளைவிக்க வந்தவர்களாக விளங்குகின்றது. இதற்கு என்ன செய்யலாம்?

(அர்ச்சுனன் கட்டுக்களைத் தெறிக்கும்படி செய்கிறான்).

பாட்டு

இராகம்-பியக் தாளம்-ஏகம்

கண்ணிகள்

பவளக்கொடி : கட்டிய கட்டுக்கள் பட்டுப்பட்டென்று
விட்டுத் தெறிக்குதடி கள்ளனிவனையே
மெல்லென வில்லை இச்செய்கையுரைக்குதடி.

அருமைத் தோழிகளே ஓடிவாருங்கள் எனச் சப்தமிட்டுக் கொண்டே ஓடிவிடுகின்றனர்)

(அர்ச்சுனன் எழுந்து வேடத்தைக் கலைத்து விட்டு)

கிருஷ்ணன் : நீ கண்டாயா? அவள் மிகுந்த அழகுள்ள வளாகத் தானிருக்கிறாள்.

அர்ச்சுனன் : கல்யாணஞ் செய்துவையுமே கண்ணபிரானே!

கிருஷ்ணன் : (கோபத்துடன்) பேஷ்! நல்ல வார்த்தை சொன்னாய். முதலாவது, அவள் அழகைக் கண்டால் போதும் வந்து விடுகிறேன் என்றாய். இப்போது கல்யாணம் செய்துவை என்கிறாய். உனக்கென்ன பைத்தியம் பிடித்துவிட்டதா? வா, வா. பவளரதத்துக்கு வழிதேடுவோம்.

அர்ச்சுனன் : கிருஷ்ணா! உனக்குத்தான் பைத்தியம் பிடித்துள்ளது. பவளரதம் கிடைப்பதற்குத் தான் நான் உபாயம் கூறுகிறேன். இந்தப் பெண்ணுக்குச் சொந்தம் இந்தப்பவளக்காடு. இந்தப்பெண் எனக்குச் சொந்தமானால் இந்தப் பவளக்காடே நமக்குத்தானே சொந்தம்...

கிருஷ்ணன் : (சற்று யோசித்து) சரி! பவளக்கொடிக்கு அன்னப்பட்சி என்றால் மிகவும் பிடிக்கும் என்று அந்த வேடன் சொன்னான். நீ அன்னப்பட்சியாக மாறு. நான் அன்னப்பட்சி விற்பவனாக வேடமணிந்து காரியத்தைத் தொடங்குவோம்.

ஒப்பனை அறைக்காட்சி-13

தரகர் : நான் எத்தனை நாடகம் கட்டியிருக்கேன். அக்காளும் தங்கச்சியும் எனக்கே நாடகம் நடிச்சுக்காட்டுறாளுக. ஏண்டீ, இனி எப்படி நாடகம் ஆடுவீங்கன்னு பார்க்கிறேன். (உடை ஒப்பனைப் பொருட்களை எடுத்து ட்ரங்க் பெட்டிக்குள் வைக்கிறான். பல கலைஞர்களும் வேண்டாம் சண்முகம் நாடகம் முடிஞ்சதும்

பேசிமுடிக்கலாம். கொஞ்சம் பொறு என சமாதானப்படுத்துகிறார்கள்.)

தரகர் : ஏண்டி என்னை இளிச்சவாயன்னு நெனச்சீங்களா!

சுபத்திரை (வேடதாரி) : யோவ்! நீ எங்க அக்காவுக்குத்தான் புருஷன். எனக்கு இல்ல. என் துணிமணிகளை ஏன்யா எடுத்து வைக்கிறே! கொடுய்யா! விடுய்யா! பெட்டியக்குடுய்யா!

செண்பகம் (அல்லி) : (தரகர் கால்களைப் பிடித்துக் கெஞ்சியவாறு) யோவ்! ஒன்னையக் கும்புட்டுக் கேட்டுக் கிறேன்யா! ஏய்யா! இப்படி குடிச்சிட்டு வந்து எங்கள இந்தப்பாடு படுத்துறே! வீட்டுலதான் ஒன்தொல்லை தாங்க முடியலை. இங்கே வந்து நாலு சனங்களப்பார்த்து நடிக்கறதுல, அவுங்க கைத்தட்டுறதுல ஒரு சந்தோசம். அந்தச் சந்தோசத்தில் தான் இந்த உசிரே நிக்குது. அதில மண்ணை அள்ளிப்போடப் பாக்கிறியே! விடுய்யா! (அவனது காலைப் பிடித்துக் கெஞ்சுகிறாள்) பலரும் அவனைத் தடுக்கின்றனர். அனைவரையும் மீறிப் பெட்டியைத் தலையில் தூக்கி வைத்துக் கொண்டு தரகர் நடக்கிறான்.

தாளக்காரர் : (அதனைக் கவனித்துத் தாங்கமாட்டாத கோபத்துடன், ஆனால் ஒரு வித நடிப்புடன்) அண்ணே! ஒங்கபிரச்சினையெல்லாம் எனக்குத் தெரியும். நான் நாடகம் தொடங்கினதிலே இருந்து கவனிச்சுக்கிட்டு வாறேன். பெட்டியை இறக்குங்கண்ணே! என்னை நம்புங்க. நான் ஒங்களுக்கு ஒரு நல்ல வழி செஞ்சு தாறேண்ணே!

(பெட்டியைத் தலையிலிருந்து இறக்கி வைத்ததும், கன்னத்தில் 'பளார்' என ஒரு அறை... அறைகிறார். தொப்பென கீழே விழுகிறார் தரகர்)

பவளக்காடு காட்சி-14

(கோமாளி வரும்போது ஒளிமங்கலாகவும், அர்ச்சுனன்-கிருஷ்ணன் சந்திப்பில் ஒளி பளிச்செனவும் வரச் செய்ய வேண்டும்).

கோமாளி : (அவையோர் முன் வந்து) கிருஷ்ணன் அர்ச்சுனனை அன்னப்பட்சியாக்கி, பவள நாயகியிடம் வேட ரூபங்கொண்டு விற்றுச்சென்று விடுகிறார். பவளக்கொடி மஞ்சத்தில் சயனித்துக் கொள் கிறாள். அர்ச்சுனன் அன்னப்பட்சி ரூபத்தை மாற்றி விடுகிறான். பவளக்கொடி உடைவாளைக் கீழே நழுவவிட்டு நாணப்பட்டுக் கொண்டு அர்ச்சுனனைப் பார்க்கிறாள். இருவருடைய சந்திப்பும் நடைபெறுகிறது. பவளக்கொடி அர்ச்சுனனுக்கு மாலை சூடுகிறாள்.

அர்ச்சுனன் : கண்ணா! என்ன சமாச்சாரம்?

கிருஷ்ணன் : அல்லி கையில் கத்தியோடு உன்னைத்தேடி வருகிறாள்.

அர்ச்சுனன் : அல்லி வருகிறாளா?

கோமாளி : சோறு கண்ட எடம் சொர்க்கம் என்பது போல பொம்பளையக் கண்ட இடத்திலே படுக்கையை வச்சுக்கிட்டா கத்திமட்டுமல்ல துப்பாக்கியே வரும். டம்முன்னு...

அர்ச்சுனன் : அய்யோ! என் தலை போய் விடுமே! கிருஷ்ணா! நீதான் என்னைக் காப்பாற்ற வேண்டும் (காலைக்கட்டிப் பிடிக்கிறான்).

கிருஷ்ணன் : அர்ச்சுனா! இறந்தவன் போல நடிக்க வேண்டும். நான் உன் மனைவிமார்களுக்கு இழவோலை சொல்லி வருகிறேன். மனைவிமார்கள் ஒருவருடைய கோபமும் உனக்கு வராமல் ஒரு நாடகம் நடத்துகிறேன்பார். நீ இறந்தவன் போல் நான் சொல்லும்வரை நடிக்க வேண்டும் சரிதானா?

அரண்மனை வீதிகள் காட்சி-15

(கிருஷ்ணன் மாறுவேடத்தில் பறையறிவித்து வருகிறார். மேடையின் திசையெங்கும் மாறி, மாறிப் பறையறிவித்து சாவோலைச் செய்தியளிக்கின்றான். இடம், காலம் கடந்து செல்வதைப் பார்வையாளர்களுக்கு உணர்த்த பறை வாசிப்பு, நடைவேறுபாடு, ஓட்டம், நடை, குரல், அடவு, வட்டவலம், போன்றவற்றால் வேறுபடுத்தலாம்).

(திசை-1) : அல்லி மகாராணி அம்மணி! தர்மராஜாவின் தம்பி அர்ச்சுனமகாராஜா, பவளக்கொடி நாட்டில் பவளம் எடுக்க வந்த இடத்தில் இறந்து போனாராம். டம, டம, டம...

(திசை-2) : சுபத்திரை மகாராணி தர்மராஜாவின் தம்பி அர்ச்சுன மகாராஜா, பவளம் எடுக்க வந்த இடத்தில் இறந்து போனாராம். டம, டம, டம...

(திசை-3) : பவளக்கொடி மகாராணி அம்மணி! தர்ம ராஜாவின் தம்பி அர்ச்சுன மகாராஜா பவளம் எடுக்கக் காட்டுக்குள் சென்றிருந்த வேளை விச வண்டுகள் கடித்து இறந்து போனாராம். டமர, டமர, டமர,

(திசை-4) : நாகக்கன்னி மகாராணி! அம்மணி! தர்மராஜாவின் தம்பி அர்ச்சுன மகாராஜா பவளக்கொடி நாட்டில் பவளம் எடுக்க போன இடத்தில் இறந்துபோனாராம். டமுக்கு!, டமர! டம, டம!

(திசை-5) : பாஞ்சாலி மகாராணி அம்மணி! தர்மராஜாவின் தம்பி அர்ச்சுனன் பவளக்கொடி நாட்டில் பவளம் எடுக்கப் போன இடத்தில் இறந்து போய்விட்டார். டமுக்கு, டமுக்கு, டமுக்கு...

(திசை-6) : மின்னல் ஒளி ராணி அம்மணி! அவர்களுக்குச் சாவோலைச் செய்தியாவது! தர்மராஜாவின் தம்பி அர்ச்சுனன் மகாராஜா மகன் புலேந்திரனுக்குப் பவளத்தேர் செய்யப் பவளம் எடுக்கப் போன இடத்தில் பவளக்கொடி நாட்டில் இறந்து விட்டார்...சனக், சனக், சன, சன, சக், சக்...

கோமாளி : பொம்பளைங்கள ஏமாத்தறதுக்கு ஆம்பளைங்க சொல்லுற பொய், பித்தலாட்டம் ஏமாற்று, நயவஞ்சகம், கொஞ்ச நஞ்சமா? அந்த நாளையிலே இருந்து இன்றைக்கு வரையிலும் வீட்டிலே, தெருவிலே, ஆபீஸ்லே, தொழிற்சாலைகள்ள, தேர்தல்ல, பாராளுமன்றத்திலே இந்த ஏமாத்து தொடர்ந்து நடக்குது. நம்ம திண்ணைகள்ல சொல்லப்பட்ட கதைகளிலேயும், மகாபாரதம் ராமாயணக் கதைகளிலேயும் பொம்பளைங்களை ஆம்பளைங்க ஏமாத்துற வித்தைகள் நேரடியாகவும் மறைமுகமாகவும் எக்கச்சக்கமா இருக்குது. நம்ம பொம்பளைங்களும் சொந்தப் புத்தியை அப்பப்ப வாடகைக்குக் கொடுத்துட்டு அல்லது கடன் கொடுத்துட்டு, சிலநேரங்கள்லே...வித்துப்புட்டு வந்துருவாங்க, போலே... செத்தது போல நடிக்கிறான் அர்ச்சுனன். செத்ததுபோல நடிக்க வச்சிருக்கான் கிருஷ்ணன். அர்ச்சுனனுக்கு ஆறு மனைவிமார்கள். இந்த அரை டஜன் பொம்பளைங்களும் இப்ப இங்கே வந்து குடுமிச்சண்டை போடப் போற வேடிக்கையைப் பார்க்கலாம்.

வனக்காட்சி-16

(பிணமாக அர்ச்சுனன்படுத்து நடிக்கிறான்)

சுபத்திரை : *(வருகிறாள்)*

இராகம்-முகாரி   தாளம்-ரூபகம்

இறந்தீரோ எனை நினையாமல்
ஏனோ நீர் மறதியானீர் *(இறந்தீரோ)*

சிறந்த தமது திருமுகத்தை
தேவியான இப்பாவிகாண்பேனோ *(இறந்தீரோ)*

சுபத்திரை
(வசனம்) : நாதா! என்னைக் காணாமல் எப்படி இருக்கிறீர்? தங்கள் திருமுகத்தை நான் இனி எப்படிக் காண்பேன்?

(எனப் பிணத்தின் மீது விழுந்து புலம்பு கிறாள். பிணமாகப் படுத்துள்ள அர்ச்சுனன் அவளைத் தன் கைகளால் வருடி விட்டு அவள் கவனிப் பதற்குள் கைகளை இயல்பு நிலைக்குக் கொண்டு வருகிறான்).

நாகக்கன்னி : வருகிறாள்.

நாதா!

மாங்கல்யந்தன்னை நீங்கி வாழ்வேனோ!
மாற்றார் நகைக்க மனமும் நோவேனோ!

(வசனம்) : நாகக்கன்னி, நாகக்கன்னி என்று வாய் நிறைய அழைப்பீர்களே! உங்கள் குரலை இனி நான் எவ்விதம் கேட்பேன்... அய்யய்யோ! எனது நடனத்தை நீங்கள் பார்த்துப் பார்த்து ரசிப் பீர்களே! எனது இசையைக் கேட்டுக்கேட்டு ரசிப்பீர்களே! உங்களை நான் இனி எவ்விதம் காண்பேன்...

மின்னல் ஒளி
(வருகை) : நீங்கள்ளாம் யாரு! என் கணவர் இங்கே! ...(பிணத்தின் முகத்தைத் திரும்பிப்பார்த்து...) அய்யய்யோ! நான் மின்னல் ஒளி வந்திருக்கேன். அய்யோ! அய்யய்யோ! யார் நீங்கள் ஏன் என் கணவரைத் தொட்டு அமர்ந்திருக்கிறீர்கள்? யார் நீங்கள்?

பாட்டு

இராகம்-தேசிகதோடி **தாளம்-ரூபகம்**

பவளக்கொடி : மாலையிட்டென்னை எட்டு நாளாகவில்லை
மன்னா நீர் கைவிடலாமா?

(வசனம்) : யாரடி நீங்கள் தள்ளிப்போங்கள்! தள்ளிப் போங்கடி!
(கைவாளை எடுக்கிறாள்)

பாட்டு

விரித்த முகூர்த்தம் மணப்பந்தலின்னும்
பிரிக்கவில்லை அய்யய்யோ! நாதா!

(வசனம்) : எனது நாடு. இது எனது பவளக்காடு. இவர் எனக்குத்தாலி கட்டிய கணவர், எட்டிப் போங்கடி....

பாஞ்சாலி : (வருகிறாள்) பாஞ்சாலி வந்திருக்கிறேன். நாதா! (பிணத்தின் மீது விழுகிறாள்). இந்த காட்டுக்குள் வந்தா இப்படி அனாதைப் பிணமாய்க் கிடக்கிறீர்கள்? உங்கள் சகோதரர்கள் வந்து கேட்டால் நான் என்ன சொல்வேன். பஞ்ச பாண்டவர்க்குப் பத்தினி என நாடே போற்றுமே. இனி நால்வர்க்கு நாயகி என்றா என்னை ஊரார் அழைப்பது நாதா! (பார்வையாலேயே பக்கமிருப்போரை எட்டியிருக்கச் செய்கிறாள்)

அல்லி : (வருகிறாள்) (அல்லி கத்தியோடு வரும் தோரணையிலேயே திசைக்குத்திசை பிணத்தில் விழுந்தழுத மனைவிமார்கள் எட்டிச் செல்கின்றனர்)

பாட்டு

மாலை எங்கும் சந்தனமண
வாசம் யாவுமிழந்தேனே
சேலை வெள்ளையுமாக வாழ்வேனோ
சிந்தை வாடியும் நொந்தேனே.

(சக்களத்திப் போராட்டம்)

தர்க்கப் பாட்டு

பவளக்கொடி : எனது கணவர் தேகமதில் விழுந்து
ஏனடி இங்குப் புலம்புகிறாய்

அல்லி : எனது கணவர் தேகமதில் விழுந்து
ஏனடி இங்குப் புலம்புகிறாய்

சுபத்திரை	:	இவரோ உனது நாயகரானவர்? இங்குற்றுப் பார்த்துண்மையாய்க் கூறடி
நாகக்கன்னி	:	இவரோ உனது நாயகரானவர் இங்குற்றுப் பார்த்துண்மையாய்க் கூறடி...
அல்லி	:	என்னடி நானிங்கு சொல்லச் சொல்லச் சும்மா எதிர்த்தெதிர்த்தெனை வாதிக்கின்றாய்.
பாஞ்சாலி	:	தாலி கட்டிக் கொண்ட தேவி நானிருக்கச் சண்டை நீங்கள் போடுவதேனடி...
மின்னல்ஒளி	:	கேலி மொழிபேசி இந்த வேளையினில் கிட்டியிருந்து வந்ததுமேனடி
நாகக்கன்னி (வசனம்)	:	வித்தாரக் கள்ளி விறகொடிக்கப் போனாளாம் கத்தாளை முள்ளுக் கொத்தோட குத்துச்சாம் என் கணவர் உத்தம புருசர் என்ன வெளை யாடுறியளா?
மின்னல் ஒளி	:	அழகுப் பொண்ணு காத்தாடி ஒன்னை அழைக்கிறான் பத்துப் பேரு கூத்தாடி, என்னாங்கடி! எல்லாப் பேரும் சேர்ந்து பேசி வச்சிக்கிட்டு என்னைய கிறுக்கச்சிப் பட்டம் கட்டுறியளா? பொணம் என்னுடையது (பரபரவென பிணத்தை இழுத்து நகர்த்து கிறாள்).
சுபத்திரை	:	இறந்த பொண்ணுக்குக் கலியாணமாம். எரவான மெல்லாம் பலகாரமாம். எவடி என் புருசன் பொணத்தைத் தொட்டவ எவடி! கைய வெட்டிருவேன்... (பிணத்தை இழுத்து வேறுபக்கம் கொண்டு செல்கிறாள்)
பவளக்கொடி	:	அடி! ஏ! சக்காளத்திகளா! என்னமோ சொன்னாளாம் பொம்மனாட்டி உத்துக் கேட்டாளாம் கம்மனாட்டி (பிணமாக நடிக்கும் அர்ச்சுனன் எழுந்து அமர்ந்து

சண்டைகளைப் பார்த்துவிட்டு மீண்டும் பயந்து படுத்துக் கொள்கிறான்)

பாஞ்சாலி : கலக்கந்தகாரி கைலாசம் போனாளாம் இருகலம் கந்தக்காரி எதிருக்க வந்தாளாம்!

அடியே சிறுக்கிகளா! நான் அஞ்சுபேருக்கு பொண்டாட்டி! சும்மா எங்கிட்டே வம்பு பண்ணாதீங்க! என்னோட உண்மையான சொரூபத்தை வீணா காட்ட வச்சிராதீங்க.

அல்லி(வருகை): காக்கா கர்ன்னுச்சாம்! கழுகு குர்ன்னுச்சாம்!

என் கத்திக்கு வேலை வச்சிராதீங்க ஓடிப் போங்கடி! அஞ்சு தலை இன்னும் கொஞ்ச நேரத்திலே விழுந்து இந்த ஆளோட சேர்த்து அரைடஜன் பொணமாயிரும் இந்த இடம். (ஓட, ஓட விரட்டுகிறாள் அல்லி. அனைவரும் கதிகலங்கி ஓடும்போது, பிணமாகப் படுத் துள்ள அர்ச்சுனனும் பயந்துபோய் எழுந்து கூட்டத்தோடு ஒரு வட்டமடித்து ஓடிவிட்டு மீண்டும் வந்து படுத்துக் கொள்கிறான்).

(கிருஷ்ணன் வைத்தியர் வேடம் பூண்டு வருகிறார்)

கிருஷ்ணன் : அம்மணிகளே! நீங்களெல்லாம் யார்? ஏன் இப்படி ஓடிப்பிடித்து விளையாடுகிறீர்கள்?

அல்லி : (எரிச்சலுடன்) ஆமா! வா! ஆட்டத்திலே ஒரு ஆளு கொறையுது! வா. சேர்ந்து வெளை யாடுவோம் (அனைவரும் பதுங்கியவாறு நடுங்கி நிற்கின்றனர்)

கிருஷ்ணன் : நானோ வயசாகிப்போன ஒரு வைத்தியர். என்னால் உங்களோடு வெளையாட முடியாது.

அல்லி : யோவ் (கத்தியைக் கழுத்தில் வைத்து) வைத்தியரே! விச வண்டு கடித்து இறந்து கிடக்கும் இந்த ஆளோட உசிரை மீட்டுத் தரமுடியுமா!

கிருஷ்ணன் (வைத்தியர்) : எந்த விசம் உடம்பில் சென்றிருந்தாலும் விசத்தை முறித்து உயிர்ப்பித்துத்தரும் வல்லமை எனக்குண்டு.

(அனைவரும் ஓடிவந்து வைத்தியரே உயிர்ப்பித்துத்தாரும் எனக் கெஞ்சுகின்றனர்)

அல்லி : இந்த ஆளு உயிர் பெற்று எழுந்திரிச்சதும் கொஞ்சம் விசாரிக்க வேண்டியிருக்குது. விசாரணையிலே நான் நெனச்ச மாதிரி அசகு பிசகுன்னு இருந்து இவளுகளுக்கு இந்த ஆளு கணவர்னு உறுதியாகுச்சு, இந்தகத்திக்கு இவரு பலியாக வேண்டியதுதான்.

பவளக்கொடி : இவளுகளையெல்லாம் கல்யாணம் பண்ணிட்டு என்னைய வந்து ஏமாத்திக் கல்யாணம் பண்ணுனவரு இந்த ஆளுன்னு தெரிய வந்தது. இந்தப் பவளக் காட்டிலேயே வெட்டிப் புதைச்சிடுவேன் இந்த ஆளை.

சுபத்திரை : எனக்கு அப்பவே தெரியும். இந்த ஆளு ஒரு பொம்பளபொறுக்கின்னு! இந்த ஆளுக்கு உசிரு வரட்டும். இந்த ஆளோட உயிரு என் கையாலேயே போகணும்.

நாகக்கன்னி : ஏன்! ஆளாளுக்கு இப்படி செத்துக் கெடக் கிறவரப் பேசுறீங்க! உசிரு வரட்டும்.அவருக்கு யாரு புடிக்குதோ, அவளோட வாழட்டும்.

மின்னல்ஒளி : இந்த ஒலகத்திலேயே என் அழகுக்கு எவளுமே. இல்லேன்னு எங்கிட்டே அவரு சொல்லாத நாளில்லே.

கிருஷ்ணன் : (கிருஷ்ணனும் அர்ச்சுனனும் ரகசியமாய் சமிக்ஞை செய்து கொள்கின்றனர்) சரி! இவரு உசிர நான் காப்பாத்தித் தரணும்னா! நீங்க எல்லோரும் எனக்கு ஒரு சத்தியம் பண்ணிக் கொடுக்கணும் (அனைவரும் சம்மதிப்பதுபோல் தலையை ஆட்டுகின்றனர்)

இறந்தவன் மேல் யார்யாருக்கு மனவருத்த மிருக்கிறதோ அவர்களெல்லாம் இப்பொழுது அத்தனை மனவருத்தத்தையும் நீக்கிவிட்ட தாகச் சத்தியஞ் செய்ய வேண்டும். அப்படிச் செய்தால்தான் என் மருந்து நல்லபயனைக் கொடுக்கும்! என்ன சொல்லுகிறீர்கள்?

அனைத்துப் பெண்களும் : சுவாமி! எல்லோரும் அப்படியே பிரமாணம் செய்து கொடுக்கிறோம்! அநுக்கிரகியுங்கள். *(அனைவரும் சத்தியம் செய்வதாக வைத்தியர் கையில் கைகளை வைக்கின்றனர்.)*

வைத்தியர் : *(அல்லியைச் சுட்டிக்காட்டி...)* இந்தப் பெண்ணுக்கு இறந்தவன் மேல் அடங்காக் கோபமிருக்கு என்று என் புத்திக்குப்படுகிறது.

அல்லி : *(மனதில் தெளிவு பெற்றவளாய்ப் பெருமூச்சு விட்டு)*, என்புத்திக்கு இப்பத்தான் பட்டது. நீ இந்த ஆளை உயிர் பெறச் செய். இந்த ஆள அப்புறம் வந்து நான் பார்க்கிறேன். அதுக்கு முன்பு ஒப்பனை அறைக்குள்ளே ஒரு ஆளு இருக்கான். அவனை ஒரு கை பார்க்கணும். இதோ வந்துவிடுகிறேன். *(உள்ளே வேகமாய்ச் செல்கிறாள்.)*

வைத்தியர் : சரி! நீங்க எல்லோரும் மறைவாக இருங்கள் நான் ஒரு மந்திரம் ஓத வேண்டும். *(அனை வரும் ஒதுங்கித் திரும்பி நிற்கின்றனர்)*

(ஒப்பனை அறைக்காட்சிக்கும், மேடைக் காட்சிக்கும் சமகாலத்தில் ஒளி பாய்ச்சப் பட்டுப் பார்வையாளர்கள் இருவித மேடைத் தளங்களையும் கவனிக்கச் செய்ய வேண்டும்.)

ஒப்பனைக் காட்சி அறையிலிருந்து அய்யோ! அம்மா! என்னைய விட்டுடு... ஒன்னையக் கும்பிடுகிறேன். செண்பகம்! இனிமே இப்படி

வம்பு செய்ய மாட்டேன். செண்பகத்தின் குரல் ஓங்கி ஒலிக்கிறது. நில்லுடா... பொறுக்கி! நாயே ஓடாதேடா... டேய், எனக் குரல்கள் கேட்கின்றன. மேடையில் நிற்கும் வேளையில் சண்முகம் தப்பித்தோம் பிழைத்தோம் என மேடையில் ஓடிவந்து தட்டித் தடுமாறி உயிர் பிழைத்தால் போதுமென தப்பித்துப் பார்வை யாளர்களுக்குள் விழுந்து ஓடுகிறான். செண்பகம் (அல்லி) அவனைத் துரத்திக் கத்தியோடு மேடையில் ஓடி வருகிறாள். அனைத்துப் பெண்களும் பார்த்துத் திகைக்கின்றனர். அர்ச்சுனன் உயிர்பெற்று எழுந்து நிற்கிறான். அனைவரும் சேர்ந்து கிருஷ்ணனையும் அர்ச்சுனனையும் கோபப்பார்வை கொண்டு ஒருமித்துப் பார்க்கின்றனர். அர்ச்சுனனும் கிருஷ்ணனும் பயந்து ஒடுங்கி மேடையின் முன்புறம் நோக்கி அவர்களைப் பார்த்து நகர்ந்து வருகின்றனர்.

அல்லி (வசனம்): டேய் பொறுக்கிகளா! பொம்பளைங்கள என்னடா நெனச்சீங்க! சாது மிரண்டால் காடுகொள்ளாது. ஒங்கள மாதிரிப்பயக இங்க மட்டுமில்லே எங்கேயுமே இருக்கக் கூடாது. (எனக்கத்தியைக் கொண்டு விளாசு கிறாள்.) அனைவரும் கூடி இருவரையும் மொத்துகின்றனர். தப்பித்துப் பார்வையாளர் களுக்குள் கிருஷ்ணனும் அர்ச்சுனனும் ஓடு கின்றனர். அனைத்துப் பெண்களும் அவர் களை எரித்து விட்ட கோபப்பார்வையோடு கூர்மைப்படுத்திச் சேர்ந்து தோள் சேர்ந்து நிற்கின்றனர்).

கோமாளி : கிருஷ்ணன், அர்ச்சுனன் புராண காலத்திலே மட்டும் இல்லே இந்தக் காலத்திலேயும் நம்மகூட பேண்ட், சட்டை போட்டுக் கிட்டும், வேட்டி, சட்டை போட்டுக்கிட்டும்,

கோட்டு டை, கட்டிக்கிட்டும் கடைகள்ள, தெருவிலே, வீட்டிலே, நாட்டிலே ஒங்களோட, எங்களோட இன்னும் வாழ்ந்து கொண்டிருக்காங்க.

ஆர்மோனியக் காரர் : இந்த விதமாகக் கதை மங்கலாக முடிந்தது.

மங்கலம் ஜெயமங்கலம்! மங்கலம் ஜெயமங்கலம்!

சுபம் சுபம் சுபம்

இப்பிரதி இந்தியா டுடே இலக்கிய மலர் 2000 ஆம் ஆண்டில் வெளியானது

2. சத்திய சோதனை

நாடகக் கதைச் சுருக்கம்

அரிச்சந்திரன் நாடகம் நம் மண்ணில் பலராலும் அறியப் பட்டதாகும். தவத்திரு சங்கரதாஸ் சுவாமிகள் 19 ஆம் நூற்றாண்டின் இறுதியில் இதனை இசைநாடகமாகத் தமிழகத்தின் பட்டி தொட்டிகளெங்கும் நிகழ்த்தினார்.

அரிச்சந்திரனுக்கு ஏற்பட்ட சத்திய சோதனையாக இந் நாடகத்தை நாம் அறிந்துள்ளோம். இந்நாடகத்தில் சந்திர மதியின் சத்திய சோதனையை அழுத்தப்படுத்திக் காட்டுவது தவிர்க்க இயலாததாகியுள்ளது. இதற்குக் காரணம் இன்றைய பெண்களின் வாழ்க்கைப் பிரச்சினைகளைப் பழைய மரபு கொண்ட அரிச் சந்திரன் நாடகத்துள் நடிக்க நேர்ந்ததாகும்.

அரிச்சந்திரன் தன் கொள்கைக்காகத் தனது மனைவியை விலைக்கு விற்றது இங்குக் கேள்விக்கு உள்ளாக்கப்படுகிறது. அரிச்சந்திரன் மனைவி சந்திரமதியை அரிச்சந்திரனே விலைக்கு விற்றதும், அதன் வழியே அவளை அடிமை யாக்கியதும், மனைவியைத் தன் சுய கொள்கைக்காகச் சுடுகாட்டில் வைத்து அரிவாளால் வெட்ட நின்றதும் பெண்ணினத்தால் கேள்விக் குள்ளாக்கப்படுகிறது.

சந்திரமதியும் உண்மையான வாழ்க்கையையே வாழ் கிறாள். எனினும் அவள் தனக்கு வந்த இன்னல்களைத் தாங்கிக் கொண்டு வாழ்ந்தாள். பெண்கள் பிரச்சினையைப் பேசும் இந் நாடகத்தில் இன்றைய சமூகம் தரும் பெண்கள் பிரச்சினையை இன்றைய பெண்ணினத்தின் பிரதிநிதியாக உள்ள சந்திரிகா துணிவோடு எதிர்கொள்கிறாள்.

உண்மையான வாழ்க்கை வாழ்வோருக்குக் காலங்காலமாகச் சமூகம் தரும் சத்திய சோதனையே இது. வாழ்க்கையை எதிர்கொள்ளும் விதம் காலத்துக்குக் காலம் வேறுபடுகிறது.

காட்சி - 1

(தவத்திரு சங்கரதாஸ் சுவாமிகள் நாடகப் பாணியில் மேடை அமைக்கப்பட்டு உள்ளது. ஆர்மோனியம் பின் பாட்டுக் கலைஞர்கள் துதிபாடத் திரைச்சீலை விலகுகிறது.)

கட்டியக்காரன் (பாடல்) : வந்தனமுன்னா வந்தனம்

வந்த சனங்கள்ளாம் குந்தணும்-இன்னக்கிப் பிச்சி மலரெடுத்துப் பிள்ளையாரக் கும்பிட்டோம்.

பின்பாட்டாளர் : பிச்சி மலரெடுத்துப் பெரியவுகளக் கும்பிட்டோம்.

க. காரன் : நாங்க அல்லி மலரெடுத்து அத்தன பேரையும் கும்பிட்டோம்

பி. பா : நாங்க அல்லி மலரெடுத்து அத்தன பேரையும் கும்பிட்டோம்.

க. காரன் : இப்போ மல்லியப் பூச்சூடி மாரியின்னு கும்பிட்டோம்.

பி. பா : இப்போ மல்லியப் பூச்சூடி மாதர்களக் கும்பிட்டோம்.

க. காரன் : அய்யா!

சந்தனத்தப் பூசுங்க
சந்தோசமாப்பாருங்க

பி. பா : அம்மா!

சந்தனத்தப் பூசுங்க
சந்தோசமாக் கேளுங்க

க. காரன் : விசிறி இருந்தா வீசுங்க
வெத்தலை இருந்தாப் போடுங்க

பி. பா : விசிறி இருந்தா வீசுங்க
வெத்தலை இருந்தாப் போடுங்க

க. காரன் : அவையோரைத் திசைக்குத் திசை முன்னடி எடுத்து வைத்து வணங்குகிறான். பின்னர் இசைக் கருவியாளர்களையும் தொட்டு வணங்குகிறான்.

க. காரன் : பெரியோர்களே! தாய்மார்களே! வருங்கால வாலிபர்களே!

சின்னஞ் சிறுவர்களே!

(பாடல்)

அன்பு கலந்திடும் வணக்கம் வருகுது
அவையோர்களே
அழகுக் கலையும் வளரப்போகுது
வருங்கால வாலிபர்க்கும்
எதிர்காலச் சிறிசுகளுக்கும்
மங்காத மங்கையர்க்குமே-எங்கள்
கோடான கோடி வணக்கம்
வணக்கம் வணக்கம் வணக்கம்.

வசனம் : பெரியோர்களே! இன்றைக்கு நடக்கப்போகும் நாடகத்தின் பெயர் தவத்திரு சங்கரதாஸ் சுவாமிகள் வடித்துத் தந்துள்ள 'அரிச்சந்திரன்' என்பதாகும். ஒரு பொய்கூடப் பேசமாட்டேன் எனும் உயர்ந்த கொள்கையைக் கொண்ட மகான் அரிச்சந்திரன் நாடகக் கதையில் இன்று சந்திரமதி புலம்பலிலிருந்து நாடகம் தொடங்கப் போகிறது. இன்றைக்கு உங்கள் முன் தோன்றி நடிக்கப் போகும் நடிகர்களில் உங்கள் அபிமானம் பெற்ற தங்கத் தமிழில் எதுகை மோனையோடு

பேசித் தனக்கு நிகர் தானே என எட்டுத்திக்கும் புகழ்பெற்ற திரு.....

வசந்தா : (பார்வையாளர் பகுதியிலிருந்து குரல் வருகிறது) யோவ் கட்டியக்காரரே! (க.காரன் மேடையி லிருந்து கண்களுக்கு உயரே கையைக் கவிழ்த்து உற்றுக் கவனிக்கிறான்) ஆமா (நின்றபடியே இளம்பெண் பேசுகிறாள்) காலங்காலமா இந்த நாடகத்தையே நடத்துறியே! இல்ல நாந்தான் கேக்குறேன், ஏய்யா! இதையே திரும்பத் திரும்ப நடத்தப் போரடிக்கலே, எங்க காதுக்கள்ளாம் இரும்புக் காது இல்லே. புதுசா ஏதாவது நடத்துறதுன்னா நடத்து, இல்லையின்னா நாடகத்த நிறுத்து.

க. காரன் : (பார்வையாளர்களிடம் இவளைக் காட்டிக் கிண்டல் செய்து சிரித்துக்கொண்டே பேசு கிறான். க. காரன் பேசும் இச்சமகாலத்தில் வசந்தா, மேடையை நோக்கி வருகிறாள்) இவ்வளவு ஆம்பளைங்க, இம்புட்டுப் பொம் பளைங்க கூடியிருக்கிற இந்தச் சபையிலே நீ ஒருத்தி வந்து எங்க நாடகத்தை நிறுத்தச் சொல்லுறியே...(மீண்டும் சிரித்துக் கொண்டே) நான் என்ன பொம்பள பேச்சக் கேக்குற பொட்டப்பயலா?

வசந்தா : ஆம்பள பேச்சா இருந்தாலும் சரி, பொம்பள பேச்சா இருந்தாலும் சரி (மேடை அருகில் நின்று) பேசுற பேச்சுல உண்மையிருக்கான்னு மட்டும் பாரு. (பார்வையாளர் பகுதியிலிருந்து கைதட்டல் சீட்கை ஒலி வருகின்றன) பொம் பளைங்கன்னா கிள்ளுக்கீரையா, (மேடையில் ஏறிக்க. காரனிடம் கை நீட்டி) யோவ்! பொம் பளைங்களக் கேவலமாகப் பாக்குறதோ, பேசுறதோ (கைக்கட்டை விரலை அசைத்து) இனிமே செல்லாது.

க. காரன் : (கொஞ்சம் பயந்த நிலையில், முகத்தைத் துடைத்துக் கொண்டு....) எம்மா! ஒம்பேரு என்ன?

வசந்தா : வசந்தா.

க. காரன் : எம்மா வசந்தா! நாங்க பரம்பரை பரம்பரையா நாடகம் போடுற ஆளுங்க. எங்களுக்குப் புதுசா ஏதும் செய்யுறத்துக்குத் தெரியாது (யோசனை செய்து) பழக்கமில்லை. ஆங் நீ ஏதாவது கதைய நாடகமா நடத்து. நாங்க எங்களுக்குத் தெரிஞ்சத நாடகமா நடத்துறோம். எங்க பாணியில எங்க நாடகத்தை நாங்க நடத்துறோம். ஓம்பாணியிலே நீ நாடகத்தை நடத்து. நாம ரெண்டு பேரும் சேர்ந்து நாடகமாப் போட்டா அது ஒரு மாதிரியாத்தான் இருக்கும். ஆமா! இப்படி செஞ்சா என்ன?

வசந்தா : நான் வந்து... வந்து... புதுசா நாடகங்கள் போடப் பாத்திருக்கேன்... ஆனா!

க. காரன் : என்ன ஆனா, போனா! ஒனக்கு நானும் ஊடமாட ஒத்தாசை செய்யுறேன். (வசந்தா யோசித்துத் தயங்குகிறாள்) விட்டதடி ஆசை விளாம் பழத்து ஓட்டோடங்கிற கதையாவுல இருக்குது. மொசல உசுப்பி விட்டுட்டுப்போய்ப் படுத்துக்கிட்டா எப்படி? இம்புட்டுத் தொலை துணிஞ்சு வந்த பொண்ணுக்கு என்ன தயக்கம்... ம்... ம்...

வசந்தா : ம்ம். இல்லே நான் வாறேன்...(என மேடையை விட்டுக் கீழிறங்க முயற்சிக்கிறாள். க. காரன் கைகளை விரித்து மரித்துத் தடுக்கிறான்.)

க. காரன் : 'நல்ல கதை நீளம் பத்தலை' ஹூம் அதெப்படி? நான் என்னக் காதுல பூ வச்ச பயலா.... இம்புட்டுத் தொலை துணிஞ்சு வந்த பொண்ணு நீ. (பார்வையாளர் பகுதியிலிருந்து மீண்டும் கைதட்டல், விசில் ஒலி வருகின்றன.)

வசந்தா : சரி (மேடையின் மத்திக்கு வருகிறாள்) நீ சொன்னது மாதிரியே ஒங்கபாணியும் எம்பாணியும் கலந்து நாடகம் போடலாம். நீ மொதல்ல சொன்னது போல எனக்குத் துணைக்கு நிக்கணும்.

க. காரன் : ஓ இது சரியான பேச்சு; அப்ப, நம்ம நாடகத்தை நடத்துவோமா?

வசந்தா : (பார்வையாளர்களைப் பார்த்தபடி) ஆமா, இது நம்ம நாடகம்.

க. காரன் : (இருவரும் சேர்ந்து நின்று) இந்த நாடகத்தில் குற்றம் குறையிருந்தா,

வசந்தா : நீங்க பெத்த புள்ளையளப்போல எங்கள நெனச்சுப் பொறுத்தருளணும். (மேடையில் விளக்கொளி அணைந்து இருள் சூழ்கிறது)

காட்சி - 2

(காலகண்ட அய்யர் வீடாகக் காட்சி அளிக்கிறது. சந்திரமதி மேடையின் முன் வந்து நின்று புலம்புகிறாள்)

சந்திரமதி : காட்டுக்கு..............................
காட்டுக்கு...
காட்டுக்குப் போன எந்தன்
கண்மணி அந்தியாயும்
வீட்டுக்கு வரவும் காணேன்
வேகுதே கும்பி அய்யோ
நாட்டுள மைந்தர் விட்டு
நடந்து முன் வந்திட்டாரே-நான்
நான் கேட்டுமே வருவோமென்றால்?
கிட்டிட இடமுங் காணேன். காணேன் (காட்டு)

(ஆர்மோனியம் பின்பாட்டுக்காரர்கள் சந்திரமதி பாடிய பாடலை வாங்கிப் பாடுகின்றனர்),

வசனம் : ஏ', ஜெகத்ரக்ஷகா! காட்டிற்குப்போன எந்தன் பிள்ளை இந்நேரமாகியும் காணோமே, கூடச் சென்றிருந்த அசலாத்துப் பிள்ளைகளைக் கேட்கலாமென்றால், வீடும் தெரியாது, என் மனமும் ஒருவாறாக சஞ்சலப்படுகின்றதே என் செய்வேன். (ஆர்மோனியக்காரரும் பின்பாட்டுக் காரரும் 'காட்டுக்கு' எனும் பாடலடிகளைப் பாடுகின்றனர். விளக்கொளி மங்குகிறது. கால் மணிக்கச்சங்கள் கொண்ட கால்கள் மட்டும் தாளத்துக்கேற்பக் காலடி எடுத்து வைத்து வட்டமாய் ஆடி வருகின்றனர். (திரைச் சீலை போல் பாவிக்கும் இவ்வேளை

யிலே மேஜை, நாற்காலி போடப்பட்டுப் போலீஸ் நிலையத்திற்கான காட்சி அமைக்கப் படுகிறது.)

ஆர்மோனியக் காரர் : காட்டுக்குப் போன எந்தன்..........

அய்யோ.........

(போலீஸ் இருவர் நிற்க, நாற்காலியில் போலீஸ் சப்இன்ஸ்பெக்டர் அமர்ந்திருக்க, முன்னே சந்திரிகா எனும் முதிர் கன்னி ஒருத்தி தன் தோழர்களுடனும், தோழியர்களுடனும் நிற்கிறாள்)

போலீஸ் சப் இன்ஸ்பெக்டர்: ஒங்க பேரு?

சந்திரிகா : சந்திரிகா, அப்பாபேரு சந்திரன், ரிட்டயர்டு டீச்சரா இருந்து போன மாசந்தான் இறந்து போயிட்டாரு. வயசான எங்க அம்மா நோயில படுத்திருக்காங்க. எங்க அம்மா பேரு பாக்கியம். எம்.ஏ., பொலிட்டிக்கல் சயின்ஸ் படிச்ச நான் ஒரு வேலையில்லாத பட்டதாரி.

சப்இன்ஸ் : ஓகே. குட், ஒங்க கூடப் பொறந்தவுங்க?

சந்திரிகா : என் கூடப் பொறந்த ஒரு அக்கா கல்யாணமாயிக் கல்கத்தாவுக்குப் போயிட்டா. இவுங்கள்ளாம் எங்க தோழர்கள்.

சப்இன்ஸ் : வெல். நீங்கள்ளாம் அடிக்கடி டிராப்பிக்கை மறிச்சு ஜனங்களக் கூட்டி மீட்டிங் போடுறீங்களாமே.

சந்திரிகா : தவறு. நாங்க கூட்டம் போடுறது உண்மை. ஆனா நீங்க சொல்றதப் போல டிராப்பிக்கை மறைக்கலே. டிராப்பிக்கை மறைக்கிறது எங்க நோக்கமில்லை.

சப்இன்ஸ் : இங்க பாருங்க. போலீஸ் கவனம் ஒங்கமேலே விழுந்திருக்குது. இனியாவது கொஞ்சம் ஜாக்கிரதையா நடந்துக்கிருங்க. (மிலிட்டரி

இசையுடன் தாளம் வாசிக்கப்படுகிறது. தாளத்துக்கேற்ப ஆட்டக் குழு ஆட்டம் ஆடி வருகிறது. ஆடுவோர் கால்கள் பின்னால் காலடிவைப்புச் செய்து ஆடுதல் நலம். ஆடு வோர் கரங்களில் விடுதலை வேட்கையினைக் குறித்தவையான நவீன ஓவியங்கள் இருப்பது நன்று).

காட்சி - 3

கட்டியக்காரன் :

கூத்துல கோமாளி பப்பூன் வந்தேன்
சத்தியமா இது பொய்யில்லே
கடலு தண்ணி உப்புக்கரிக்கும்
சத்தியமா இது பொய்யில்லே
என்னப் பெத்தது எங்க ஆத்தாதான்
சத்தியமா இது பொய்யில்லே
நடக்கிற கதையச் சொல்லப்போறேன்
சத்தியமா இது பொய்யில்லே.

(ஆர்மோனியம் பின்பாட்டுக் கலைஞரிடம் க.காரன் முன்னின்று ஆடிப்பாடும் வேளையில் அழைக்கும் குரல் வருகிறது.)

வசந்தா : *யோவ் நிறுத்துய்யா, நிறுத்து.*

க. காரன் : *மே மினுக்கத் தொட்டவனுங் கெட்டான்*
மேட்டுச் செய்ய உழுதவனுங்கெட்டான்.

வசந்தா : *யோவ் நீபாட்டுக்கு ஆடுறே, பாடுறே, ஆமா நாடகத்தை நடத்துறதில்லையா?*

க. காரன் : *ஆலங்குடி மாடு அழகுதான்*
ஒழவுல கட்டுனா எழவுதான்
எனக்கு ஒரு சந்தேகம்.

வசந்தா : *என்னது?*

க. காரன் : *ஆமா! இந்தப் பொண்ணு சந்திரிகா இருக் காங்களே அவுங்களப் பத்திக் கொஞ்சம் தெரிஞ்சுக்கிறணும். ஆமா! அவுங்களுக்கு என்ன வயசு இருக்கும்.*

வசந்தா : (யோசித்தபடி) ஒரு முப்பது, முப்பத்திரெண்டு, முப்பத்தஞ்சு வயசுக்குள்ள இருக்கும்

க. காரன் : கல்யாணம் நடந்திருச்சா?

வசந்தா : நடக்கலே.... இப்ப அதுக்கென்ன?

க. காரன் : அதுக்கென்னவா? (வாயில் கை வைத்துப் பொத்தித் திறந்தபடி)

'வளந்திருச்சாம் கோரை
அதுக்குள்ள இருந்துச்சாம் சாரை
அழகா இருந்துச்சாம் அருகு
அதுக்குள்ள இருந்துச்சாம் மெருகு'

வசனம் : பொண்ணாப் பொறந்தவளுக்குச் சட்டுப்புட்டுன்னு கல்யாணம் நடக்கலையின்னா நாலுபேரு நாலு விதமாப் பேசமாட்டாங்களா? கழுதவயசு ஆன பிறகு காவாலிப்பய கூடக் கல்யாணம் பண்ணிக்கிற வரமாட்டானே? இப்படி கல்யாணம் பண்ணிக் கிறாமத் திரியுறது நாலுபேரு பாக்க அசிங்க மில்லையா?

வசந்தா : எது அசிங்கம்ன்னு இப்பத்தான் விளங்குது. ஒன் நாக்குல நரம்பு இல்லே. மேகம் மழை தரலைன்னா அதுக்கு மேகம் மட்டும் காரணமில்லே. இயற்கைச் சூழல்கள்தான் மழையைத் தீர்மானிக்குது. அதுபோல இவங்க கல்யாணம் பண்ணாததுக்கு அரசியல் பொருளாதாரச் சமூகச் சூழல்கள்தான் காரணம். கல்யாணம் பண்ணிக்கிறதுக்கு மனசு தான் முக்கியம். வயசு முக்கியமில்லை.

க. காரன் : நாலு வார்த்தையினாலும் நறுக்கினு பேசுறே. (தயக்கத்தோடு....) அது சரி (தாழ்ந்த குரலில்) ஏன் கல்யாணம் பண்ணிக்கிறலே?

வசந்தா : சாதி இல்லாம, சமயமில்லாம, சீதனமில்லாம எவன் ஒருத்தன் என்னைய விரும்பிக் கல்யாணம் செஞ்சுக்க ஆண் மகனா முன்வருவானோ...அந்த மாதிரி முழு மனுசனத்தான் நான் கல்யாணம் பண்ணிக்கிறதாய் இருக்கேன்.

க. காரன் : ம்ஹூம்... ம்... (அசடுவழிய நிற்கிறான்)

வசந்தா : கல்யாணத்தப்பத்தி சந்திரிகா அம்மா வச்சிருக்கிற கொள்கை இதுன்னு சொல்ல வந்தேன். (ஏளனமாய்ப் பார்த்தபடி) அடுத்தவுங்க சொந்த விசயத்தப் பேசுறதுன்னா ஒன்னைய மாதிரி சிலபேருக்குச் சர்க்கரைப் பொங்கல்... இல்லே......

க. காரன் : அப்படியில்லே 'சும்மா' கேட்டேன்.

வசந்தா : 'சும்மா' இந்த வார்த்தை மத்த ஜீவராசிகளுக் கில்லே.

க. காரன் : அதுசரி. இந்த அம்மாவோடே 'வளகுட்டிக' மாதிரி எங்க போனாலும் இந்த (யோசனை செய்துவிட்டு) தோழர் தோழியர் வாறாங்க, போறாங்க ஏன்?

வசந்தா : தனி மரம் தோப்பாகாது. சந்திரிகா அம்மாவுக்கு உள்ள பிரச்சினைகள் என்ன மாதிரி உள்ள எல்லாப் பெண்களுக்குமாகும். பெண்கள் பிரச்சினை சமூகப் பிரச்சினை. அதனாலதான் ஒரு இயக்கமாகவே செயல்படுறாங்க.

க. காரன் : இப்ப, அவுங்க மேலே எனக்கு ரொம்ப மரியாதை ஏற்பட்டிருக்கு.

வசந்தா : ஆமா! நாடகம் விடுபட்டுப் போயி ரொம்ப நேரமாச்சு தெரியுமா?

க. காரன் : ஆமா! மறந்தே போச்சு வசந்தாம்மா. இனி நம்ம நாடகத்தை எப்படி கொண்டுபோறது? (இருவரும் கூடிப் பேசித்திட்டமிடும் பாவனை)

காட்சி – 4

(மாலை நேரம் காலகண்ட அய்யர் வீட்டில் சந்திரமதி இறந்துபோன தன் மகனை அடக்கஞ் செய்திடச் சென்றுவர அனுமதி வேண்டுகிறாள்.)

சந்திரமதி : ஆ. மகனே பாம்பு - அப்பா
மகனே பாம்பு - அய்யோ
மகனே பாம்பு
அடவியில் தீண்டினதோ
மகனே மகனே மகனே!

கே.ஏ.குணசேகரனின் நாடகங்கள்

ஆர்மோனியம்	: பின் தொடருகிறது.
சந்திரமதி	: சுவாமி காலகண்ட பகவானே. தர்ப்பைப்புல் கொய்யச் சென்ற என் மகன் அரவம் தீண்டி இறந்துவிட்டதாக அசலாத்துப் பிள்ளைகள் சொன்னார்கள். அவனை அடக்கஞ் செய்ய வேண்டும். தயை கூர்ந்து விடைதாரும்.
காலகண்டய்யர்	: என்னடி அது நீ சொல்வது ஒன்றும் விளங்கவில்லை!
சந்திரமதி	: சுவாமி! என் மகன் காட்டில் பாம்பு கடித்து இறந்து போனான்.
கால	: அய்யய்யோ! அடியே! அடியே! (கால கண்டய்யர் மனைவி வருகிறாள்)
கா. அ. மனைவி	: என்னாங்கோ - ஏன் இப்படி கத்துறேள்.
கால	: கிச்சான் போனாண்டி, அய்யய்யோ பணம் போச்சே...
கா. மனைவி	: கிச்சான் போயிட்டானா! அய்யய்யோ பணம் போச்சே (இருவரும் இருதிசைக்கு ஒருவராய்ச் சென்று அமர்ந்து ஒப்பாரி வைக்கின்றனர். இச்சமயத்தில் க. காரனும் வசந்தாவும் வருகின்றனர். க. காரன் ஒரு திசையைப் பார்த்துச் சென்று ஒப்பாரி வைக்கிறான்)
க. காரன்	: அந்த உருண்டமலையோரத்திலே உருண்ட மலையோரத்திலே-நான் உளுந்துகாயப் போட்டிருந்தேன்-அந்த உளுந்தக் கூட்டி அள்ளு முன்னே-இந்தச் சண்டாளச் சீமையிலே-இன்னக்கி உறுமிச் சத்தந்தான் கேட்டுதென்ன
வசந்தா	: (க.காரனைப் பார்த்து) ஏய்யா நீயேன் அழுகிறே.
க. காரன்	: இவுங்கள்ளாம் அழுதாங்க அதனாலே நானும் அழுதேன்.
வசந்தா	: ஒன்னைய மாதிரி நாட்டுல ரொம்பப்பேரு இருக்கிறதாலேதான் நம்நாடு உருப்படாமலே இருக்கு.

க. காரன் : நீ என்ன சொல்றே?

வசந்தா : பாம்புக்குத் தன் புள்ளையப் பறிகொடுத்த துக்கத்திலே சந்திரமதி அழுகிறாங்க.

க. காரன் : சந்திரமதி துக்கத்திலே பங்கு எடுத்துக்கிற அய்யரும் அய்யரு பொண்டாட்டியும் அழுகிறாங்க.

வசந்தா : யோவ் சாம்புராணி! நீ புரிஞ்சிக்கிட்டது இம்புட்டுத் தானா?

க. காரன் : அப்புறம் !

வசந்தா : மாட்டையும் கன்னுக்குட்டியையும் வெல குடுத்து வாங்கினாக இல்லையா? கன்னுக் குட்டி செத்துப்போச்சு. அதனாலே காசு போச்சேன்னு அழுகிறாங்க.

க. காரன் : இதுதான் விசயமா?

சந்திரமதி : சுவாமி! தயை கூர்ந்து எனக்கு விடை கொடுக்க வேண்டும். இறந்த மகனை எடுத்து அடக்கம் செய்து விட்டு உடனே வந்து விடுகிறேன்.

கா. மனைவி : என்னடி சந்திரிகா! வீட்டு வேலைகள்ளாம் செஞ்சிட்டியோ! இல்லியோ! அடுப்பக்கூட்டிச் சாம்பல் அள்ளிட்டியா? வாசல் கூட்டிச் சாணம் தெளிச்சுக் கோலம் போட்டியா? மாட்டுத் தொழுவம் கூட்டி அள்ளிக் குப்பையைக் கொண்டுபோய் வயல்ல கொட்டினியா? பாத்திரம் பண்டங்களக் கழுவினியா? காபி போட்டியா? பலகாரம் பண்ணிவச்சியா? நெல்லுக்குத்தி அரிசியாக்கிக் கல்லு மண்ணு இல்லாமப் பொடச்சு வச்சியா? தயிரக் கடஞ்சு நெய் எடுத்தியா? துணி மணிகளத் தொவச்சுக் காயப்போட்டியா?

சந்திரமதி : வீட்டுவேலையெல்லாம் செஞ்சு முடிச்சிட்டேன் அம்மா. விடை கொடுங்கள் அம்மா!

கா. அய்யர் : பெற்ற வயிறல்லவா பாவம், அனுப்பு, போய் வரட்டும், வேலையெல்லாம் செஞ்சுட்டா ளாம்டீ....

கா. மனைவி	:	இங்கே பார்! சீக்கிரம் போய் அடக்கம் செஞ்சுட்டு சீக்கிரமே வந்துடு. *(கண்ணீரைச் சந்திரமதி தன் சேலை முந்தானையால் துடைத்துக்கொள்கிறாள்).* நீ ஏண்டி அழுதிண்டிருக்கே. என் பணம் போச்சேன்னு நாந்தாண்டி அழுதிண்டிருக்கணும். போ போனோம் வந்தோம்னு இருக்கணும். ம்..ம்..ம்..
சந்திரமதி	:	அய்யோ! அப்பா! மகனே பாம்பு... என அழுது செல்லல் *(ஆர்மோனியம், குரல், பின்பாட்டுக் குரல் வாங்கிப்பாடும் சமகாலத்தில் ஆட்டக் குழுவினர் தாளம் வாங்கி ஆடி அரங்கத்தில் வலம் வருகின்றனர். விளக்கொளி மங்குகிறது. நடுத்தர வீட்டுத் திண்ணைக் காட்சி அமைக்கப் படுகிறது.)*
வசந்தா	:	இப்ப, மட்டும் என்ன வாழுது. புருஷனும் பொஞ்சாதியும் சேர்ந்து வேலைக்குப் போறாங்க. சேர்ந்துதான், வர்றாங்க திரும்பி வீட்டுக்கு வந்ததும் புருஷன் மட்டும் ஓய்வு எடுத்துக் குவார். பொண்டாட்டி, அரைக்கணும், தொவைக்கணும், பிள்ளையைப் பார்க்கணும், குட்டியப் பார்க்கணும், பெண்களுக்குன்னு ஒதுக்கி வச்ச இந்த வேலைப்பாடுகள் இன்னும் ஓயவே இல்லை.

காட்சி - 5

(திண்ணையிலும், வாசலிலும் ஆண் பெண் குழுமியுள்ளனர். சந்திரமதியின் ஒப்பாரி இசை மெல்ல ஒலித்துத் தேய்கிறது. வெண் துணியால் போர்த்தப்பட்ட சடலம் ஒரு கட்டிலில் வைக்கப்பட்டுள்ளது. பிணத்தைச் சுற்றிலும் மாமியார், இறந்துபோனவளின் கணவன், இறந்துபோனவளின் தாய் ஆகியோர் அழுது கொண்டிருக்கின்றனர்.)

போலீஸ்	:	*(அழுகைக் குரல்களை மீறிய குரலில்)* விலகுங்க; தள்ளுங்க; *(போலீஸ் எஸ்.ஐ. இருவர் உடன் சந்திரிகாவும் நுழைகின்றனர்.)*
சந்திரிகா	:	இவுங்கதான் இறந்து கிடக்கும் இந்தப் பெண் ணோட தாய், இதோ ஒப்புக்கு ஒப்பாரி வச்சு

இங்கே ஒக்காந் திருக்காகளே இவுங்கதான் இறந்து கிடக்கும் இந்தப் பொண்ணோட சாவுக்குக் காரணம். ஆண்மையை அடகு வச்சுட்டு ஆம்பளைங்கிற பேருல வேட்டி கட்டி நிக்கிறாரே இவருதான் இந்தப் பொண்ணோட கணவன் *(நபர்களைக் காட்டிச் சொல்கிறாள்.)* ஒரு அப்பாவிப் பொண்ணை இப்படி கொடூரமான முறையில சாகடிச்சுட்டு ஒண்ணுந்தெரியாதது போல நடிச்சிக்கிட்டு இருக்காங்களே இந்தச் சீதனப் பேய்கள். இறந்து கிடக்கும் இந்த அப்பாவிப் பொண்ணச் சாகடிச்சதிலே இவங்க ரெண்டு பேருக்கும் முக்கியப் பங்கு இருக்கு. இவுங்கள அரெஸ்ட் பண்ணுங்க சார்.

(அனைவரும் உறைந்த நிலையில் இருக்க எஸ்.ஐ. தனக்கு உரிய நடையில் நடந்து சென்று இறந்துபோன பெண்ணின் மாமியார் அருகில் நின்று கையிலுள்ள பிரம்பை வைத்து விசாரிப்பது போல் பாவனை செய்கிறார். அவருக்குப் பதில் சொல்வது போல் மாமியார் கைகளையும் தலையையும் அசைத்துப் பதில் சொல்லும் வேளையில்...)

ஆட்டக்குழு : *(அமர்ந்திருந்த நிலையிலிருந்து எழுந்து நின்று)* ஸ்டவ் அடுப்பு தானா வெடிச்சு மருமகள் தானா இறந்து போயிட்டா.

ஸ்டவ் அடுப்பு தானா வெடிச்சு மருமகள் தானா இறந்து போயிட்டா.

(எனக் குழு சேர்ந்த குரலில் கூறி முடித்து அமர்கிறது)

(இறந்த பெண்ணின் கணவனிடம் எஸ்.ஐ. விசாரிக்கிறார்)

கணவன் : செல்வி என்னையத் தனியே விட்டுட்டு நீ மட்டும் எப்படி போனே... செல்வி எப்படி போனே செல்வி...

குழு : *(எழுந்து நின்று),* ஸ்டவ் அடுப்பு தானா வெடிச்சு செல்வி தானா இறந்து போயிட்டா.

ஸ்டவ் அடுப்பு தானா வெடிச்சு
செல்வி தானா இறந்து போயிட்டா.
(குழு அமர்ந்து விடுகிறது.)

(எஸ்.ஐ. மீண்டும் கையிலுள்ள பிரம்பைச் சுழற்றித் தலையைத் தொங்கவிட்ட நிலையில் யோசனை செய்து கொண்டு அரங்கில் வலம் வருகிறார். குழு முன்வந்து நின்ற வேளையில்...)

குழு : நம்நாட்டு ஸ்டவ் அடுப்புகள்
வீட்டுக்கு வந்த மருமக்களை மட்டும்
தனித்துக் கொல்லக்கூடிய
மகாசக்தி பெற்றுள்ளன (இருமுறை கூறப் படுகிறது)

க. காரன் : நாடுபோற போக்கு இன்னும் மாறலை-பார்த்தா
நாளுக்கு நாள் நம்ம பெண்கள்
படும்பாடு குறையலை.

(நாடு போற)

குழு : (பின்பாட்டுப்பாடி ஆடுகிறது.)

க. காரன் : மாமியாரப் பாத்துப்புட்டு முளிக்குது-ஸ்டவ் அடுப்பு மருமகளப் பாத்துப்புட்டு டம்முன்னு வெடிக்குது.

குழு : மாமியாரப் (பின்பாட்டுப்பாடி ஆடி வருகிறது)

எஸ்.ஐ : (சந்திரிகாவைப் பார்த்து) நீங்க இவுங்களுக்கு எந்த வகையிலே உறவு?

சந்திரிகா : சீதனக் கொடுமையால் ஸ்டவ் அடுப்புத் தீக்கு இரையாகிக் கெடக்கிறாளே செல்வி, அவ வாழ்ந்த சமகாலப் பொண்ணுகள்ள நானும் ஒருத்தி. அவள் வாழ்ந்த இந்தச் சமூக அமைப்பிலதான் நானும் வாழ்கிறேன். அவளும் ஒரு பொண்ணு. நானும் ஒரு பொண்ணு.

எஸ்.ஐ. : ஆமா! இந்தக் கேசுல அந்த வகையிலும் தொடர்பு இல்லாத நீங்க ஏன் இதில அனாவசியமா?

சந்திரிகா : அனாவசியமில்லே! அத்தியாவசியம். நீங்க தான் அனாவசியமான கேள்விகள எங்கிட்டே கேக்குறீங்க. இன்னிக்கி இதோ இவளுக்கு வந்த தீ என்னைய நோக்கிப் பாயாதுன்னு என்ன நிச்சியம். ஆண் ஆதிக்கச் சமூகத்திலே ஆண் வர்க்க அடக்கு முறையிலும், அரசியல் ஆதிக்க அடக்கு முறையிலும் எத்தனை காலம் நாங்க அடிமையாகக் கிடப்பது.

எஸ்.ஐ. : மிஸ் சந்திரிகா, என்ன நான் சொல்றதுக்கு எதிர்த்துப் பேசுறீங்க? ஒங்க மனசுல நீங்க என்ன நெனச்சுக்கிட்டுப் பேசுறீங்க. போலீஸ் கிட்டே பேசுறோம்னு பயமே இல்லாம...

சந்திரிகா : (வாய் விட்டுச் சிரித்து) போலீஸப் பார்த்து நான் ஏன் பயப்படணும். திருட்டுப்பயலுக, இதோ இந்த மாதிரி இருக்கிற கொலகாரப் பாவிங்க, இலஞ்சம் வாங்குற பயலுக பயப்படணும்? ஜனங்களுக்குப் பாதுகாப்புத் தரவேண்டிய கடமையச் செய்யுற ஒங்க கிட்டே ஜனங்க ஏன் பயப்படணும். இல்லே. நான் ஏன் பயப்படணும். நெவர்.

எஸ்.ஐ. : சரி நீங்க போகலாம். இனி இந்த கேசப் பற்றி விசாரணை செய்யக் கோர்ட் இருக்கு.

சந்திரிகா : இங்கே பொதுமக்கள் கூடி இருக்காங்க. நடந்த விசயமென்னன்னு பகிரங்கமா விசாரணை செய்ய ஒங்களாலே முடியாது. ஏன்னா...

எஸ்.ஐ. : இனி இந்தக் கேசப்பற்றி விசாரணை செய்யக் கோர்ட் இருக்கு. நீங்க போகலாம்.

குழு : இனி இந்தக் கேசப் பற்றி விசாரணை செய்யக் கோர்ட் இருக்கு. நீங்க போகலாம். இனி இந்தக் கேசப் பற்றி விசாரணை செய்யக் கோர்ட் இருக்கு. நீங்க போகலாம். (தீச் சட்டியுடன் குழுவில் உள்ள பெண் இசைக் கருவிகள் முழங்க ஆடி வருகிறாள். ஆட்டக் குழு வலம் வருகிறது). (மேடையில் மேல் தளத்தில் சந்திரிகாவைப் பெண் பார்க்கும் காட்சி நடைபெறுகிறது. பெண்வீட்டார்

		ஒருபுறமும், மாப்பிள்ளை வீட்டார் மறு புறமும் அமர்ந்துள்ளனர். மாப்பிள்ளை வீட்டார் முன் தாம்பூலம் உள்ளது. பூ, பழம், தேங்காய் உள்ளன).
மாப்பிள்ளை வீட்டுப் பெரியவர்	:	சரி, நேரம் ஆகுது. நல்ல நேரம் போறதுக் குள்ள பொண்ணக் கூட்டிட்டு வாங்க.
பெண்வீட்டுக் காரப் பெரியவர்	:	ஏமா பொண்ணக் கூட்டி வந்து மாப் பிள்ளைக்குத் தண்ணி கொடுக்கச் சொல்லுங்க. (பெண் சந்திரிகா வருகிறாள் இயல்பாக. நின்ற பெரியவர்களுக்கு வணக்கமிட்டுச் சென்று பெண்வீட்டார் பக்கம் அமர்கிறாள்)
பெ.வீ. பெரியவர்	:	பொண்ண நல்லாப் பாத்துக்கிடுங்க.
மா.வீ. பெரியவர் 2	:	பொண்ணுக்கு என்ன பேரு வச்சிருக்கீங்க.
பெ.வீ. பெரியவர்	:	சந்திரிகா.
மா.வீ. பெரியவர்	:	நல்ல பேரு. பொண்ணு என்ன படிச்சிருக்கு.
சந்திரிகா	:	எம்.ஏ. பொலிட்டிக்கல் சயின்ஸ், ஃபர்ஸ்ட் கிளாஸ்ல பாஸ்பண்ணி இருக்கேன். எம்ப்ளாய் மெண்ட் ஆபீஸ்ல பதிவு பண்ணி ஏழு வருச மாயிருச்சு. இனிமேல் அரசாங்க உத்தியோகம் எனக்குக் கிடைக்காதாம். இருவீட்டுக்காரர்களும் அருகிலுள்ளவர் களுடன் ஒருவரை ஒருவர் விழிகளையும், நெற்றியையும் உயர்த்தியவாறு பார்த்துக் கொள்கின்றனர்.)
மா.வீ. பெரியவர்	:	பொண்ணு நல்ல சோசியல் டைப் போல இருக்கு. இந்தக் காலப் பொண்ணுகளச் சொல்லவா வேணும்.

மா.வீ.பெ. 2 : ஏமா, ஒனக்குப் பாடத் தெரியுமா?

சந்திரிகா : சுமாராப் பாடுவேன்.

மா.வீ.பெ.1 : (கனைத்தபடி) ம்... ம்ங்க... சரி விசயத்துக்கு வருவோம். பொண்ண எங்களுக்குப் புடிச் சிருக்கு.

மா.வீ.பெ.2 : ஒங்க பொண்ணுக்குத்தான் நீங்க செஞ்சனுப்பப் போறீங்க. எங்களுக்குப் போடணும்னு நாங்க கேக்கல. வாழப்போறவுகளுக்கு நாமதான் வழிசெஞ்சு குடுக்கணும். அதனாலதான் கேக்குறோம். ஒங்க பொண்ணுக்கு என்ன போட்டு அனுப்புவீங்க.

வசந்தா : ஏலம் ஏலம், ஏலம்....

மா.வீ.பெ.1 : ஒங்க பொண்ணு படுக்க ஒரு கட்டில்.

மா.வீ.பெ.2 : ஒங்க பொண்ணு அப்படி ஜாலியாப் புருசன் பின்னாலே ஒக்காந்து போக ஒரு ஸ்கூட்டர்.

க.காரன் : ஒரு பணம் 1 தரம்

மா.வீ.பெ. 1 : ஒரு கிரைண்டர்

க.காரன் : ரெண்டு பணம் 2 தரம்

மா.வீ.பெ. 2 : ஒரு மிக்ஸி

க.காரன் : மூணு பணம் 1 தரம்

மா.வீ.பெ. 1 : ஒரு டிவி

க.காரன் : மூணு பணம் 2 தரம்

மா.வீ.பெ. 2 : பீரோ

க.காரன் : மூணு பணம் 3 தரம்

க.காரன் : இதபார் வசந்தா! அந்தக் காலத்திலே அரிச்சந்திரன் கல்யாணம் கட்டுன பிறகு சந்திரமதிய வித்தாரு. இந்த காலத்தில கல்யாணம் பண்ணுறதுக்கு முந்தியே பொண்ணை வெலபேசுறானுக.

(மேடையின் கீழ்தளத்தில் க.கா ும், வசந்தாவும் பெண்பார்க்க வரும் க சியை நடித்துக் காட்டுகின்றனர்.)

		(வசந்தா மேடையில் வலம் வந்து அமர்கிறாள்)
க.காரன்	:	பொண்ணு மாதிரி (நடந்து காட்டி) அன்ன நடையெடுத்து போகணும். நீ என்ன ஆம்பள மாதிரி நடக்குறே. மாப்பிள்ளைக்கு நேரே வந்து ஒக்காரலாமா?
வசந்தா	:	ஒங்க பேரு என்ன?
க.காரன்	:	இத நான் கேக்கணும்.
வசந்தா	:	நீங்க நின்னுக்கிட்டு இருக்கீங்களே ஒக்காருங்க.
க.காரன்	:	'அச்சம், மடம், நாணம், பயிர்ப்பு' எல்லாம் காத்தோட போயிருச்சு. ம்... காலம் கலிகாலம்.
வசந்தா	:	என்ன சொல்றீங்க.
க.காரன்	:	நானா... எங்க வாத்தியாரு சொல்லித்தந்ததச் சும்மா சொல்லிப் பாத்துக்கிட்டேன்.
வசந்தா	:	அதுதான் என்ன?
க.காரன்	:	அதெல்லாம் ஒண்ணுமில்லே.
வசந்தா	:	ஆமா, ஒங்களுக்கு என்ன வேலை, கடைசி வரைக்கும் என்னை மரியாதையா நடத்து வீங்களா? இல்லே சீதனம் தரலைன்னு ஸ்டவ்ல குளோஸ் பண்ணிடுவீங்களா?
ஆட்டக்குழு	:	
		'பொம்பள பொழப்பென்ன பொழப்போ' கற்புக்கு சோதனை வந்து-சீதை காகுத்தன் நம்பிடத் தீக்குளித்தாளே சொற்பத் தொக கொறஞ்சாலும்-சீதனச் சோதனையால் நாங்க தீக்குளிக்கோணும்;

(பாடி ஆடி மேடையில் வலம் வந்து அமர்தல்)

(மேல்தளக் காட்சி நடைபெறுகிறது. க.காரன், வசந்தா ஆகியோரது கவனங்கள் அங்கு செல்கின்றன.)

| சந்திரிகா | : | ஆக மொத்தம் ரெண்டு இலச்சந்தான் ஒங்க மதிப்பு. இல்லே. மாட்டுச் சந்தைக்குப் பேரம் |

பேசப்போற ஆளுங்க மறந்து போயி இந்த வீட்டுக்குள்ள நுழைஞ்சிட்டீங்கன்னு நான் நெனக்கிறேன்.

மா.வீ.பெ.1 : நிறுத்தும்மா. நாங்களும் பார்த்துக்கிட்டே இருக்கோம். வாய் நீளுது. பொம்பளைன்னா அடக்கம் ஒடுக்கம் வேணாம்.

மா.வீ.பெ.2 : அதனாலேதான் இன்னும் மாடு வெல போகாம இவ்வளவு காலமா இருக்கு.

மா.வீ.பெ.1 : பொண்ணுங்கன்னா நம்ம நாட்டுல ஒரு பாரம்பரியம் இருக்கும்மா. நீ என்ன படிச்சே! நம்ம தமிழ்ப் பெண்கள் பரம்பரையிலே வந்த பெண்ணா நீ? பாஞ்சாலி. சீதை, சந்திரமதி இவுங்கள்ளாம் நம்ம மண்ணுல பொறந்தவுங்க. இவ்வளவு பேசுற ஒனக்கு இந்தப் பதிவிரதைகள் வரலாறு கொஞ்சம்கூடத் தெரியலையே.

சந்திரிகா : ஆமா. நீங்க குட்டக் குட்டக் குனியணும். அதுதான் தமிழ்ப் பெண்கள் அடையாளமா? இராமாயணத்திலே சீதையத் தீக்குளிக்கச் சொன்னது, மகாபாரதத்தில் பாஞ்சாலி சேலைய உரிஞ்சது, சிலப்பதிகாரத்தில் கண்ணகி நகையப் பறிச்சு விலை மாது கிட்டே கோவலன் போனது, நடக்க முடியாத போதும் விலைமாதுக்கிட்டே போகணும்னு மனைவி நளாயினியைக் கொடுமைக்கு ஆளாக்கியது, தன் சுய கௌரவத்தைக் காப்பாத்த ஒரு சத்திய வாழ்க்கை வாழ்றதுக்காகத் தன் சொந்த மனைவி சந்திரமதியை அடகு வச்சது, இந்தப் பரம்பரைப் பொண்ணுக வரலாற்றை நான் படிக்காம இல்லே. ஆண் வர்க்கம் காலங்காலமாப் பெண் சமூகத்தைத் தங்களுக்கு அடிமைகளாக்கிய வரலாறு எனக்குத் தெரியாமலோ, புரியாமலோ இல்லே. அந்தப் பொண்ணுக பரம்பரயப் படிச்சதனாலத்தான் புதுமைப் பெண் பரம்பரைய உருவாக்க என்னைய மாதிரி சந்திரிகாக்கள் வந்திருக்கோம். (முளை ஓடுகள்

கொண்டு குழு ஆடிவருதல். முளைப்பாறி கும்மி இசை வாசிக்கப்படுகிறது.)

காட்சி - 6

சுடுகாட்டில் அரிச்சந்திரன் புலம்பல் காட்சி (கம்பு ஒன்றினை (சுடுகோல்) ஊன்றி நின்று பாடுகிறார்).

அரிச்சந்திரன் : கோசிகமா முனிவன் கொடுமையினால் சிவமே! கோசலை நாடிழந்தேன். குடிபடையும் இழந்தேன், இழந்தேன், இழந்தேன்
(கோசிக)

வசனம் : ஐம்பத்தாறு தேசத்திலுள்ள அரசரையும் இழந்தேன். அரசர்கொலுவிழந்தேன். அமைச்சரையும் இழந்தேன்.

பாடல் : வெள்ளிப் பணம் கேட்டவர்க்கு அள்ளி அள்ளித் தந்து கையால் கொள்ளிக் காசு வாங்கலானேனே பத்தினியை விற்ற பாவி பாலகனைத் தோற்ற பாவி இத்தரையில் பாவியானேனே-நான் என்ன செய்வேன்.

வசனம் : வங்கம், கலிங்கம், அங்கம், அருணம், அவந்தி, ஆந்திரம், கன்னடம், குடகு, குந்தளம், குச்சரம், குவந்தம், கோசலம், காம்போஜம் இதுபோன்ற ஐம்பத்தாறு தேசங்களையும் ஆண்ட நான் இப்போது சுடலை காக்கிறேனே.

பாடல் : ஈசா இது தர்மமா-ஜெகதீசா இது தர்மமா, தர்மமா, தர்மமா?

க.காரன் : (பாடுகிறான்) ஈசா இது தர்மமா-ஜெகதீசா இது தர்மமா, தர்மமா, தர்மமா?

(மேடையின் உயர் தளத்தில் அரிச்சந்திரன் கம்பினை சுடுகோலினை ஊன்றிக் கவலை தோய நிற்கும் நிலையைப் பார்த்து விட்டு) வசந்தா,

வசந்தா (இரு திசைகளிலும் தேடியவாறு) வசந்தா!

வசந்தா : ஏனைய்யா இப்படி கத்துறே? என்ன சேதி?

க.காரன் : இந்தா பாரு, இங்கே நிக்கிறாரே இவர நல்லாப் பாரு (வசந்தா அவர் அருகில் சென்று பார்க்கிறாள். இவரு யாருன்னு ஒனக்குத் தெரியாதா?

வசந்தா : தெரியலையே.

க.காரன் : இவரு பெரிய அரிச்சந்திரன். ஒரு பொய்கூடப் பேச மாட்டேன்னு வாழக்கூடிய பெரிய மனுசன். பொய் பேசாததுக்காக நாடு, நகரம், மந்திரி, மனைவி, பிள்ளை அரச வாழ்க்கை எல்லாத்தையும் இழந்திட்டு இப்படி சுடுகாட்டுல வந்து நிக்கிறாரு. நல்ல மனுசனுக்கு இந்த சமூகத்திலே எவ்வளவு தொந்தரவு.

வசந்தா : (அரிச்சந்திரனைப் பார்த்துவிட்டு) ஓகோ! அந்த அரிச்சந்திரன் நீங்கதானா? நான் ரொம்ப நாளா ஒங்ககிட்டே ஒரு சேதிய நறுக்கினு கேக்கணும்னு தேடிக்கிட்டே இருந்தேன்.

(க. காரன் வசந்தாவை அழைத்து வந்து பேசாதே அமைதியாக இரு எனப் பாவனை செய்கிறான்.)

யோவ் சும்மா கொஞ்ச நேரம் இருய்யா. நமக்கு நியாயம்னு தெரிஞ்சா அதக் கேக்காம விடக் கூடாது. இல்லே, நான் கேக்குறேன். நியாயம் ஆம்பளைங்க மட்டும்தான் பேசணுமா. நாங்க பேசக் கூடாதா? நீங்க பஞ்சாயம் பேசுவீங்க. அதுல பொம்பளைங்க நாங்க இருக்கக் கூடாது. ரொம்பகாலமாப் பொம்பளைங்கள அடக்கி வச்சுப் பேசவிடாமப் பண்ணுனதாலேதான் இந்த நாடும் உருப்படாமப் போச்சு. விலகுய்யா (அரிச்சந்திரனிடம் சென்று) தன்னுடைய இலட்சியத்தைக் காப்பாத்தத் தன் மனைவியையே அடகு வச்சாரே அரிச்சந்திரன் அந்த அரிச்சந்திரன் நீங்கதானா?

க. காரன் : பொய் பேசாத அரிச்சந்திரனைப் பார்க்க உன் கண்ணுக்கு ஏன் தெரியலே?

வசந்தா : தன் மனைவியத் தன் சுய கொள்கைக்காக வித்த அரிச்சந்திரனத்தான் என் கண்ணுக்குத் தெரியுது. எனக்கு மட்டும் என்ன? என்னை மாதிரி உள்ள அத்தனை பெண்களுக்கும் தெரியணும் தெரிஞ்சு ஆகணும்.

க. காரன் : கோடிச் சீமானும் சரிதான்
கோவணத்தாண்டியும் சரிதான்னு சொல்றியா?

(மெல்லிய குரலில்) சும்மா இரு வசந்தா.

வசந்தா : நீ சத்திய சீலனா வாழ்றதுக்கு இன்னொருத்தி வாழ்க்கையைப் பலி கொடுக்கலாமா?

க. காரன் : ஏறச் சொன்னா எருதுக்குக் கோபம்.
இறங்கச்சொன்னா நொண்டிக்குக் கோபம்.

வசந்தா : அப்படின்னா, பொம்பளைங்கன்னா என்ன நெனச்சு வித்தீங்க? பொம்பளைங்கன்னா அதுவும் கட்டிய மனைவின்னா ஆடுமாடுக மாதிரி நெனச்சிருக்கீங்க. அடிமையா நடத்தியிருக்கீங்க. நீங்க செஞ்ச காரியத்துக்கு நீங்க நிக்கிற எடம் சரிதான்.

(ஆட்டக்குழு ஆடி வருகிறது. இசைக் கருவிகள் முழங்குகின்றன.)

(ஆடவர் 2 பிரிவாக நின்று ஆடுவது நன்று.)

காட்சி - 7

(பூங்கா ஒன்றில் சந்திரிகாவும் ஒரு இளந்தோழரும் பேசிக் கொண்டிருக்கும் காட்சி மேல்தளக் காட்சியில் நடைபெறுகிறது)

இளந்தோழர் : இந்தப் பிரச்சினைய எப்படி தீர்க்கலாம் காம்ரேட்.

சந்திரிகா : பாதிக்கப்பட்ட ஜனங்கள் இதில் பங்கெடுக்காமல் நாம மட்டும் பேசி இதில் எந்தத் தீர்வும் காண முடியாது. அப்படி நாம மட்டும் சேர்ந்து எடுத்தால் அது மக்களுக்கான நிரந்தரத் தீர்வாக இருக்க முடியாது.

இ. தோழர் : அதுக்கு இப்ப நாம என்ன செய்யலாம்?

சந்திரிகா : முதல்ல இந்தப் பிரச்சினையைப் பற்றி நம்ம தோழர்கள் ரொம்ப நல்லாப் புரிஞ்சிக்கிறனும். அந்தப் பகுதி மக்களிடத்தில் இந்தப் பிரச் சினையை விவரமா விளக்கியாகணும். அவுங்க பிரச்சினையை அவுங்க ஆழமா உணரணும். இந்தப் பிரச்சினைக்கான நடவடிக்கைகளுக்கு முதல்ல பாதிக்கப்பட்ட மக்கள்தான் முன்னுக்கு நின்னாகணும்.

(மேடையின் மேல் தளத்தில் சந்திரிகாவும் தோழர் ஒருவரும் பேசும் காட்சி செய்கையின் மூலம்மட்டும் நடைபெறும். சமகாலத்தில் வசந்தாவும் கட்டியக்காரனும் பார்த்துப் பேசுகின்றனர்.)

க. காரன் : (வாயில் அடித்தபடி பதைத்து) அய்யோ, பார்க்க சகிக்கலே. இந்தச் சந்திரிகா அம்மாவப் பத்தி எம்மனசுலே எவ்வளவோ மரியாதை வச்சிருந்தேன்.

வசந்தா : என்னய்யா ஒரேயடியா சலிச்சுக்கிறே. மொதல்ல என்னன்னு சொல்லு.

க. காரன் : அங்கே பாரு பூங்காவிலே. நாலுபேரு கூடுற இடத்திலே அப்பப்பா. சொல்லக்கூட நாக்கு வரலே. என்ன இருந்தாலும் ஒரு இளவட்டப் பயலோட நாலு பேரு பார்க்கிறாப்லே...ம்கூம்...

விரிச்சிருந்துச்சாம் தடுக்கு.
வீசியிருந்துச்சாம் வெடுக்கு.

வசந்தா : யோவ் நிறுத்துய்யா. விட்டா ரொம்பப் பேசுவே போலிருக்கே. பார்த்த ஒடனேயே சடக்கினு ஒரு முடிவுக்கு வராதே. மூளைக்கு வேலை கொடுத்துப் பேசு. ஆமா அவுங்க காதல் பண்ணுனா என்னய்யா ஒங்கிட்டே வந்து பெர்மிசன் கேக்கணுமா? காதலுக்கும் கல்விக்கும் வயசு வேண்டியதில்லே. ஏன்யா, ஒரு ஆணும் ஒரு பெண்ணும் தனியாப் பேசினா ரெண்டு பேரும் காதல்தான் பண்ணுறாகன்னு முடிவு

பண்ணிடுவது எந்த வகையில் நியாயம்? ஒரு ஆணும் ஒரு பெண்ணும் நண்பர்களாப் பழக முடியாதா? இல்லை, பழகக்கூடாதா? நட்பு என்பது வேற, காதல் என்பது வேற.

'தோழமை' இந்த வார்த்தை எவ்வளவு உன்னதமானது. மகத்துவமானது. நட்பு, காதல் இந்த உறவுகளையெல்லாம்விட உயர்வானது 'தோழமை'ங்கிற சொல்...

அவங்க ரெண்டு பேரும் தோழர்கள் ஆமா? அவுங்க ஒரு முக்கியமான ஒரு போராட்டத்தை நடத்துற விசயமா வேலைத் திட்டம் பற்றிப் பேசுறாகன்னு நான் தீர்க்கமா நம்புறேன்.

காட்சி - 8

(முச்சந்தியின் ஓரத்தில் ஒரு கொட்டகை போடப்பட்டுள்ளது. செங்கொடிகள் தோரணங்களாகக் கட்டப்பட்டுள்ளன. பலர் அமர்ந்து உண்ணாவிரதம் மேற்கொண்டுள்ளனர். விளம்பரத் தட்டிகள் எழுதப்பட்டுள்ளன.)

சந்திரிகா : அதனால்தான் சொல்கிறேன் தோழர்களே! தொடர்ந்து முன்னேறுவதற்கான சாத்தியக் கூறுகள் நமது ஒற்றுமையில் இருக்கின்றன. இந்தச் சமூக அமைப்பில் நாம் வெற்றி எய்துவது என்பது எளிதான காரியமல்ல என்பதையும் நாம் உணர்ந்துள்ளோம். அதற்காக நாம் அச்சம் கொள்ளவில்லை.

உடுக்க உடை, உண்ண உணவு, குடியிருக்க வீடு இந்த அடிப்படை வசதிகளைத் தர இந்த அரசால் முடியவில்லை. புறம்போக்கு இடத்தில் காலங்காலமாகக் குடியிருந்து வரும் இந்த மக்களைத் திக்கற்றவர்களாகத் துரத்திவிட்டு அதில் பைவ் ஸ்டார் ஹோட்டல் கட்ட ஒரு தனி முதலாளிக்கு இடம் ஒதுக்கிக் கொடுக்க இந்த அரசு முன் வருகிறது. நாம் வாழ்ந்த மண்ணை நமக்கு உடைமையாக்கிக்

கொள்வதற்கு நமக்கு உரிமை இருக்கிறது. சுதந்திரம் பெறுவதற்குப் போராடிய வரலாற்றை நாம் ஒருபோதும் மறந்ததில்லை. நமது உரிமையை நாம் போராடித்தான் பெற முடியும். ஆம்.. சாமானியப்பட்டவர்களுக்கான சுதந்திரம் பெற நாம் இன்னொரு உரிமைப் போராட்டம் நடத்தியாக வேண்டும். அதற்கான முதல் படியில் தான் நாம் இன்று நின்று கொண்டிருக்கிறோம்.

ஒரு பகுதி குழுவினர் : போராடுவோம்.

மறுபகுதியினர் : வெற்றி பெறுவோம்.

ஒரு பகுதியினர் : வேண்டாம் வேண்டாம்.

மறுபகுதியினர் : பைவ் ஸ்டார் ஹோட்டல் கட்ட வேண்டாம்.

1 : வேண்டும் வேண்டும்.

குழு : எங்கள் குடிசை எங்களுக்கு வேண்டும்.

போலீஸ் : நீங்கள் ஸ்டிரைக் பண்ண அரசிடமிருந்து உத்தரவு வர்ங்கவில்லை. அதனால் நீங்கள் போக வேண்டும்.

குழு : முடியாது. போராடுவோம். வெற்றி பெறு வோம்.

போலீஸ் : 'சார்ஜ்'. (எல்லோரும் கீழே விழ ஒருவரின் குரல் மட்டும்)

குழுவிலுள்ள ஒருவர் : ஓ... அர்த்த ராத்திரியில் சுதந்திரம் அடைந்த தாகத்தான் சரித்திரம். அதன் அர்த்தம் புரியலே. தினம் தினம் நாம் அவதிப்படுவதா நிரந்தரம். ஓ, அஸ்தமனச் சூரியன் அடி வானில் போய் மறையும். அடிவானில் போய் மறைந்தாலும் அதனெதிரே உதயம் வரும்.

காட்சி - 9

(இறந்த குழந்தையைச் சுடுகாட்டில் வைத்து விறகுகளால் அடுக்கித் தீப்பந்தம் கொண்டு சந்திரமதி சுடும் முன்னதாக)

சந்திரமதி : கருவுருவாகிய காரணமாகியே
திருவுருவமாக ஜெனிக்க யென் வயிற்றில்
ஜெனித்த வோரா மாதம் உடலது தளர்ந்து
ஈராமாதம் இடையது தளர்ந்து
பச்சை நரம்புகளோடிப் பால் முகஞ் சுரந்து
மூன்றாமாதம் முகமெல்லாம் வெளுத்து
முலை நுனி கறுத்து
நான்காம் மாதம் அடா நான் பெற்ற மகனே
நசுக்கிய மசக்கை
ஐந்தாம் மாதம் என்னழகுள்ள மகனே அழகு
சீமந்தம்
ஆறாமாதம் அடிவயிறு கனத்து அரையது
தளர்ந்து
ஏழாமாதம் என்னாவிற்கினியதைப் புசித்தேன்.
எட்டாமாதம் பட்டணமறிய எனது பாங்கிமார்
தொட்டுமே பஞ்சுப் பாவாடை யுடுத்தினேன்
ஒன்பதாம் மாதம் உன் மாமன்மார் வந்து
ஓவியமுடனே
எந்தனுக்கென்று சீமந்தம் செய்ய
பத்தாமாதம் பாலகாவுன்னை மெத்த
வேதனையால்-என்
நெற்றியின் வேர்வை நிலத்தினில் வீழ
பற்றியே யுன்னைப் பாலகா பெற்று
இவ்வனப் பாம்புக்கிட்டேனே பாலா

(வசனம்)! என் அருந்தவச் செல்வ மகனே!
உன்னைப் பெற்ற தந்தை வந்து மகன்
எங்கேயென்றால் என்ன செய்வேன்........

அரிச்சந்திரன் : (புலம்பல் கேட்டு)
ஆரடி கள்ளி நீதான் அர்த்தராத்திரியில் வந்த
தீரமேதடி யிப்போது சேய்தனைச் சுடவே வந்தாய்
பேரதையின்ன தென்று பேசுவாய் விபரமாக
கூறடி, கள்ளி யென் முன் கூறுவாய் கூறுவாயே

(என்றபடி காலால் சிதை மூட்டத்தை எத்துகிறான்)

அரிச்சந்திரன்	:	அடி நீலி! நீ யார்? உனது கரத்தில் இந்தக் குழந்தை வர வேண்டிய காரணமென்ன? சீக்கிரஞ் சொல் என் காவல் மீறி நெருப்பு மூட்ட உனக்கு என்ன தைரியம்?
சந்திரமதி	:	அய்யா கள்ளி நானல்ல. கபடியும் நானல்ல. என் மகன் லோகிதாசன் பாம்பு கடித்து இறந்ததால் பேதை நான் இந்தச் சுடலை கண்டு கொள்ளி வைக்கப் பாவியானேன்.
அரிச்சந்திரன்	:	வாய்க்கரிசி, கால்பணம், முழத்துண்டு இவற்றை எனக்குத் தந்து விட்டுக் காரியம் பார்.
சந்திரமதி	:	அய்யா! யானோ ஏழை, பொருளுதவி செய்ய மனிதருண்டானால் யான் தனியாய் இங்கு வருவேனோ? அதையுணர்ந்து என் குற்றத்தை மன்னித்துத் தகனஞ் செய்ய வேண்டும் காவலா!
		(கட்டியக்காரனும் வசந்தாவும், வருகின்றனர். அரிச்சந்திரன்-சந்திரமதி ஆகியோரைப் பார்த்து விட்டு)
க. காரன்	:	ஆமா இவுங்க ரெண்டு பேரும் புருசன் பொண்டாட் டின்னு தெரிஞ்சுக்கிறாமலே! பாவம்...
வசந்தா	:	ஆமா இரண்டு பேரும் புருசன் பொஞ்சா தின்னு தெரிஞ்சுதான் இங்கே என்ன பெரிசா நடந்துறப் போகுது.
அரிச்	:	அடி! சண்டாளி! இப் பூமண்டலத்தையே விலைக்கு வாங்கலாம் போல் ஜொலிக்கிற மாங்கல்யத்தை அணிந்து கொண்டு கெதி யில்லை, பதியில்லை, சுற்றமில்லை என்று பகருகிறாயே! சீ...... மூதேவி மரியாதையாய் உன் பிணத்தை எடுத்து நட, தாலியை விற்றுச் சுடு கூலி கொடு, இல்லையேல் இங்கு நில்லாதே நட
சந்தி	:	ஜகத்ரக்ஷகா! எனது மாங்கல்யத்தை இந்தப் பிணம் சுடும் காவலன் பார்த்து விட்டானே!

அரிச் : ஏ! மாதே! மாங்கல்யத்தை யான் கண்ட மாத்திரத்தில் நீ துயருற்று அழுகின்றாயே! இப்படிப்பட்ட பெருமை வாய்ந்த மாங்கல்யத்தை உனக்குத் தரித்த கணவன் நாமதேயமென்ன? உன் பெயர் என்ன? இக் குழந்தையின் பெயர் என்ன? விபரமாகச் சொல் சீக்கிரம்.

(க. காரனும் வசந்தாவும் இரு ஓரப்பகுதிகளில் அமர்ந்திருந்த நிலையிலிருந்து எழுந்து)

க. காரன் : அப்பாடா! பிரச்சினை இப்போவாவது ஓஞ்சதே!

வசந்தா : அதுதான் இல்லே. இனிமேதான் பிரச்சினை உச்ச கட்டத்துக்குப் போகப் போகுது. நானும் சின்ன வயசுல இருந்து அரிச்சந்திரன் நாடகத்தப் பார்த்தவளாக்கும். நீதான் என் புருசன்; நான்தான் ஒம்பொண்டாட்டி.

க. காரன் : (இடையில் குறுக்கிட்டு) என்ன நீ திடீர்னு இப்படி சொல்றே. எனக்கு வெக்கமா இருக்கு.

வசந்தா : யோவ்! மூஞ்சியத் தொடச்சுக்கோ. அசடு வழியுது. நான் அரிச்சந்திரன் சந்திரமதி அந்த ரெண்டு பேரபத்திச் சொன்னேன்.

நீதான் என் மனைவி: நான்தான் ஒம் புருசன்னு ஒருத்தருக்கொருத்தர் தெரிஞ்சுக்கிட்டாலும் (பார்வையாளர்களைப் பார்த்து) மனுசன் என்ன சொல்லப் போறான்னு பார்க்கணுமா? பெரிசா என்ன சொல்லிடப் போறாரு... பார்ப்போம்.

அரிச் : சந்திரமதி ஆயினும்....என்னை விலை கொண்ட எஜமானன் உத்தரவு மீறலாகாது. நான் எந்த நிலையிலும் சத்தியம் தவற மாட்டேன். நீ ஒன்று செய். வாய்க்கரிசி எனக்கு உள்ளது. அதை நீ எனக்குத் தரவேண்டாம். உன்னை அடிமை கொண்ட வேதியரிடஞ் சென்று கால் பணம், முழத்துண்டு கொண்டு வந்து மகனைத் தகனஞ் செய்வாய்.

சந்திரமதி : நாதா! அப்படியே நான் வரும்வரை நம் குழந்தையை ஜாக்கிரதையாப் பார்த்துக் கொள்ளுங்கள். (முகத்தை முந்தானையால் துடைத்துக் கொண்டு வணங்கி அரிச்சந்திரனிட மிருந்து விடை பெற்றுச் செல்கிறாள்.)

வசந்தா : ஆமா, பதிவிரதைங்கிறதுனாலதான் புருசன் கையாலேயே வெட்டுப்பட்டுச் சாகப் போற. ஏன்யா, மகாத்மாகாந்தி காலத்தில இருந்து உன்னோட நாடகம் வரைக்கும் அரிச்சந்திரன் சத்தியசீலன்ங்கிறதை மட்டுமே பேசுறீங்க. சந்திரமதி எவ்வளவு பெரிய சத்திய வாழ்க்கை வாழ்ந்திருக்காங்கங்கிறதை ஏன் யாருமே பேச மாட்டேங் கிறீங்க.

காட்சி - 10

(அரங்கின் மேல்தளத்தில் ஒரு காட்சியும் கீழ்த்தளத்தில் மறு காட்சியும் ஏக காலத்தில் நடைபெறுகின்றன.)

(மேடைமுன் நின்று பார்வையாளர்களிடம்)

க. காரன் : சந்திரமதி காலகண்டரிடம் செல்லும் வழியில் விஸ்வாமித்திரன் மாய்கையால் காசிராஜன் பிள்ளையைக் கொண்டு போட்டிருக்க, அதைக் கண்ட சந்திரமதி தன் குழந்தையை ஜீவ ஜெந்துக்கள் இழுத்துக்கொண்டு வந்து போட்டு விட்டது என்று எண்ணி அழுதுகொண்டிருக்க அதைக் கண்ட சேவகர்கள் சந்திரமதியைக் கைது செய்து காசிராஜனிடம் விடுகின்றனர். காசிராஜன் மகனைக் கொன்ற குற்றம் சாட்டப்படுகிறாள். குற்றம் சாட்டப் பட்டவளை மயானங்காக்கும் அரிச்சந்திரனிடம் கொண்டு போய் விட்டு வெட்டிவிட உத்தரவு செய்கிறான்.

(மேடையின் கீழ்த்தளத்தில்.....)

அரசு சிப்பாய்கள் வந்து குழந்தையை மடியில் கிடத்தி ஒப்பாரி வைத்துக்கொண்டிருக்கும் சந்திரமதியைக் கைது செய்கின்றனர்.

காட்சி - 11

(மங்கிய வெளிச்சம். அரங்கின் மேல் தளத்தில் கோர்ட்டார் அமர்ந்திருக்கிறார். அரங்கின் இரு புறங்களிலும் முறையே சந்திரமதியும் சந்திரிகாவும் காட்சியளிக்கின்றனர். சந்திரிகா குற்றவாளிக் கூண்டில் நின்று கையை உயர்த்தித் தலையை நிமிர்த்தியவாறு கோர்ட்டாரிடம் முறையிட்டுக் கொண்டிருப்பதான பாவனை நிகழ்கிறது. அரிச்சந்திரனின் கொலைவாளுக்கு தன் தலை வெட்டுப்படுவதற்கேற்பக் குனிந்து நிற்கிறாள் சந்திரமதி)

வசந்தா : அரிச்சந்திரன் தான் சத்தியம் காக்க வேண்டும் என்ற ஒரே நோக்கத்திற்காகத் தன்னுடைய தலையை வெட்டப் போகின்றான் என்று தெரிந்திருந்தும் பணிவோடு தலையைக் குனிந்து கொடுக்கின்ற சந்திரமதி. பொதுமக்களின் நலனுக்காகப் போராடியதற்காகக் குற்றவாளி என்று பெயர் சுமத்தப்பட்டிருக்கும் சந்திரிகா... இவர்கள் இருவரும் தண்டிக்கப்படுகின்ற காட்சி இதோ...

கோர்ட்டார் : குற்றம் சுமத்தப்பட்டுள்ள சந்திரிகா தன் தரப்பிலிருந்து ஏதேனும் சொல்ல முன் வருகின்றாரா?

சந்திரிகா : எனக்கு ஒருவிதமாகவும் மற்றவருக்கு ஒரு விதமாகவும் காற்றுக்கு அடிக்கத் தெரியாது.

கோர்ட்டார் : சுற்றிவளைக்காமல் உங்கள் கருத்தை மட்டும் சொல்லுங்கள்.

சந்திரிகா : என் மீது குற்றம் சாட்டியுள்ள போலீசாருக்கு இதைச் சொல்லுங்கள்.

கோர்ட்டார் : சந்திரிகா நீங்கள் குற்றவாளியா?

சந்திரிகா : ஜனநாயக நாட்டில் ஜனநாயக உரிமையைப் பெறப் போராடுவது குற்றமா? சாதாரணப் பெண்களைச் சீதனப்பேய் பிடிக்கிறதே. உயிரை வதைக்கிறதே இதனை உங்கள் சட்டம் தடுத்ததா? காலங்காலமாக அனுபவித்த குடிசைவாழ் மக்கள் குடியிருக்க வீடில்லாமல் பாரத நாட்டிலே அலைந்து திரியவும், பணக்கார வர்க்கம்

மீண்டும் மீண்டும் பணம் சேர்க்க குடிசைகளைப் பிரிக்க வருவதும் நியாயமா?

கோர்ட்டார்: போலீஸ் தன் கடமையைச் செய்யவிடாமல் நீங்கள் குறுக்கிட்டுள்ளீர்கள். மக்களைத் தவறான வழிக்கு அழைத்துச் செல்லத்தகாத வழிமுறைகளை மேற்கொண்டுள்ளீர்கள். நீங்கள் ஒரு பெண்ணாக அதைச் செய்து இருப்பதால்...

சந்திரிகா : நிறுத்துங்கள். ஆணுக்கொரு நீதி பெண்ணுக் கொரு நீதி என உங்கள் நீதி அமைய வேண்டாம். உங்கள் சட்டம் என்ன சொல்கிறதோ அதைச் செய்யுங்கள்.

கோர்ட்டார்: ஆர்டர் ஆர்டர்

போலீஸ் தம் கடமையைச் செய்யும்போது தடுத்த குற்றத்திற்காகவும், சமூகத்திற்கு எதிரான நடவடிக்கைகளைச் செய்யப் பொதுமக்களைத் தூண்டிய குற்றத்திற்காகவும் பெண்ணுரிமை எனும் பெயரில் இளைய சமூகத்தைத் தவறான பாதைக்கு இழுத்துச்செல்ல முயன்ற குற்றத்திற் காகவும் சந்திரிகாவுக்கு இ.பி.கோ.

(ஆட்டக்குழு இசைக்கருவி முழங்க ஆடிவந்து பக்கங்களில் நிற்கிறது.)

வசந்தா : இனி மேலும் பெண்கள் தலைகுனியும் அதோ (சந்திரிகாவைக் காட்டி) அந்தச் சந்திரமதிகளாக இருக்கப் போவதில்லை. பெண்கள் பிரச்சினைகள் இந்தச் சமூகத்திலிருந்தே உருவாக்கப்படுகின்றன. இதோ இந்தச் சந்திரிகா போன்றவர்களால் சமூகப் பிரச்சினைகள் எதிர் கொள்ளப்படுகின்றன.

“மாதர் தம்மை இழிவு செய்யும் மடமையைக் கொளுத்துவோம்” என்றான் பாரதி. ஆனா நீங்க மட்டும் இன்னும் எத்தனை காலத்துக்குப் பார்த்துக்கிட்டே இருக்கப் போறீங்க.

3. இருண்ட வீடு

(பாரதிதாசனின் இருண்ட வீடு கவிதைத் தழுவலில் உருவாக்கப்பட்ட கவிதை நாடகம்.)

(இசை)

பாட்டி : அம்மா பிட்டு வாங்கலியோ பிட்டு
வடை வாங்கலியோ வடை
அம்மா பிட்டு......வடை......
அம்மா பிட்டு.......வடை.......

(சைக்கிள் மணிச்சத்தம், பால்காரர் ஒலிப்பான் ஒலி, கதவு திறக்கும் சத்தம்)

பையன் : பாட்டி ஒரு ரூவாய்க்குப் பிட்டும், ரெண்டு வடையும் தாங்க.... எங்க அம்மா இன்னுந் தூங்குது......

பால்காரர் : அம்மா.... பால்.....

பையன் : எங்க அம்மா இந்தச் சொம்புல பால் வாங்கி வைக்கச் சொல்லுச்சு...

பால் : என்னடா.... பால் வாங்குற சொம்பு கழுவாம இருக்கு.

பையன் : சும்மா ஊத்துங்க.... ஒண்ணும் செய்யாது.

பால் : (கிண்டல் குரலில்) சும்மா ஊத்துங்க... விடிஞ்சும் விடியாம.... பல்லுகூட வெளக்காம வடையை வாயில வெக்கிறியே-சே! நீயெல்லாம் பள்ளிக் கூடம் போனதில்லை?

பையன்	:	பள்ளிக்கூடத்துக்கு நான் போறதில்ல.... அடுப்புச் சாம்பலை எடுத்து நான் அப்பவே பல்லு வெளக்கிட்டேனே.
		(பசு கதறல், நாயின் அலறல், பால்காரன் ஒலிப்பான் ஒலி தேய்கிறது.)
கணவன்	:	இன்னும் தூக்கமா! சண்டிமணிப்பொறிக்கு சாவி கொடுக்கவில்லையா? என்ன மணியடி?
அம்மா	:	சண்டிமணிப் பொறிக்குச் சாவி கொடுக்க அண்டை வீட்டானை அழைத்தேன். வரவே இல்லை மாமா (வீதியில் சைக்கிள் மணிச்சத்தம்)
கணவன்	:	பாரடி அவனை, அதற்குள் அனைத்தும் முடித்துக் கடைக்குச் செல்லும் கருத்தை....
அம்மா	:	ம்... ம்... விடியா மூஞ்சி விடியு முன்பே போனால் நீயும் போக வேண்டுமோ? (சிரிக்கிறாள்)
பையன்	:	அம்மா! ...... அம்மா!
அம்மா	:	என்ன? என்ன?
பையன்	:	புன்னை அரும்புபோல் புதிதாய் முளைத்த இரண்டு பற்கள் இல்லை (அழுகிறான்) வீங்கிய உதட்டு நோய் தாங்கிலேன்......
அம்மா	:	உருண்டைச் சாணியை ஒருமுறை பூசினால் மறு நொடியில் ஆறும், பிறகாகட்டும் பிட்டைத் தின்பாய் வேலைக்காரி விடிந்தபின் வருவாள் பாலைக் காய்ச்சிப் பருகலாம்.
		(கைக்குழந்தை அழும் குரல்... ரேரே... தாலாட்டுக் குரல்)
கட்டியக்காரன்	:	"மங்கை மருத்துவ மறைநூல் வகுத்த வண்ணம் கூறினாள்... ம்... ம்... காலைப்பொழுது எட்டரை அடிக்கையில் இப்படி சொன்னாள்"

பையன் : அம்மா... அம்மா... (அழுகை)

அம்மா : என்னடா (பையன் அழுகை)

க. காரன் : "வாய் எயிறு
காவலை மாட்டின் கழுத்துப் போல
வீங்கி இருந்ததால் வெடுக்கென
வலித்தது. தாங்காது கையால்
தடவிப் பார்த்தான்...வாயில் நுழைய
வடைக்கு வழியில்லை"

அம்மா : சங்கிலி... சங்கிலி...

சங்கிலி : தாயே!

அம்மா : வாங்கி வந்த வடையையும் பிட்டையும் கொண்டு வா... பசியடி குழந்தைக்கு.

சங்கிலி : கொண்டு வருகிறேன் தாயே.

கணவன் : தூ... தூ... தூ... வேண்டாம் வடை, வேண்டாம் பிட்டு. (துப்புகிறான்) (பையன் அழுகை)

க.காரன் : "எயிறு வீங்கி இடத்தை மறித்தது
'தின்பதற்கு என் செய்வேன்' என்பதே அழும் பையனின்
அழுகைக்கு அர்த்தம்" (பையன் அழுகை)
"வாயால் சொல்லும் வல்லமை இல்லை
அறிவெனும் வெளிச்சம் அங்கே இல்லை
மடமை மட்டும் மகிழ்ந்து கிடந்தது"

அம்மா : குழந்தையுடம்பில் கோளாறென்ன? வளர்க்கும் முறையின் மாற்றம் இல்லையே! களிம்புறு பித்தளை கைபட பைபட விளங்குறும் அது போல், வேளைதோறும் கனி நிகர் உடம்பில் கண்ணை வைத்துப் பிணியின்றிப் பார்க்கின் றேனே ம்..ம்...ம்... (யோசனை) ஆங்...ஆங்... மந்திரக்காரன் வரட்டும்.

சங்கிலி : அவர் ஏன்?

அம்மா : இந்த வீட்டில் இருளன் புகுந்ததால் நொந்தது குழந்தை நோயால்.

சங்கிலி : ஓகோ, தாயே வாலன் என்னும் மந்திரக்காரனை வரவழைக்கிறேன்.

அம்மா : சரி போ.

கணவன் : (கணக்கிட்டபடி) ஒன்பது ராகுகாலம் இப்போது வேண்டாம்.

அம்மா : ஆம்! இப்போது வேண்டாம். இப்போது வேண்டாம்.

சங்கிலி : ஆகட்டும் தாயே!

(மாரி, காளி, கருப்பசாமி எனச் சங்கிலியும் அம்மாவும் கூவுதல்)

அம்மா : தாயே! காளி காட்டேரி நீதான் காத்திட வேண்டும் சங்கிலி... சங்கிலி...

சங்கிலி : கூறுங்கள் தாயே.

தாய் : வேப்பிலை ஒடித்து வேகமாய் வந்திரு.

சங்கிலி : ஆகட்டும் தாயே! (நாய் குரைக்கும் ஒலி)

கணவன் : யாரது வாசலில்! ...

(கதவு தட்டி) திறக்கும் சத்தம்)

சங்கிலி : யாரது?

மைத்துனர் : மைத்துனன் வந்தேன் மைத்துனரே!

கணவன் : வாரும் வாரும்...

மைத்துனர் : வந்தேன் (அய்யய்யோ அலறல்)

கணவன் : என்னது? என்னது?

சங்கிலி : வாயிற்படிமேல் வைத்தார் காலை... இடறிற்று கால்...

கணவன் : இரும் மச்சான் இரும் வராதீர் மச்சான் வராதீர்.

மைத்துனர் : இல்லை இல்லை வரவில்லை.

கணவன் : தூய குறிதான் தோன்றும் வரைக்கும் வாயில் காலை வைக்கலாகாது... (கார் நிற்கும் சப்தம்).... கணக்கர் காரில் கணக்காய் வந்துள்ளான். கடன் பட்டவரைக் கையோடு பிடிக்க ஏகுகிறேன்... மச்சான் இராகு காலம் எட்டிப் போனபின், வீட்டிற்குள் செல்லுங்கள். விரைவாய்த் திரும்புகிறேன். வருகிறேன். சென்று விரைவாய் வருகிறேன். (கார் போதல்)

மைத்துனர் : தங்கையே! என்ன அங்கே செய்கிறாய் உடம்புக்கென்ன? ஒன்றுமில்லையே? குழந்தைக்கென்ன? குறைபாடில்லையே? பெரியவன் நலத்தில் பிழைபாடில்லையே? குடித்தனம் எவ்வாறு?...தடித்தனம் இல்லையே?

அம்மா : ம்... இருக்கின்றேன் நான்...

க. காரன் : "அங்கு பாயினில் அயர்ந்து கிடந்த வாயிலாக் குழந்தையை மைத்துனர் கண்டார் இயம்ப முடியா இரக்கம் அடைந்தார் அவ்விரக்கத்தின் அறிகுறியாகத் தூங்கும் பிள்ளையைத் துயருற எழுப்பி வாங்கி வந்த மாம்பழம் அனைத்தையும் குழந்தை அண்டையில் பரப்பினார்"

மைத்துனர் : குழந்தையே! பாங்கொடு தின்னப் பழமும் பூந்தியும் வாங்கி வந்தேன் மருந்துபோல்.

க. காரன் : "குழந்தை கிடந்த கூடமெல்லாம் உளுந்து கிடந்த ஒரு களம்போலவும் வேம்பின் பழம்பூ விரிதரை போலவும் ஈயின் காடும் எறும்பின் காடும் ஆயிற்று."

பையன் : இதோ எனக்கொரு வெடிக்கும் துப்பாக்கி!

மைத்துனர் : டேய்! இது மெய்த்துப்பாக்கி அல்ல பொய்த் துப்பாக்கி. இதோ பார் தக்கை விலகி வெடிப்பதைப் பார்... 'டமார்'

(சப்தம்)

(பையன் மகிழ்ச்சியும் வலியும் கலந்த நிலையில் (ஆய்)

அம்மா : அண்ணா! அதனை அந்தப் பெட்டி மேல் வைத்து விடுங்கள். அவனிடம் கொடுக்காதீர்கள். பெரியவனுக்கு உடல் நலமில்லை... ஏழுமலையான் இரக்கம் வைப்பான் காப்பான் என்று காப்புக் கட்டினேன். *(குறிகாரன் உடுக்கு வைத்துப் பாடுதல்)*

குறி : டுங்... டுங்... டுங்...
தாயே சாதகம் பார்த்ததில் சரியாய்ச் சொல்கிறேன்.

அம்மா : பெரியவனுக்கு படிப்பு வருமா?

குறி : பத்தொன்பதாண்டுக்குப் படிப்பு வராது.
இருபதில் உலகையே என்னது என்பான்.
பெரியவனுக்கு வாய்ப்பு.... பல் வலி நீங்க... பிடி....
இதோ... திருநீறு.

(குழந்தை அழுதல்)

அம்மா : சாமி! தையொடிந்த கைக்குழந்தையின் குறிப்பையும் பார்த்தால் குற்றமென்ன?

குறி : குழந்தையைக் கல்லில் தூக்கிப் போட்டாலும் போகாது உயிர்... போ... தொண்ணூறு வயது...

(டுங்... டுங்... ஒலிமறைகிறது)

க. காரன் : வெற்றிலை போட்டான் அண்ணன். வெறித்துப் பார்த்தான்... சாப்பிடச்சொல்லி கூப்பிடவில்லை. பசியால் அண்ணன் பதைபதைக்கிறான். துடிப் போடு தங்கைபால் செல்லலானான்.

மைத்துனர் : விடிய நாலுக்கு வீட்டை விட்டுக் கிளம்பினேனா?... கிளியனூரில் சிற்றுணவுக்குச் சுற்றிப் பார்த்தேன்... அகப்பட வில்லை... அதற்குள் வண்டியும் புறப் பட்டதால்... பொசுக்கம் பசியுடன் ஏறினேன்...

க. காரன் : "அண்ணன் உடனே அருகிலிருந்த உணவு விடுதியில் உண்டு வந்தான். இரவு நேரம் குழந்தை அழுகுரல் (தாலாட்டு) அண்ணனும் தங்கையும் நெருங்கியே பிறந்த ஊர்க் கதைகள் பேசலானார்கள்"

அம்மா : நமது வீட்டின் நாலாவது வீட்டுக் கமலத்திற்குக் கண்ணாலம் என்று காயிதம் வந்தது, கண்டீரா?

மைத்துனர் : கமலம் இறந்து கணக்கிலா நாட்கள் ஆயிற்றே!

அம்மா : இல்லை அண்ணா இதோ பாரும், இந்த மஞ்சள் உறைக்குள் அஞ்சல் (கார் வந்து நிற்கும் சப்தம்)

கணவர் : அப்பாடா... சங்கிலி... அந்த விசிறியை எடுத்து வா.

சங்கிலி : இதோ வந்து விட்டேன்.

அம்மா : அண்ணா மஞ்சள் உறைக்குள்ளிருந்த இந்த அஞ்சலைப் படித்துச் சொல்லுங்கள்... எழுதப் படிக்கத் தெரியாதவள் நானல்லவா... படித்துச் சொல்லுங்கள்.

மைத்துனர் : அன்புடையவரே... அவ்வாசாமி... ஐந்து நாள் ஹைதராபாத் பக்கம் போவதாய் திட்டம் போட்டிருக்கிறான்... கடிதம் இதனைக் கண்ட வுடனே வந்தால்... தொகையை வட்டியும் முதலுமாய் வாங்கி விடலாம். வந்து சேரவும்... அங்கவர் போனபின் இங்கு நீர் வருவது வீணே, இங்ஙனம் வீராசாமி...

கணவர் : எப்போது வந்தது இந்தக் கடிதம்?...

அம்மா : ஏழெட்டு நாள் முன் இங்கு வந்தது... திருமணத் திற்குச் செல்லமாட்டீர் என்று அடுப்பங்கரையில் இதனை வைத்தேன். இதனாலென்ன?

க. காரன் : "மஞ்சள் உறையினில் திருமணச் செய்திதான் வருமா... எழுதப்படிக்கத் தெரியாதவள் கண வனிடம் பதரே என்று பல்லவி பெறலானாள்."

கணவன்	: எங்கிருந்தாயடி என்குடிக்கிப்படி மங்கிப்போக வைத்தாய் காலடி புரிவதெல்லாம் மிகவும் அழும்படி.
அம்மா	: ஊருக்கழித்தாய் உருப்படவா நீ இனியும் ஊரில் எடுபடவா நீ
க. காரன்	: "வந்த அண்ணன் வந்த வழியே சந்தடியின்றிச் சடுதியிற் சென்றான்."
கணவன்	: சாப்பிடமாட்டேன்... சற்றும் இரங்கேன்... கூப்பிட நினைத்தால் கொன்றுபோடுவேன்... இங்கு நான் இரேன்... சங்கிலி தெரிந்ததா? எங்கே பையன்?... இரடா இங்கே... தெருப்பக்கத்தில் இருக்கும் அறையில் இருப்பேன்... அழைத்தால் வரவே மாட்டேன்...
க. காரன்	: "....நடைவரைக்கும் போய் இடையில் திரும்ப அழைப்பார் இல்லை-அதனால் மீண்டும் திரும்பிப் பார்த்து தெருவோடு சென்றார்."
சங்கிலி	: தங்கமான தங்கள் கணவருக்கு இப்படியெல்லாம் எரிச்சல் உண்டாக்குவது தப்பு அல்லவா?
அம்மா	: உரைத்தது போதும் உட்கார். மலைக் குரங்கா மனிதரா? அவர்தாம் கோணங்கி ஆடிக் கொக்கரித்தார். ஆணாய்ப் பிறந்தால் அமர்க்கை வேண்டும். இவர்போல் மனிதரை யான் பார்த்ததில்லை. மூச்சு விட்டாலும் ஆச்சா என்கிறார். சீச்சீ இவரொரு சின்னப் பிறவி.
பையன்	: அம்மா பசி... பசி...
	(இரவுப் பொழுது நாய் குரைக்கும் ஒலி) கதவு தட்டித் திறக்கும் சத்தம்)
கணவன்	: ஏனடா தம்பி சாப்பாடு. உண்டா இல்லையா உரையடா சாப்பாட்டுக் கடை சாத்தியாகி விட்டது... போய்ப் பார்த்துத் தான் புறப்பட்டு வந்தேன்.

க. காரன்	: "சோற்றுப்பானை... குழம்புச் சட்டி கழுவப் பட்டதைத் தெரிந்து... தலைவர் ஓர் உறுதி சாற்றலானார்."
கணவன்	: சாப்பிடமாட்டேன்... சத்தியம்

(...குறட்டை... நாய் சத்தங்கள்)

கணவன்	: யாரது... யாரது? (குரல்கள் மாறி மாறி)
அம்மா	: திருடன்... திருடன்
திருடன்	: யாரும் அசையாதீர்.
கணவன்	: (பொய்த் துப்பாக்கியுடன்) எடுத்ததை வைத்துப் பிடியடா ஓட்டம் சுடுவேன் பாரடா சுடுவேன்.
திருடன்	: என்னைச் சுடாதீர்... என்னைச் சுடாதீர்
பையன்	: அப்பா!_அப்பா! அத்துப்பாக்கி பொய்த் துப்பாக்கி பொய்த்துப்பாக்கி தக்கை வெடிப்பதுதானே!
கணவன்	: திருடன் ஓடுகிறான் பிடியுங்க.
மனைவி	: திருடன் ஓடுகிறான் பிடியுங்க...
கணவன்	: அடே கொலைஞனே எனக்குக் குழந்தையாய் வந்தாய்... கைத்துப்பாக்கியால் கள்ளன் ஒடுங் கினான்... பொய்த்துப்பாக்கி பொய்த்துப்பாக்கி என்றாய். சென்றான் பொருளையும் தூக்கி, உன்னை... (பையன் அலறல்)
க. காரன்	: "சந்தனக்கல்லைச் சரேரென எறிந்தார் தலைவர்... எறிந்த கல் குறி தவறிப்போய்க் கொண்ட பெண்டாட்டி மார்பிலும் வீழ்ந்தது.
அம்மா	: ஆ... செத்தேன்...
க. காரன்	: பையன் விழுந்து மயங்கினான் - கூடவே கொண்ட பெண்டாட்டியும் வீழ்ந்தாள். அதுவே அவளின் கடைசிக் கூச்சல்.

க. காரன்
குழு : படிப்பிலார் நிறைந்த குடித்தனம், நரம்பின் துடிப்பிலார் நிறைந்த சுடுகாடென்க... அறிவே கல்வியாம், அறிவிலாக் குடும்பம் நெறிகாணாது நின்றபடி விழும்..... எல்லா நலமும்... ஈந்திடும் கல்வி இல்லா வீட்டை இருண்ட வீடென்க..

4. ஊர் கூடி

(எட்டுப் பேர்; இரு குழுவினராக இசைக்கேற்ப அடவுகளை இட்டு ஆடிக்கொண்டே நடிப்பிடத்தில் நுழைகின்றனர். குழுத் தலைவர்கள் இருவரும் தங்கள் கையிலுள்ள கழிகளை நடிப்பிடத்தின் மையத்தில் வைக்கின்றனர். பின் குழுவினரோடு வட்டமாகச்சுற்றி ஆடிவருகின்றனர். இசை நிற்கிறது. குழுவில் உள்ள இருவருக்கிடையே சர்ச்சை அது சண்டையாக முற்றுகிறது. ஆளுக்கொரு கழியைக் கையில் எடுத்துக்கொண்டு சண்டைக்குத் தயாராகின்றனர். ஒருவர் ஓடிவந்து விலக்கி விடுகிறார். இரு குழுவினரையும் நடிப்பிடத்தின் இருபுறத்திலும் உட்கார வைக்கிறார்.)

வந்தவர் : ஊர்ப்பெரியாரே! தாய்மாரே! வணக்கம் இங்கே இப்போ நீங்கள்ளாம் ஆவலோடு எதிர்பாத்த 'கலா நிகழ்ச்சி' நடக்கப்போகுது.

இது ஒரு பெரிய 'ஜமா'!

இந்த ஜமாவிலே கலந்துக்கப் போறது நம்ம சுருக்கடி சுப்பையா அண்ணாச்சியும், நம்ம கலைச்செல்வன் தம்பியும்.

சுப்பையா அண்ணாச்சியப்பத்தி உங்களுக்கு நான் ரொம்ப சொல்லத் தேவையில்லே

சுருக்கடி சுப்பையான்னா... எட்டு ஊருக்கு பிரபலம்.

பெரிய அனுபவஸ்தன்!

நாட்டு நடப்பு, வீட்டு நடப்பு எல்லாத்தையும் கரைச்சுக்குடிச்சவர். மூச்சுக்கு முந்நூறு பழமொழி

சொல்வாறு, பெரிய ஞானி அப்பேர்ப்பட்ட பெரியமனுஷன் ஒரு பார்ட்டி.

அப்புறம் நம்ப கலைச்செல்வன் தம்பி காலேசு வரைக்கும் போயி, பெரிய படிப்புப் படிச்ச தம்பி!

இவங்க குடும்பத்தையே நமக்கு தெரியும்.

இவுக தாத்தா கலைத்துறையில பெரிய அண்ணாவி.

அவரு பேருக்கேத்த பேரன் இந்தத் தம்பி...இது ஒரு பார்ட்டி.

இவங்க ரெண்டு பேரோட கை வரிசையைத்தான் நீங்க பார்க்கப் போறீங்க. பள்ளிக்கூடத்தையே எட்டிப் பாக்காட்டாலும், பெரிய அனுபவஸ்தரான சுப்பையா அண்ணாச்சி ஒரு பக்கம்.

காலேசுக்குப் போயி பெரிய படிப்புப் படிச்சாலும் அடக்கம் ஒடுக்கமாயிருக்கிற கலைச்செல்வன் தம்பி ஒரு பக்கம். மீதியை நீங்க பாருங்க!

குழுவினர் இருவரும் எதிரும் புதிருமாக அமர்ந்து பாடுவதற்கு ஆயத்தம் செய்து கொள்கின்றனர். முதல் தலைவர் பாடுகிறார். அவரது குழுவினர் பின்பாடுகின்றனர்.

குழு 1 : அழகான காஞ்சியில் புகழாக வாழ்ந்திடும்
அன்னை காமாட்சி உமையே
அம்மா உன்னை சுக்ரவாரத்தில்

பணிந்து போற்றினோம்.
எக்காலும் நேசிப்பாயம்மா.
அறியாத பிள்ளை நான் தெரியாது பாடினாலும்
பிழையினை மன்னித்தருளம்மா.

இரண்டாவது குழுவினர் பாடத் துவங்குகின்றனர்.

குழு 2 : அறிவியல் விரலிலே அண்டத்தை ஆண்டிடும்
மானுடம் போற்றுகின்றோம்.

பெரியோரே, தாய்மாரே, இளைஞரே
உங்களை வணங்கியே போற்றுகின்றோம்.
கற்றது கையளவு கல்லாதது உலகளவு
கற்கவே உமைப்பணிந்தோம்-இன்னும்
கற்கவே உமைப் பணிந்தோம்.

குழு 1 : அறிவியல் என்று சொன்னியே
அண்டமெல்லாம் ஆளுது என்று சொன்னியே (2)
அந்த அருத்தத்தையெல்லாம் விவரமா சொல்லணும்
விடலைப்பையா இப்பவே-அடடே
விடலைப்பையா இப்பவே.

குழு 2 : அனுபவ படிப்பு அதிகமாக் கொண்டிருக்கும்
அய்யா உனக்கு வணக்கம்-எங்க
அய்யா உனக்கு வணக்கம். (2)
அறிவியல் என்பது வேறு எதுவுமில்லே
அனுபவத்தின் சுருக்கம்-மனுச
அனுபவத்தின் சுருக்கம். (2)

குழு 1 : உம்... சுத்தி வளைக்காதே.
விஷயத்தைச் சொல்லு.

குழு 2 : வானத்துல வானவில்லு
வண்ண வண்ண அழகுலே
வந்துதிக்கப் பாத்துருக்கோம் நாம்-வானத்துல
வந்துதிக்கப் பாத்துருக்கோம் நாம். (2)

அது எப்படி உதிச்சதுன்னு எதனால வந்ததுன்னு
எடுத்துச் சொல்லும் ஒரு பாடம்-மனுசன்
ஆய்ந்து அறிந்து சொன்ன சாரம்.

முதல் குழுவின் தலைவருக்கு ஒருவர் வந்து மாலையிடுகிறார்.

"ஊர் பொது மக்கள் சார்பாக
உங்கள் அனைவரின் சார்பாக
பெரியவர் சுப்பையா அவர்களுக்கு
இந்த மலர் மாலையைப்
பொன்மாலையாகச் சூட்டுகிறோம்."

இரண்டாவது குழுவின் தலைவருக்கு மற்றொருவர் வந்து மாலையிடுகிறார்.

"ஊர் சனங்க சார்பாக
நம்ம இளவட்டங்கள் சார்பாக
கலைச்செல்வன் தம்பிக்கு
இந்த மாலை மரியாதை."

குழு 1 : அனுபவப் படிப்புல
ஆயிரம் கத்துருக்கோம்
அறிவியல் இனி என்ன பாடம்-இதை
அறிய எங்களுக்கெங்கே நேரம் (2)

அதுக்கும் இதுக்குமே
அலையுற வாழ்க்கை
தருகிற அனுபவம் போதும்-அந்த
அனுபவமே எங்கள் பாடம் (2)

குழுத்தலைவர் 1, தன் கையில் உள்ள கழியை எடுத்து வந்து மேடையின் நடுவில் வைக்கிறார். குழுவினர் குலவையிடுகின்றனர்.

குழு 2 : சேத்துல நின்னு நாத்துப் பறிக்கையில்
ரேடியோ பெட்டி சொல்லுது-சேதி
ரேடியோ பெட்டி சொல்லுது (2)

விடுதலை வீரர் நெல்சன் மாண்டெலா
முகத்தை டி.வி. காட்டுது-அந்த
மண்ணப் பக்கத்துல காட்டுது (2) (அந்த மண்ணை)

குழுத்தலைவர் 2, தன் கையில் உள்ள கழியை எடுத்து வந்து மேடையின் நடுவில் வைக்கிறார்.

குழு 2 : அறிவியல் என்பது இதுதானே
அதிசயம் இது இல்லே மதிதானே (2)

குழு 1 : படிச்ச உனக்கு மட்டும் தானா
டி.வி. பெட்டி காட்டுது
படிப்பு இல்லாப் பாமரர்க்கும்
டி.வி.எல்லாம் காட்டுது (2) (ஆமா டி.வி. எல்லாம்)

குழு 1 : ஏய்

(வசனம்) படிக்காதவங்கறதால
எங்களுக்கு டி.வி. பெட்டி
காட்டாம மூடிக்குமா...
அட... சும்மா போவியா...
எங்களுக்கு எழுதப் படிக்கத்
தெரியாது வாஸ்தவம்தான்.
அதனால் எங்களுக்கு ஒண்ணும்
தெரியாதுன்னு நினச்சிடாதே.

எங்க அனுபவத்திலே
நாங்க தெரிஞ்சுக்கிட்டதுல்ல
உனக்கு தெரியுமா.

பாட்டல் : ஈசான மூலை கருத்தா
ஈசல் எங்கும் பறந்தா
மானம் மழை பொழியுமே-மக்கள்
மனதிலே் இன்பம் பொங்குமே (2)

இந்த அனுபவ அறிவு கொண்டு
அகிலத்தை உணருகின்ற
ஆதிபரம்பரை நாங்க நாங்க-அந்த
ஆதி ஆதிபரம்பரை நாங்க நாங்க (2)
வானத்தைப் பாத்ததுமே
நேரத்தைக் கணிச்சுடுவோம்
வாகான கூரு கொண்ட
நாங்க நாங்க. (2)

கடிகாரம் பாக்காமலே
நேரத்தைச் சொல்லுகிற
திறனுண்டா சொல்லிவிடுங்க
நீங்க நீங்க.

குழு 2 : உண்மைதான் :

(வசனம்) உங்களுக்கு இருக்கிற
அனுபவத்தை மதிக்கிறோம்
அறிவை மதிக்கிறோம்
ஞானத்தை மதிக்கிறோம்
ஆனா... ஒண்ணு, உங்கமேல
அனுதாபப் பட்டுதான் இதை
நாங்க சொல்றோம்...

பாடல் : கற்றவர்க்கு கண் இரண்டு
இருக்குன்னு சொன்னார்-நாட்டில்
கல்லாதவர்க்கு உள்ள கண்ணு
புண்ணு என்று சொன்னார்-ரெண்டு
புண்ணு என்று சொன்னார்

எழுதிப் படிச்ச சின்னப்பய
எழுதச் சொல்லி கேட்டா-உங்களை
படிக்கச் சொல்லி கேட்டா

ஆனா...ஆவன்னா தெரியலேன்னு
சிரித்து கேலி செய்வான்-உங்களை
சிரிச்சி கேலி செய்வான்.

குழுவினர் கும்மி அடித்தபடி நடிப்பிடத்தைச் சுற்றி ஆடி வருகின்றனர். இரண்டாவது குழுவிலுள்ள ஒரு சிறுவன் சுப்பையாவைக் கேலி செய்கிறான். முதல் குழுவினர் அவனை அடித்து விரட்டுகின்றனர்.

குழு 1 : ஏட்டுச் சுரைக்காயெல்லாம்
கறிக்குத்தான் உதவுமா-சொல்லு
கறிக்குத்தான் உதவுமா

எண்ணும் எழுத்தும் வந்து
உலையில் கொதிக்குமா-அய்யா
உலையில் கொதிக்குமா...

குழு 2 : எல்லாம் சரிதான்
எண்ணும் எழுத்தும் வந்து
உலையில கொதிக்காது
ஆனா...உன் உலை கொதிக்காம போனா
அது ஏன் கொதிக்கலேன்னு
தெரிஞ்சுக்க வேண்டாமா?
உன் உலையில அரிசி கொதிக்காத
காரணத்தை தெரிஞ்சுக்கவாவது
எண்ணும் எழுத்தும் கட்டாயம் வேணும்.

"கஞ்சி குடிப்பதற்கிலார்
அதன் காரணமிலையெனும்
அறிவுமிலார்...
அஞ்சி அஞ்சிச் சாவார்-அவர்
அஞ்சாத பொருளில்லை அவனியிலே"
என்று சொன்னான் பாட்டுக்காரன் பாரதி.

பாடல் : கஞ்சி குடிப்பதற்கு இல்லாமல் போனது
என்ன காரணம் தெரிஞ்சுக்கணும்-அது
என்ன காரணம் தெரிஞ்சுக்கணும்

இந்தக் கணக்கு வழக்குகளை
தீர்க்க வாவது...

எழுதப் படிக்க நீ தெரிஞ்சுக்கணும்.
எழுதப் படிக்க நீ தெரிஞ்சுக்கணும்.

முதல் குழுவினர் பதில் சொல்லாமல் கோபித்துக்கொண்டு நடிப்பிடத்தை விட்டு வெளியேறுகின்றனர். ஒருவர் ஓடிவந்து அவர்களைத் தடுத்து நிறுத்திச் சமாதானம் செய்கிறார்.

நடுவர் : அண்ணாச்சி இருங்க,
கோவிச்சுக்காதிங்க
இந்த 'ஐமா' நல்லபடியா
முடியணும் நீங்க பாட்டுக்குப்
பாதியில் போயிடாதீங்க
அவங்க அப்படி என்ன தப்பா
சொல்லிட்டாங்க.
உங்களோட அனுபவத்தை
உங்களோட அறிவை...
அவங்க மதிக்கறாங்க
உங்ககிட்ட இருந்து அதைத் தெரிஞ்சிக்
கொள்றதுக்கும் அவங்க தயாரா இருக்காங்க
அதேமாதிரி அவங்க கிட்டே இருக்கிற
எழுத்தறிவை நீங்க மதிக்க வேணாமா?
அதைத் தெரிஞ்சுக்க நீங்க தயாராக வேணாமா?
இதுல வெட்கப் படறதுக்கு என்ன
இருக்கு? இது சாதாரண கொடுக்கல் வாங்கல்.
உங்ககிட்ட இருந்து அவங்க கத்துக்கப்போறாங்க. அவங்ககிட்ட
இருந்து நீங்க கத்துக்கப்போறீங்க.
எல்லார் கிட்டயிருந்தும் எல்லாத்தையும் கத்துக்கணும். அதுக்கு
முன்னாலே...ஆனா ஆவனாவைக் கத்துக்கணும்.
வாங்க கையைக் குடுங்க.

நடுவர் இரு குழுவினரையும் ஒன்று சேர்த்து வைக்கிறார். இரு குழுவினரும் வரிசையாக நின்று ஆடியபடி பாடுகின்றனர்.

பாடல் : சொந்தக்காலில் நின்று வாழ
எழுதப்படிக்கத் தெரிய வேணும் தோழனே
நீ வா... வா...

எட்டடிக்குச்சுக்குள்ளே வாழும்-உன்
வாழ்வு விண்ணை மீறவே படிக்கவே
நீ வா...வா...

நீ சிந்துகின்ற வியர்வை நீரின் பெருமை
ஊருக்கெல்லாம் சொல்லுவோம் படிக்கவே
நீ வா...வா...

ஊர்கூடி தேர் இழுப்போம் வா...வா...
ஊரெல்லாம் அறிவொளியை ஏற்றிடலாம்
வா...வா...

மாக்களல்ல மாக்களல்ல நாமும்
மனிதனென்று மார்பு தட்டிப் படிக்கவே
நீ வா...வா...

5. வெகுமதி

கூத்து வடிவ நாடகம்

(தெருக்கூத்துக் கலை நிகழ்ச்சியில் வாசிக்கப்படும் முகவீணை அல்லது ஆர்மோனியம், மிருதங்கம், டோலக், சால்ரா ஆகிய இசைக் கருவிகளின் முழக்கம். மேளம் களைகட்டுகிறது.)

சபை வாழ்த்து

முட்டாள் தனத்தை விரட்டிடுவோம்
முழு மனிதரைப் போற்றிடுவோம்
அறியாமையைப் போக்கிடுவோம்
அறிவாளரைப் போற்றிடுவோம்
ஏழை எளியோரை வணங்கிடுவோம்
எல்லாரும் வாழ்ந்திடப் போற்றிடுவோம்
கூடியிருப்போரை வணங்கிடுவோம்
பெரியோர் தாய்மாரை வணங்கிடுவோம்.

கட்டியக்காரன் வருகிற பொது விருத்தம்

கட்டியக்காரன் வந்தான் அலங்கிர்த
கட்டியக்காரன் வந்தான்
கச்சை யிறுக்கிக் கட்டி
கைதனில் தடியுமேந்தி
அழகான தலைப் பாகை கொண்டு
அட்டகாசக் குரலை ஏந்தி (கட்டியக்)
தரித்த வாபரணங்கள் தகத்தகவென்று
தலையிலும் ஆடையிலும் சரிகை பளாரென்று

ஒய்யாரமாகவே உயர்ந்த நடை நடந்து
உரக்கப் பேசுவோரை அதட்டி மிகக்கடிந்து
மூடப்பழக்க வழக்கம் முழுதும் ஒழிய வேண்டி
முட்டாளை ஒழித்துக் கட்டி ரீங்காரம் விளங்க (கட்டி)

கட்டியக்காரன் பொது வசனம்

(ஒரு தமுக்கு கொண்டு அடித்து வந்து நின்று கூறுகிறான்)

அத்தனை பேர்களுக்கும் சபை வணக்கம் செய்தேன். அகோதெனில் முட்டாள்தனம் ஒழிய மூடப்பழக்க வழக்கம் முற்றும் ஒழிய வேண்டி அறிவொளியை மக்கள் பெற 'வெகுமதி' எனும் கூத்து ஒன்று நடத்திட இவ்விடம் நாங்கள் வந்துள்ளோம். அதாகப்பட்டது என்னவென்றால்...காலங்காலமாக வீட்டுக் கோடியில் கருங்கல் ஒன்றில் காலை தோறும் கத்தி அரிவாளைத் தீட்டிப்பதம் பார்த்துக் கருவேல் மரம் வெட்டவும், கூலிக்குக் கரும்புவெட்டவும் செல்லும் பழனி என்னும் தொழிலாளி வரும் விதம் காண்க.

பழனி-பாட்டு

காடு வா வாங்குது
வீடு இப்போ போ போங்குது
'அ' னா 'ஆ' வன்னா படிப்பு எதுக்கு
என்னப்படச்சவனே-
இனிமே
அதிகாரியா ஆகுறதுக்கா என்னப்படச்சவனே
(காடு).

வசனம்

காடு வா வாங்குது வீடு போ போங்குது இனிமே எனக்கு எதுக்கு அ, ஆ எழுத்தையெல்லாம் கத்துக்கிட்டு நான் இனிமேல் என்ன பெரிய அதிகாரியாகவா போகப் போறேன்.

விருத்தம்

முனுசாமி : மூணெழுத்துப் படிச்சதால்-சபையில்
 முன்னுக்கு ஒக்காருறேன்
 முனுசாமி என்பது என்பேரு
 மூணு ஊரும் கேக்குது என்பேச்சு

வசனம்

என்னப்பா பழனி படிக்காதவனுக்கு, கண்ணுல்லாம் புண்ணுன்னு இராத்திரி சொல்லிக் கொடுத்த வாத்தியாரு சொன்னாரப்பா மனசில தச்சுச்சா.

பழனி : இல்லப்பா முனுசாமி. நான் பகல் பூராவும் வயக் காட்டுல திரியுறேன். ராத்திரியிலேதான் வீட்டுக்கு வர்றேன். இந்த வயசான காலத்தில் படிப்புல்லாம் நமக்குத் தேவையா?

விருத்தம்

மூணு படிக்காத காலத்தில்
முப்போகம் வெளஞ்சுச்சு. இப்போ நாலு எழுத்துத்
 தெரிஞ்ச
காலத்தில நாடு பஞ்சமாப்போச்சு.
அஞ்செழுத்துப் படிச்சுப்புட்டா அதிகாரியா
 ஆயிடலாம்னாக.
ஆனா ஆடுமாடுமேச்சிருந்தா அரைவயித்துக் கஞ்சி
 கிடைச்சிருக்கும்.
இப்போ பட்டத்தை வாங்கிக்கிட்டு படிப்படியா ஏறி
 அலையுறாக.

பாட்டு

நாடு போற போக்கு-இப்போ
நல்லாத் தெரியலே
ரவைக்கு நடக்கப் போறதுந்தான்

நமக்குப் புரியலே
பாடுபட்டுப் படிச்சவர்க்குப்
பலன் கிடைக்கலே
படிச்சி வந்த பயகளுக்கு
வேலை கிடைக்கலே
ஊதாரிப் பயகளெல்லாம்
உப்பிப் போனாங்க
ஒழைப்பாளி மக்களெல்லாம்
ஒடஞ்சு போனாங்க (நாடு)

முனுசாமி : இல்லே பழனி நம்ம ஊருக்கு டவுன்பஸ் வருதுல. கெழக்க இருந்து ஒரு பஸ் வருது. மேற்கே இருந்து ஒரு நாளைக்கு நாலு தடவைப் பச்ச நெறத்தில பஸ் வருது. நமக்கு எழுதப் படிக்கத் தெரிஞ்சிருந்தா எத்தனை மணிக்குக் கெழக்க இருந்து வண்டி வருது. எத்தனை மணிக்கு பச்ச பஸ் வருது அப்படின்னு விவரம் எட்டுமில்ல. இப்போ பாரு இந்த இத்தினிக்கானு பசங்க நாலாம் நம்பர் ஆறாம் நம்பர் அப்படி இப்படின்னு என்னென்னம்மோ சொல்றாங்கப்பா.

பழனி : அதுவும் சரிதான்.

முனுசாமி : நாமும் நாலு எழுத்து படிச்சிருந்தமுன்னா இப்படி நாம அவஸ்தப்படத் தேவையில்ல பாரு. அதுல ராத்திரி பள்ளிக்கூடம் நம்ம மாதிரி வயசானவங்களுக்குத் தேவைதான்.

பழனி : நம்ம ஊரு மொள்க்கொட்டுத் திண்ணையிலே நம்ம ஊரு பொம்பளப் புள்ளைங்க கும்மி அடிச்சு ஆடுதுங்கலாம். எம் பொண்ணு கூட அங்கேதான் போயிருக்கு. வாப்பா நீயும், போயி அதைப் பார்த்திட்டு வருவோம்.

கும்மிப்பாட்டு

தன்னன்னே னன்னானே-தானே
தன்னன்னே னன்னானே
தன்னன்னே னன்னானே-தானே

தன்னன்னே னன்னானே
புத்தகங்களில் சிலுசிலுக்கும்
வயல்களின் இசைநாதம்
புத்தகங்களில் சலசலக்கும்
அருவியில் நவகீதம் (தன்)

பழனி : (தொகையறா) காலா காலத்துல
கருங்கல்லில் தீட்டுறேன்
பதப்படுத்த வேணும்
கரும்பு வெட்டணும்
கத்தி தீட்டணும்
கருவேல் வெட்டணும்
அரிவாள் தீட்டணும்
பதப்படுத்துகிறேன்-அரிவாளைப்
பதப்படுத்துகிறேன்.

பாட்டு

கருப்பாயி : தண்ணிக் கொடமெடுத்து-ஏமச்சான் பழனி நான்
தங்கமகள் தண்ணிக்குப் போறேன்-ஏமச்சான் பழனி
வெள்ளிக் கொடமெடுத்து-ஏமச்சான் பழனி நான்
வெள்ளி மக தண்ணிக்குப் போறேன், ஏமச்சான் பழனி.

நடைவேறு

பழனி : ஆத்தூரு அங்கம்மா
அழகாபுரி சின்னம்மா
களத்தூரு கண்ணம்மா
கையழச்சா என்னம்மா

முனுசாமி : என்னைய்யா பழனி. அரிவாளப் பதமா தீட்டுறியே. அதே கருங்கல்லு, அதே அரிவாள். விடிஞ்சா போதும் சரக் சரக்குனு தீட்ட ஆரம்பிச்சுடுறே...

பழனி : இந்தக் கருங்கல்லு இருக்கே இது எங்க பாட்டம் பூட்டன் காலத்தில இருந்து எங்க வீட்டுல கெடக்குது. இந்தக் கல்லுல இந்தக்

கத்தியத் தீட்டுனாத்தான் இன்னக்கிப் பொழப்பு நமக்கு வெளங்கும்.

கருப்பாயி : வயசானவங்களுக்குப் பாடம் சொல்லிக் கொடுக்கிற வாத்தியாரு என்னம்மோ ராத்திரி கத்தியத் தீட்டாதே புத்தியத் தீட்டுன்னு சொன்னாரே-நீ என்னம்மோ இப்போ கத்தியத் தீட்டிக் கிட்டிருக்கே. அந்தக் காலத்திலே பள்ளிக் கூடத்துக்கு மைல் கணக்கா நடந்து போகணும். இன்னக்கி வயசாகிப் போன ஆளுகளுக்கு நம்ம ஊருக்கே தேடிக்கிட்டு பள்ளிக்கூடம் வருகுது. கத்தியத் தீட்டுற கையோட புத்தியத் தீட்ட மறந்திடாதே.

பாடல்

ராஜு : வந்தனம் வந்தனம் வந்தனம்
பழனி அய்யா வந்தனம்
காடுகரைக்கு வந்தேனே
கழனிவேலை செய்யவந்தேனே
சேத்தில கால் கை வச்சு
சோத்தில கை வைக்க
காடு கரைக்கு வந்தேனே (வந்தனம்)

பழனி : வாப்பா ராஜு ஒன்னோட வயக்காட்டுல பூச்சி விழுந்திருச்சின்னு சொன்னியே அதுக்கானதப் பாத்தியா?

ராஜு : அந்த வேலையாத்தான் வயக்காட்டுக்கு வந்தேன். அய்யாவப் பாத்துப்புட்டேன்.

பாடல்

இப்படி மோசம் போலாமா-கோவிந்தன்
இப்படி மோசம் போலாமா

பழனி : (வசனம்) என்ன நீ சொல்லுறே விபரமாச் சொல்லுப்பா ஒன்றும் புரியலே....

ராஜு : (பாடல்)தண்டம் கட்டி இவன் வரலாமா
கோர்ட்டில
தண்டம் கட்டி இவன் வரலாமா
நம்ம ஊருப் பேரை நாசப்படுத்தணுமா
நம்ம நாலுபய ஏளனமாப் பேசணுமா
இப்படி மோசம் போலாமோ-கோவிந்தன்
இப்படி மோசம் போலாமா

வசனம்

ராஜு : அகோ தென்னான்னா...

இங்கே 'மூத்திரம் பேயாதே'ன்னு கொட்டை எழுத்தில எழுதிப் போட்டு வச்சிருந்திருக்காக. இந்தப் படிக்கத் தெரியா கூறுகெட்ட கோவிந்தன் இருக்கானே அவன் அதப் படிச்சுட்டு அங்க போயி மூத்திரம் பேயலாமா... வெட்கமில்ல... மானமில்லே... ரோசமில்லே...சே...சே...அவமானம், அவமானம். இந்தச் சேதியக் கேட்டதும் நானே தூக்குப் போட்டுக்கலாமான்னு யோசிச்சேன். நம்ம ஊருக்கே கேவலமாச்சே.

பழனி : அப்புறம் நம்ம ஊருல ரெண்டு முட்டாப்பயலுக இருக்கானுகன்னு நம்ம ஊருலயும் சுத்து வட்டாரத்திலயும் பேசிடுவாங்க. அப்படியில்லாம் ஏதும் யோசிக்காதே. ஏதும் பண்ணிப்புடாதே.

ராஜு : டவுனுக்குப் போயிருக்கான். மெயினான இடத்தில அங்கே மூத்திரம் பேயாதே, பேஞ்சா ரூபா நூறு அபராதம் கட்டணும்னு எழுதிப் போட்டு இருந்துருக்கு. அதைப் படிச்சுப்புட்டும் இந்தக் கோவிந்தன் இப்படி பண்ணலாமா?

பழனி : மழைக்குக் கூடப் பள்ளிக் கூடம் போகாத பயல் கோவிந்தன் மனசறிஞ்சு தப்பு செய்யாத பயல் அந்தக் கோவிந்தன்.

அடடே! எழுதிப் போட்டிருந்த வாசகத்தைப் படிக்கத் தெரியாததாலே அவனுக்கு இந்தக் கதி வந்திருக்கே.

ராஜு : எச்சரிக்கைப் பலகையைப் படிக்கத் தெரியாம இவன் மூத்திரம் பேயப் போக காவக்காரன் வந்து

புடிக்க கோர்ட்டில் போய் நூறு ரூபாய் தண்டம் கட்டிட்டு வந்து இருக்கான். நாலு எழுத்துக் கத்திருந்தால் இந்தக் கதி வந்திருக்குமா அவனுக்கு.

பழனி : எழுதப்படிக்கவேணுங்கிறது எவ்வளவு தேவைப் படுது. மனுசன் மண்டையப் போடுற அந்த நாள் வரைக்கும் படிப்பு ரொம்ப அவசியம். செத்த பிறகும் கூட ஒருத்தனுக்குக் கல்வி எவ்வளவு புகழைத் தேடித் தரும்கிறது இப்போதாம்பா புரியுது. இன்னயில இருந்து முதியோர் கல்விச் சாலைக்குப் போயிட வேண்டியதுதான்.

பாடல்

கட்டியக் காரன் : 'அ' னா 'ஆ'வன்னா
'இ' னா 'ஈ' யன்னா
அ, ஆ, இ, ஈ, படிபடி
அது முன்னேற்றத்தின் முதல்படி
எழுதப்படிக்கத் தெரிந்துகொள்
எழுதப் படிக்கத் தெரிந்துகொள்

(இசைக் கருவியாளர் ஏனைய நடிகர்கள் இணைந்து குரல் பின்பாட்டாய்த் தருதல்)

க. காரன் : (வசனம்)

அதாகப்பட்டது என்னன்னா நமது பழனி அய்யா இருக்காரே அவரை நாம எங்கே பாக்கலாம்? (மேடையை அடவு செய்து வட்டமாய் ஒருமுறை முன்னும் பின்னும் வலம் வருதல்) பகல் பொழுதுன்னா, காடுகரையில பாக்கலாம். இராத்திரிப் பொழுதுன்னா முதியோர் கல்வி நடத்துறாங்களே அந்த எடத்தில பாக்கலாம்.

பகல்ல உழைப்பு
இரவிலே படிப்பு

வழக்கம் போல வாட்டமான கல்லு வசமான கருங்கல்லு. கல்லுல வெட்டுக்கத்திய அதுதான் அரிவாள சரக் சரக்கினு தீட்டிக் கொண்டிருக் கிறார் பழனி. அந்த வேளையிலே கருப்பாயி

வருகிறார். இவர்கள் இருவரும் சந்திக்கும் விதம் காண்க.

கருப்பாயி : அதே கருங்கல்லு, அதே வெட்டுக்கத்தி
சரக் சரக் என்ன பழனி அய்யா
இன்னும் தீட்டுறியா?

பழனி : கத்தியையும் தீட்டுறேன்
பத்தியையும் தீட்டுறேன்

இப்போதெல்லாம் நான் தினமும் இராத்திரிப் பள்ளிக்குப் போயிக்கிட்டு இருக்கேன் தெரியுமா? கருப்பாயி எனக்கு இப்போதான் நெனப்பு வருது. இந்தக் கல்லுல என்னமோ எழுத்துக் கள்ளாம் எழுதியிருக்கு. இதப்பத்தி எனக்கு அப்போ நெனப்பு இல்லே. ராத்திரிப் பள்ளிக்குப் போனதுக்குப் பிறகுதான் இதப்பத்தி நெனப்பு வருது. கருப்பாயி ஒரு ஒதவிசெய். இங்கே வா. இந்தக் கல்லக் கொஞ்சம் பெரட்டு (கல்லைப் பெரட்டுகிறாள்) ம்...ம்... அப்படியே கொஞ்ச நேரம் வச்சுக்கோ.....

இது வந்து......'சோ' னா இந்த எடத்துல எழுத்து அழிஞ்சு போயிருச்சே... அடடடா... இது 'லா' னா. கருப்பாயி நான் இந்த துண்டைச் சுத்தி தலையில சிம்மாடு வச்சிக்கிறேன்.... இப்ப இந்தக் கல்லத் தூக்கு.... கொஞ்சம் கொஞ்சம்... போதும்.

கருப்பாயி : எவ்வளவு கனமா இருக்கு... ஆமா ஒனக்கு என்ன இராத்திரிப் பள்ளிக்குப் போனதில இருந்து கிறுக்குப் பிடிச்சிருச்சா... ஏன்யா இதத் தூக்கித் தலையில வக்கிறே...

பழனி : கருப்பாயி.... ராத்திரிப் பள்ளிக்குப் போனதிலே யிருந்துதான் நான் முழுமனுசனா ஆயிருக்கே. புத்தி எனக்குத் தெளிவாயிருக்குது. நான் டவுனு வரைக்கும் போயிட்டு வந்துடுறேன். இந்த அரிவாள வீட்டுக்குள்ள எடுத்துப் போடு. நான் போயிட்டு வந்திடுறேன்.....

கருப்பாயி : என்ன இந்த மனுசான் 'சோனா'ங்கிறாரு, 'லா' னாங்கிறாரு. கல்லத் தூக்கித் தலையில வச்சுக் கிட்டு டவுனுக்குப் போறேன்னு ஓட்டமும் நடையுமாப்போறாரு. ஒண்ணும் புரியலையே....

வானொலி அறிவிப்பு கேட்கிறது?

வணக்கம்.

பாண்டிச்சேரி வானொலி நிலையம், செய்திகள் வாசிப்பது ரெங்கராஜ். பனப்பாக்கத்தில் வசிக்கும் திரு. பழனி எனும் ஐம்பது வயது மதிக்கத் தகுந்தவர். ஒரு முக்கிய வரலாற்றுச் செய்தி பொறித்த கல்வெட்டு ஒன்றினைத் தொல் பொருள் ஆராய்ச்சி நிலையத்துக்கு வழங்கி உள்ளார். இந்தக் கல்வெட்டுச் செய்தியில் கி.பி. 9ஆம் நூற்றாண்டின் சோழர் கால அரிய வரலாற்றுக் குறிப்பு உள்ளது. முதியோர் கல்வியில் கடந்த இரண்டு மாதங்களாக இவர் கல்வி கற்கச் சென்று வந்ததன் பயனாலேயே இந்த ஒரு அரிய செயலைச் செய்ய முடிந்தது என்று அவர் தந்த பேட்டிச் செய்தியில் சொல்லி இருக்கிறார். அரசின் சிறந்த பரிசையும் பாராட்டையும் வரும் சுதந்திரதின விழாவின் போது முதல்வர் அவர்களிடம் பெற உள்ளார்.

மங்களம்

பல்லவி

அறிவின் சின்னமே வாழியவே
ஒளியே தெளிவே வாழியவே

அனுபல்லவி

கற்ற அறிவாளர்க்கு மங்கலம்
தப்பித்து வருவோர்க்கு மங்களம்

சரணம்

வேலை வாய்ப்பு இல்லாத போதும்
வேதனை நம்மை வாட்டிய போதும் (அறி)
இளையோர் கல்வி முதியோர் கல்வி
இன்றும் என்றும் இனிதே விளைக (அறி)
மாணவர் படைகள் மண்ணில் மலர்க
மாபெரும் வல்லமை விண்ணில் சமைக (அறி)

6. பேயோட்டம்

நாடக ஆசிரியர் குறிப்பு

வறுமைப்பேய், சீதனப்போய், விலைவாசிப் பேய், இனப்பேய், மதப்பேய், நாற்காலிப்பேய் இப்படியான பல பேய்கள் நம்மை ஆட்டிக் கொண்டிருக்கும் இக்காலகட்டத்தில் கிராமங் களில் நமது பெண்களைப் பேய் பிடித்ததாய் ஆட்டம் ஆடுவதையும் பேயை ஓட்டிடப் பூசாரி மேற்கொள்ளும் நடவடிக்கைகளையும் இன்றளவும் கூட நாம் கவனிக்க முடிகிறது.

நமது கிராமங்களில் விளங்கும் பேய்கள் சிறு பெண்குழந்தைகளைப் பிடிக்கமாட்டா. மீசை வைத்துள்ள ஆடவர்களைக் கிராமத்துப் பேய்கள் பிடிக்கமாட்டா. வயதான பாட்டிமார்களை நமது கிராமத்துப் பேய்கள் கொஞ்சங்கூட விரும்ப மாட்டா. மணமான இளவய்து பெண்களையும் மணமாகாத இளவயதுப் பெண்களையும் மட்டுமே

நமது கிராமத்துப் பேய்கள் படக் படக்கெனப் பிடிக்கும் வேடிக்கை நடைபெறக் காணமுடிகிறது.

கிராமங்களை மட்டுமே தங்களின் எல்லைகளாகக் கொண்டுள்ள பேய்கள் பெரும்பாலும் அச்சாவு கொண்டவர்களின் பெயர்களையே கொண்டு விளங்கக் காணலாம். கருப்பண்ணன், பாண்டி முனி போன்ற ஆண்களின் பெயர்களையும், ஒத்தைப்பனை, ஆலமரம் போன்ற மரங்களில் குடியிருக்கும் ஒத்தைப்பனைப் பேய், ஆலமரப்பேய் போன்ற பெயர்களையும் அரிதாகவே பெண் பெயர்களைக் கொண்டு விளங்கிடக் காண முடிகிறது.

பெரிய மீசை, சாட்டைக் கம்பு, சாட்டை உடுக்கு, இசைக்கருவி கொண்டு இயக்கிப்பாடி ஓட்டத்தக்க ஆண் பூசாரி ஒருவரையும் பூசாரியின் இசைப்பாட்டின் பொருள்களை விளக்கவும் பூசாரிக்குத் துணையாக விளங்கும் ஒரு உதவியாளர் (ஓட்டி அடிப்பவர்) ஒருவரையும் சந்தித்த மாத்திரத்திலேயே அதாவது பூசாரியின் சடங்குகளை நிறைவேற்றிய பிறகே பேய் பிடித்ததாக நம்பப்படும் பெண் இயல்பான மனநிலைப் பெண்ணாகிறாள் எனக் கிராமங்களில் நம்பப்படுகின்றது. எத்தனையோ சடங்குகளைப் பூசாரி செய்யினும், மணமாகாப் பெண் பேய் பிடித்திருப்பாளானால் திருமணம் நிகழ்ந்தால் (கன்னி கழிஞ்சா) பேய் ஓடிடும் என்றும் மணமான பெண் பேய் பிடித்திருப்பாளானால் புகுந்த வீட்டின் சூழலிலிருந்து விடுபட்டுப் பல நாட்கள் (குறைந்தது ஒரு வாரம் முதல் ஒரு மாதம் வரை) பிறந்தவீட்டில் தாய், தந்தை, உடன்பிறப்புகளுடன் இருந்து மீளத்திரும்புவாளானால் பேய் ஓடிடும் என்றும் உளவியல் ரீதியான மருத்துவ முறையினைக் கொண்டிருப்பதைப் பூசாரியிடம் அவதானிக்க முடிகிறது.

நமது கிராமத்துப் பேய்கள் கிராமத்தில் வாழும் படித்த பெண்களை, அலுவலகப் பணிகளுக்குச் செல்லும் பெண்களை அண்டாமல் போய்விடுவதும், நகரத்திற்குச் சென்று அங்குள்ள மணமான பெண்களையோ, மணமாகாப் பெண்களையோ பிடிப்பதற்குச் சக்தியில்லை என்பதை நடைமுறையில் நாம் வேடிக்கையுடன் கவனிக்க முடிகிறது.

பெண்ணடிமை தீருமட்டும் இந்தப் பேய்கள் கிராமத்தில் ஆட்சி செய்யும். கிராமத்துப் பெண்கள் எழுதப்படிக்கும்

அறிவைப்பெறும் வரை இந்தப் பேய்கள் கிராமத்தில் வலம் வருவதை நாம் தடுக்க இயலாது. தங்கள் வாழ்க்கையில் ஏற்படும் குடும்பச் சிக்கல்கள் போன்ற பல்வேறு வாழ்க்கைப் பிரச்சினைகளைத் தாங்களே எதிர்கொள்ளும் தெம்புகளைப் பெண்கள் பெறும் வரை ஆணாதிக்கம் நிறைந்த இந்தியா போன்ற நாடுகளில் இதுபோன்ற பேய்களை ஒழிப்பது சிரமமே.

கிராமத்துப் பெண்கள் மத்தியில் அறிவொளி பாய்ச்சப்பட வேண்டும். கிராமத்து மக்களுக்கு மூடநம்பிக்கை, பெண் விடுதலை, வாழ்க்கைப் பிரச்சினைகளை எதிர்கொள்ளும் திறன் குறித்து விதைப்புச் செய்ய வேண்டும். கிராமத்துப் பெண்களுக்கு அவர்களின் மொழி நடையிலேயே சொல்ல வேண்டியதைச் சொல்லும்போது மட்டுமே செல்லுபடியாகும். 'முள்ளை முள்ளால் எடுக்க வேண்டும்' எனும் முதுமொழிக்கேற்ப அவர்களது சடங்குகளின் வழியே அவர்களை விழிப்படையச் செய்ய இது ஆட்டம் பாட்டு கூத்துக் கொண்ட ஒரு நாடகமாக அமைகிறது.

மேடை பற்றிய குறிப்பு

இந்நாடக மேடைக்காட்சி அமைப்பில் ஒரு ஆலமரம் அட்டை அல்லது மரம் போன்றவற்றால் (Set) தயாரிப்புச் செய்து கயிறுகளால் சூழப்பட்டு விழுதுகள் கொண்டமைய வேண்டும். ஆலமரத்தைச் சுற்றி வட்டமாகத் திண்டு அமைதல் வேண்டும். அத்திண்டு ஒரு சிலர் நிற்கவும், அமரவும் வாய்ப் புள்ளதாகச் சற்று அகன்றிருப்பது தேவை.

இந்நாடகம் அறிவொளியின் அவசியத்தை உணர்த்து வதானது. எனவே (Lighting) ஒளி அமைப்பு ஒரு குறியீடாக அமைய வேண்டியது அவசியமானது.

நாடகத்தின் தொடக்கத்தில் இருள் அமை யட்டும். அதில் கார்த்திகைத் தீபத்துடன் கட்டியக் காரன் காட்சி அமைந்து படிப்படியாக மாவிளக்கு, தகரடப்பா விளக்கு, ஆயிரங்கண் பானைத் தீ

விளக்கு, அரிக்கன் லைட், சைக்கிள் டயர் எரியும் தீ, தீப்பந்தம், பெட்ரோமாக்ஸ் லைட், பிற நவீன மின் விளக்கொளிகள் என அமைவது நன்று.

கட்டியக்காரன் தோன்றியதன் பின் மேடையின் இரு புறத்தேயும் இரண்டு தீவட்டித் தடியர்கள் தீவட்டியுடன் நிற்பதும் அவ்வப்போது பாத்திரதாரர்களாகக் கலந்து கொள்வதும் வசதி கருதி ஆக்கிக் கொள்ளலாம்.

மேடையின் நடுப்பகுதிவரை அமைந்துள்ள ஆலமர விழுதுகள் (கயிறுகள்) அவ்வப்போது 'வீடு' காட்சி வரும்போது தொங்கும் முனைப் பகுதிகளைத் தொகுத்து இருபுறமும் அமைந்துள்ள இடுப்பளவுள்ள இரு திண்டுக்ளில் இணைத்து வீட்டு வாயில் எனக் கொள்ளலாம்.

ஊதா நிறம் அல்லது கறுப்பு நிறம் கொண்ட சேலைகள் மேடையின் உயரப் பகுதிகளிலிருந்து தொங்கவிடலாம். சாம்பிராணிப்புகை மூட்டம் பூசாரி வரும்போது தரலாம். (கயிறுகள்) விழுதுகளும், கறுப்புத் துணிகளும் இடம்பெறும் மேடையில் விளக்குகளும் (தீ) இடம் பெறுவதால் இயக்குநர் மிகுந்த பொறுப்புடன் இயக்கம் செய்து தீயை வசப்படுத்துவதில் எச்சரிக்கை கொண்டிருக்க வேண்டும்.

நாட்டுப்புறங்களில் விளங்கும் ஏனைய விளக்கு வகைகள் பற்றிய அறிவு பெற்றிருப்பது இயக்குநருக்கு மிகுந்த பயன்தரும்.

கட்டியக்காரன் வருகை

உறுமி இசைக்கருவியினைக் கழுத்தில் தொங்கிட்ட நிலையில் வாசித்துக்கொண்டு மேடையின் ஒவ்வொரு மூலைக்கும் உறுமிக்கலைஞர் உறும், உறும், உறும் என வாசிக்கும் போது மற்றொருவர் அவர் முன்னே தீக்குச்சியைப் பொருத்தி அவர் முகத்தருகே காட்டிவிட்டு தீக்குச்சித் தீ அணைந்ததும் வேறு திசையை நோக்குகிறார். கடைசியாக மேடையின் முன்புறத்தே வந்து நிற்கிறார்.

உறுமிக்காரர் : அய்யோ (கத்துகிறார்) எங்கே போனாலும் இருட்டுத்தானா? வெளிச்சம் எவ்வளவு மகத்தானது. வெளிச்சந்தான் வாழ்க்கை. வாழ்க்கை என்றாலே வெளிச்சந்தான். யாராவது ஒருத்தர் வெளிச்சத்தோட வாங்களேன். கொஞ்சம், சின்னது, சின்னோண்டு, இவ்விளிக்காணு, இம்மியளவு, இத்தனின்காணு, வெளிச்சம் கொண்டு வந்தா அதைவச்சு இந்நாடகத்துக்கே, இந்த ஊருக்கே, இந்த நாட்டுக்கே, இந்த ஒலகத்துக்கே, தெரியுற அளவுக்குப் பெரிய வெளிச்சமா ஆக்கலாம். இப்ப நாம் எல்லாத்துக்கும் வேண்டியது வெளிச்சம். (மீண்டும் உறுமியை இசைத்துக்கொண்டு நாலா மூலைகளுக்கும் செல்ல அங்கெல்லாம் ஒவ்வொரு வராகக் கார்த்திகை விளக்குடன் வந்து உறுமிக்காரரோடு பின் தொடருகின்றனர். மேடையின் முன்புறத்தே அனைவரும்

வரிசையாகப் பார்வையாளர்களைப் பார்த்த படி நிற்கின்றனர்.

அனைவரும் : வெளிச்சம்
வெளிச்சம்

வெளிச்சம் என ஒருங்கிணைந்த குரலில் கூறுகின்றனர். கையிலுள்ள விளக்குடன் உறுமி வாசிப்பின் நடையைத் துணை கொண்டு அவரவர் மூலைகளுக்கு மீள்கின்றனர். உறுமி ஒலி மட்டும் இசைக்கிறது. (கண்ணைத் துணி யால் கட்டியபடி குருடன் போலக் கைகளை அசைத்துக்கொண்டு கட்டியக்காரன் மேடைக்கு வந்து சேருகிறான்.)

கட்டியக் காரன் : இருட்டுக்குள்ளே எனக்குக் கண்ணு
இருந்து என்ன? போயி என்ன?

இந்தக் கண்ணுக்கு வெளிச்சமிருந்தாத்தானே பார்வை சக்தியே கிடைக்குது. வெளிச்சம் இல்லாத இடத்தில் இந்தக் கண்ணு எதுக்கு, நான் எதுக்கு? .....அய்யய்யோ.... நான் இல்லைன்னா இந்த நாடகத்தை அப்புறம் யாரு நடத்தறது. நான்தான் கோமாளி, பபூன், கட்டியக்காரன், சூத்திரதாரி எல்லாம்.... இப்ப நமக்கு வேண்டியதெல்லாம் வெளிச்சம். சரி அதுக்கு உடனடியா ஏற்பாடு செஞ்சாகணும்.

சூ மந்திரகாளின்னு மந்திரம் போடலாமா? அய்யோ ஏய்க்கிறதுக்கு அதுல ரொம்ப வாய்ப்பு இருக்கு. சரி. அப்ப தந்திரம் பண்ணலாமா? இதுல பல பேரு புரியாம திண்டாட வேண்டியிருக்குமே... எனக்கு, ஒனக்கு, இவுங்களுக்கு, அதோ அந்தக் குடிசைப் பக்கம் இருக்காங்களே அவுங் களுக்கும் எல்லாத்துக்கும் வெளிச்சம் வேணும். அறிவு வெளிச்சம் வேணும். சரி என யோசித்த படி பல்டி அடித்து மேடையின் பின்புறம் செல்கிறான். உறுமிக்கலைஞர் ஒருவர்

முன்வரத் தீவட்டிக்காரர் வெளிச்சத்துடன் மெல்ல முன் நகர்ந்து மேடையின் முன்புறம் ஒரு மூலையில் வந்து அமர்கிறார். தீப்பந்தம் எரிந்துகொண்டிருக்கிறது. இன்னொரு தீவட்டிக்காரர் வெளிச்சத்துடன் உறுமிக் கலைஞர் துணையோடு மேடையின் முன்புறம் நகர்ந்து முன்னர் வந்த தீவட்டிக்காரருக்கு எதிராக மேடையின் முன்புறத்து மூலையில் வந்தமர்கிறார். உறுமி ஒலி மெல்லத் தேய்கிறது. மேடையில் யாருமில்லை. உடுக்கு ஓசை மெல்லக் கேட்கிறது. ஆலமரத்தின் விழுதுகள் அசைகின்றன. இப்போது ஓசை யேதுமில்லை. மெல்ல ஓர் உருவம் போர்த்திய படி எதையோ எதிர்பார்த்தபடி மேடையின் நடுப்புறத்தே வருகிறது. நாலா திசைகளிலும் தேடல் நடக்கிறது. ஆலமரத்துப் பக்கம் நெருங்குகையில் 'பே......' என்ற சத்தத்தோடு மேடையில் வந்து குதிக்கிறது. (ஆண், பெண்) இரு உருவங்களும் ஒருவரை ஒருவர் கண்டு கொண்டன. மௌனம். பலத்த சிரிப்பு. மரத்தைச் சுற்றியும், விழுதுகளை ஆட்டிய படியும் ஓடிப்பிடித்து விளையாடுகின்றனர். உரத்தவாறு உடுக்கடி சப்தம் கேட்கிறது. உருவங்களும், ஒலிகளும் மறைகின்றன.

கட்டியக்
காரன் : மேடைக்குக் குதித்தவாறு வருகிறான். 'சைலன்ஸ்' அதாகப்பட்டது (பயமுறுத்தல் குரலில்) தலைப்புள்ளையா? அங்கே போகாதே. வயசுக்கு வந்த புள்ளே இருக்கியா? ஒத்தை யிலே அங்கே நிக்காதே! உச்சிப்பொழுது வேளையிலே தனியா அங்கே போகாதே! பொழுது சாஞ்சிருச்சுன்னா ஒத்தப்பனை கிட்டே நிக்காதே! அடேங்கப்பா... நமக்கு நாமே எவ்வளவு தடைகளைப் போட்டிருக் கிறோம் பார்த்தீகளா? ஆத்தைத் தோண்டத் தோண்ட ஊத்துப் பெருகும். அதாட்டம் ஆளு வளர வளர அறிவும் வளரணும்.

ஒலகம் அப்போ இருந்தது மாதிரி
இப்போ இருக்கா?

ஆட்டுக்கல்லு ஓடிப்போயி
கிரைண்டரு வந்துடுச்சு...

"அப்போ இருந்தது மாதிரி
இப்போ இருக்கா"

குடுமி வச்ச பயக
ஸ்டெப் கட்டிங் பண்ணிக்கிறான்

அப்போ இருந்தது மாதிரி
இப்போ இருக்கா...

(கட்டியக்காரன் ஆடியபடி மறைகிறான்)

(தீவட்டிக் கலைஞர்கள் மேடையின் நடுப்பகுதி வந்து இரு ஓரங்களிலும் அமர்கின்றனர்.)

ஆலமரம் செய்யப்பட்டுள்ள பகுதி (Set) யின் பின்புறம் தீப்பந்தம் அமைய வெளிச்சம் மட்டும் மேடையில் மங்கலாகக் கிடைக்க, மாலைப்பொழுதை உணர்த்தலாம். பறவைகளின் மொழிகள் ஒலிக்கின்றன.

சுந்தரி....

(பாடுகிறாள்) வாகான ஆலமரம்
ஆலமரம்-எம்மா
விழுது பதினாயிரம்
தன்னே னன்னா னானே
னானே னன்னா னானே
சேர்ந்திருந்த அந்தச் சேதியெல்லாம் சேதியெல்லாம்-இந்த
விழுதுகள் சாட்சி சொல்லும்
தன்னே னன்னா னானே
னானே னன்னா னானே.

மீனா : சுந்தரி என்ன பாட்டு ரொம்பக் கௌம்புது.

சுந்தரி : டவுன்ல போய் படிச்சிட்டு வந்தா நம்ம பாட்டு என்ன மறந்தா போயிடும்.

மீனா : ஏய்! பேச்ச மாத்தாதே, யார நெனச்சு இந்தப் பாட்டு? எந்தலை சத்தியமாச் சொல்லு-மெட்ராசுக்குப் போயிருக்குதே அந்த மேலக்குடி மாணிக்கம் அத நெனச்சுத்தானே... ஏய்... யேய்...

சுந்தரி : நீயென்ன லேசுப்பட்டவளா? ரெண்டே நாள்ல வந்திடுவேன்னு சொல்லிட்டுப் போன வரு இன்ன வரைக்கும் காணோம்...

மீனா : ஆமா நீங்க ரெண்டு பேரும் இப்படி ஆல மரம், தோப்பு தொறவுன்னு சுத்துறீங்க. ஒங்க ஆத்தா அப்பன் என்ன பண்ணப் போறாங் களோ! மேலக்குடியிருப்புக்காரவுங்களோட ஒறவு வைக்க நெனச்சா எங்க கொலை நடுங்குது. ஆமா சத்திய மாங்குறதுக்குச் சொல்லு. நீ மேலக்குடி மாணிக்கம் இருக்குதே அத கல்யாணம் பண்ணிக்கிறத்தான் போறியா?

சுந்தரி : அதில என்ன சந்தேகம்.

மீனா : நம்ம குடியிலே படிச்சவ நீ ஒருத்திதான். படிச்ச வீறாப்ப, டவுனோட நிறுத்திக் கிறணும். நம்ம காடுகரைக்கு இதெல்லாம் ஒதவாது. சினிமாவுலயும், நம்ம பஞ்சாயத்துப் போர்டுக் காரவுங்க வச்சிருக்காங்களே டெலிவிசன் பொட்டி இதுகள்ல தான் காதல், கத்திரிக்கா, கல்யாணம் வரும். நம்ம கிராமத்திலயெல்லாம் காதல் வரும்டி. ஆனா கல்யாணம்னு வரும்போதுதாண்டி டமார்னு இடி விழுந்திடும்.

சுந்தரி : மீனா, நீ பார்க்கத்தான் போறே. கீழக்குடி, மேலக் குடியெல்லாம் மாறி புதுக்குடியா மாறப்போகுது. நாங்க ரெண்டு பேரும் படிச்சவுக. இதை மறந்திட்டுப் பேசாதே.

மீனா : ஆமாமா! படிச்சவுக பாட்டக் கெடுத்தாக; எழுதுனவுக ஏட்டக் கெடுத்தாக. நான் சாகமாட்டேன். நான் பார்க்கத்தானே போறேன்.

சுந்தரி : (பறவைகள் மாலை நேரத்தை உணர்ந்து ஒலிகளை எழுப்புகின்றன) அந்தி சாயுற நேரம் ஆனதும் இந்தப் பறவைகளுக்குச் சந்தோசத்தைப் பாரு. இந்தப் பட்சிகளுடைய பாஷைகளைக் கேளு.

மீனா : ம்...ம்... சுந்தரி-பொழுது சாயுற நேரத்திலே இந்த ஆலமரத்தடியிலே நம்ம மாதிரி கொமரிப் பொண்ணுக நிக்கக் கூடாது... தெரியுமில்லே...

சுந்தரி : ஏன்...?

மீனா : இந்த ஆலமரத்தைப் பேய் பிடிச்சு நம்மூருக் குள்ளே எத்தன பொண்ணுக அவதிப்படுது கன்னு ஒனக்குத் தெரியாதா... ம்...கூம்... பொறப்படு வேகமா...

சுந்தரி : ஒன்னைய மாதிரிப் படிக்காத பொண்ணு களைத்தான் ஆலமரத்துப் பேய், ஒத்த மரத்துப் பேய் இப்படியான பேய்கள்லாம் படக், படக்கினு புடிக்கும். என்னைய மாதிரிப்படிச்ச பொண்ணுகளப் பேய் களுக்குப் பிடிக்காது. (காடுகளில் மேய்ந்து விட்டுப் பொழுது சாய வீட்டுக்கு வந்து சேர்ந்த மாடு, கன்றுகளின் சப்தம் கேட்கிறது.)

கட்டியக் காரன் : மேடையின் முன்புறத் தீவட்டிகள் அணைய இருள் கவ்வுகிறது. கட்டியக்காரன் தகரடப்பா விளக்கு ஒன்றுடன் மேடையின் நடுவில் வந்து வைத்து விட்டுப் பாடுகிறான்.

'புத்தகங்களில் கீச்சு கீச்சென்னும்
கிளிகளின் பேச்சரவ'
தன்னை தன்னானே னானே
தன்னை னன்னானே
தன்னை னன்னானே
புத்தகங்களில் சலசலக்கும்
வயல்களின் இசைநாதம்
புத்தகங்களில் சிலுசிலுக்கும்
அருவியின் நவகீதம்.

இதோ 'விளக்கு' படிங்க.

'புத்தகம் உன்னை மடியில் கிடத்தி
ராசாராணி கதைகள் சொல்லும்.'

(மேடையின் முன்புற ஓரத்தில் அந்த விளக்குடன் வந்து அமர காட்சி தொடருகிறது.)

ராக்கி : இந்த வீட்டுல கொமரிப் பொண்ணு ஒருத்தி இருக்கான்னுதான் பேரு. வீட்டு வேலை ஏதாச்சும் செய்யுறாளா? எல்லாம் இந்த மனுசன் செஞ்சதால வந்த வெனை.

குப்புசாமி : ராக்கி (வீட்டுக்குள் நுழையும் போதே) ராக்கி! வீட்டுக்குள்ளே என்ன பண்ணுறே? கன்னுக்குட்டி கவுத்த அவுத்துக்கிட்டு நிக்கிது. இந்த ஆடு மாடுகளப் புடிச்சுக் கொட்டக் காலில கட்டக் கூடாது...

ராக்கி : பொழுது சாயுற வேளையிலே ஆலமரத் தடியிலே ஒரு பொண்ணு நிக்கலாமா? இல்லே ஒங்க பொண்ணு நிக்கலாமா? நம்ம ஊர்ல பொறந்து வளந்த இவளுக்கு நம்மூரு ஆலமரத்துப் பேயப்பத்தித் தெரியாது..

குப்புசாமி : அடி! ஏண்டி சும்மா கத்துறே! ஓட்டப் பானையில கெடக்குற நண்டு மாதிரி...

ராக்கி : நான் ஒருத்தி கிடச்சேன் ஒங்களுக்கு நம்ம ஊருப் பள்ளிக்கொடத்தோட போதும், டவுனுல போய் பொம்பளப்புள்ள படிக்கறதுலாம் நல்லாப் படலேன்னு நான் அப்பவே சொன்னேன். அப்பனும் புள்ளையும் ஏஞ்சொல்ல என்னக்கிக் கேட்டாக...

குப்புசாமி : ராக்கி! இப்போ நம்ம புள்ள படிச்சதாலே இந்த ஊருல எனக்கு எவ்வளவு பெருமை தெரியுமா? நம்ம ஊருல, நம்ம கீழக்குடியிலே டவுன்ல போய் பொம்பளப் புள்ளையப் படிக்க வச்சதிலே நான்தான் மொத ஆளுன்னு என்னைப் பார்த்து எவ்வளவு பையக பொறாமப்படுறானுக தெரியுமா?

ராக்கி : அதில்லேய்யா! நீ ஒரு ‘ஆக்கை கெட்ட கூகை’ (மெதுவான குரலில்) நம்ம ஊரு ஆலமரம் இருக்கே... ஆலமரம்.

குப்புசாமி : ஆமா!

ராக்கி : அதிலே ஆலமரத்துப் பேயி இருக்கே பேயி...

குப்புசாமி : ஓகோ!

ராக்கி : அந்தப் பேயி...

குப்புசாமி : 'பே' ...எனக் கத்துதல்

ராக்கி : (ஆஹ் எனப் பயந்து அலறுதல்)

குப்புசாமி : ராக்கி! ராக்கி! (அவளைப் பிடித்துக் குலுக்கி)

ராக்கி : ம்... ம்... இயல்பு நிலைக்கு வந்தவளாய்... அம்மாடி!

கட்டியக் காரன் : (விளக்குடன் அமர்ந்திருந்த கட்டியக்காரன் எழுந்து நின்றவனாய் அவர்களுடன் சேர்ந்து அவனும் சிரிக்கிறான்.)

'அச்சமும் நாணமும்
நாய்களுக்கு வேண்டும்'

பாட்டுக்கொரு புலவன் பாரதி
மீசையை முறுக்கிவிட்டுச் சொன்ன வாசகம் இது.

ராக்கி அம்மா இப்போ நீங்க ஆரம்பிக்கலாம்.

சுந்தரி : (அஹ்... ஹா... எனப் பரிகசித்துச் சிரிக்கிறாள்)

ராக்கி : என்னய்யா! கூறுகெட்ட தனமாய்... பொம்பளகிட்டே பேசுறப்போ ஒரு எதம் பதம் வேணாம்.

குப்புசாமி : நானும் பார்க்கிறேன் வந்ததிலிருந்து ஆல மரம், பேய்; ஆலமரம், பேய் ஒனக்கு வேற பேச்சே இல்லே...

ராக்கி : அதில்லேங்க ஒங்க அருமைப் பொண்ணு பொழுது சாயுற நேரத்திலே அந்த ஆலமரத் தடியிலே போய் நிக்கலாமான்னு கேளுங்க. ஏதாவது 'குண்டக்க மண்டக்க' ஆயிடுச்சுன்னா... கோடாங்கி, பூசாரின்னு இதலாம் நமக்குத் தேவையா?

சுந்தரி	:	ஆலமரத்துப் பேய் புடிச்சா விட்டுரும் அம்மா நீ புடிச்சா விடுறதே இல்லே.
குப்புசாமி	:	சிரித்துக்கொண்டே.... ஏம்மா சுந்தரி நம்ம கிராமத்துப் பேய்கள்லாம், என்னைய மாதிரி ஆம்பளையாளுகளப் புடிக்காது. சின்னப் பாப்பாக்களையும் புடிக்க மாட்டுது, ஒங்க அம்மா மாதிரி வயசாகிப்போன கெழவி களையும் புடிக்காது.
		(மகள் சுந்தரியும் குப்புசாமியும் சிரிக்கின்றனர்)
ராக்கி	:	ஏய்யா! இவ்வளவு எளக்காரமாய்ப் போயிட்டேன் ம்...எந் தலைவிதி...
குப்புசாமி	:	சுந்தரி! ஒங்க அம்மா சொல்றதக் கேளும்மா சும்மா... சும்மா அவளக் கத்த விடாதே. சரி நான் கோவிந்தன் வீடு வரைக்கும் போயிட்டு வந்திடுறேன்.
சுந்தரி	:	போயிட்டு வாங்கப்பா... ஆங்! அப்பா பாத்துப் போயிட்டு வாங்க, ஆலமரத்துப் பேயி (தந்தை சிரித்துக்கொண்டே போகிறார்.) கதவு மூடும் சப்தம் கேட்கிறது.
ராக்கி	:	சுந்தரி எதிர்த்த வீட்டு வடிவு இருக்காளே அவதான் எனக்குச் சொன்னாள். நீயும் மீனாவும் இருட்டுற நேரத்திலே ஆலமரத் தடியில் பேசிக்கிட்டு இருந்ததா... நான் ஒங்க அப்பாவுக்கு வாக்கப்படுறதுக்கு முந்தி, அப்ப நானும் துறுதுறுன்னு இருப்பேன். என்னைய ஆலமரத்துப் பேயி பிடிச்சிருச்சு... நான் பட்ட பாட்டச் சொன்னா- பட்டறையுங் கொள்ளாது.
		(ராக்கியின் பழைய நினைவுக்காட்சிகள் மலர்கின்றன.)
		மேடையை இருள் கவ்வுகிறது. பூசாரியின் உடுக்கொலி கிளம்புகிறது. ராக்கி தலையை விரித்துப் போட்ட நிலையில் மேடையின் ஆலமரத் திண்டில் வந்தமர்கிறாள். அவளுடன் அவளது சகோதரி வடிவு சிறு சிம்னி விளக்குடன் வந்து ராக்கியின் ஓரத்தே வைத்து விட்டு

மண்டியிட்டவளாய் இருக்கிறாள். பூசாரி வருகிறார். அவருடன் பூசாரியின் உதவி யாளரும் வருகிறார். பூசாரியின் உதவியாளர் கட்டியக்காரனாகவும் அமையலாம். பூசாரி ராக்கியின் முன்புறத்தே ஆலமரத்திண்டின் கீழ் அமர்கிறார். பூசாரி உதவியாளர் பூசாரி அருகே நிற்கிறார். காட்சி தொடர்கிறது.

பூசாரி : (உடுக்கு அடிக்கும் சப்தம் கேட்கிறது).
டுங் டுங் டுங் டுங்
என்ன மேலே இந்தப் பொண்ணு மேலே
டுங் டுங் டுங் டுங்
குடிகொண்ட சேதி சொல்லு
டுங் டுங் டுங் டுங்
ஆங் (குலுங்கிய உடம்புடன் உரத்த குரலில்)
ஆங்...

பேய்பிடித்த பெண் : அண்ணே அண்ணே!

கோடாங்கி உதவி : கோடாங்கி அண்ணே அண்ணே
அண்ணே அண்ணே
குறிகார அண்ணே அண்ணே!

கோ. உதவி : குறிகார அண்ணே அண்ணே
பொழுது சாய
மங்கையத் தொட்டது என்ன?

கோ. உதவி : மங்கையத் தொட்டது என்ன
ஆலமரப் பேய்
அதட்டிப் பிடிச்சது அண்ணே
அதட்டிப் பிடிச்சது அண்ணே

(நடைவேறு)

பொட்டு வேணுமண்ணே
பூவும் வேணுமண்ணே
எண்ணெய் வேணுமண்ணே
எழுதப்படிக்கணும் அண்ணே

கோடாங்கி
உதவி : பேயாடுற இந்தப் பொண்ணுக்கு ஒறவுக் காரவுங்க யாரும்மா?

கோடாங்கி
பூசாரி : தொந்தரவு செய்யாம
துப்புரவாய் போனயென்னா
குங்குமப் பொட்டுத்தாறேன்
கொண்டைக்குப் பூத்தாறேன்
திங்க வேணுமின்னா
தினை அள்ளித்தாறேன் நான்
டுங் டுங் டுங் டுங்...(ஒலி தேய்கிறது)

வடிவு : நாந்தாங்க

கோடாங்கி
உதவி : ஓட்டி அடிடா ஒள்ளூருக் கோடாங்கிங்குனு சும்மாவா சொல்லுறாக. (பெருமிதமாய்)

கட்டியக்
காரன் : சால்ரா போடுறது
சிங்கி அடிக்கிறது
தாளம் போடுறது
ஒத்து ஊதறது
தலையாட்டுறது
'ஆமாம்' போடுறத
எல்லாம் நான்தான்.

வடிவு : அய்யா! கோடாங்கிப் பூசாரி என்ன சொல்லுறாகன்னு கொஞ்சம் வெவரமா எடுத்துச் சொல்லுங்க.

கோ. உதவி : பூசாரிக்கு ஒதவியா நான் அதுக்குத்தானம்மா இருக்கிறேன். ஒம் பேரு என்ன?

வடிவு : வடிவு.

கோ. உதவி : அம்மா வடிவு, பேயாடுற இந்த ராக்கிக்கு நீ என்னம்மா ஒறவு?

வடிவு : அக்கா முறைதான் வேணும்.

கோ. உதவி	:	ராக்கியப் புடிச்சிருக்கிறது ஆலமரத்துப் பேய். திங்கிறதுக்குக் கோழி, தினை அத்தோட குங்குமம், பூவி, எண்ணெய் இவ்வளவும் வச்சுத் தட்சணை ரூபாய் பத்தும் கொடுக்கணும். இவ்வளவும் இருந்தால்தான் ராக்கியப் புடிச்சிருக்கும் பேயக் கழிச்சுகட்ட முடியும்.
வடிவு	:	கொறையில்லாமக் கொடுத்திடுறோம். எங்க ராக்கிப் பெண்ணுக்குக் கொறை ஏதும் இல்லாமப் போனா அது போதுங்க...
கோடாங்கி உதவி	:	டுங் டுங் டுங் டுங் (ஒலி தேய்கிறது.)

சிம்னி விளக்கு மட்டும் மேடைத்திண்டில் இருக்கப் பிறர் அனைவரும் பூசாரி உடுக்கை அடித்து முன் செல்லப் பின் தொடருகின்றனர்.

ராக்கி	:	(பழைய நினைவுக் காட்சி நீங்குகிறது). ம்...ங்... என்னைய ஆலமரத்துப் பேயி புடிச்சு... நான் பட்டபாட்டச் சொன்னா பட்டறையுங் கொள்ளாது. பட்டறையுங் கொள்ளாது.
சுந்தரி	:	அம்மா! ஒன்ன சின்ன வயசில பேய் பிடிச்சதுன்னு சொல்லுறே. அப்ப, அப்பா சொன்னது சரிதான். வயசாயிப் போயிட்டா, அதுதான் கெழவிகளை நம்மூருப் பேய் பிடிச்சதாக நான் கேள்விப்பட்டதே இல்லையே... (சிரிப்பு நையாண்டியாக.)

இதோ இந்தச் சின்ன பாப்பாக்களைப் பேய் புடிக்காது. ஆம்பளையாளுகளை நம்ம கிராமத்துப் பேய்களுக்குப் பிடிக்கவே பிடிக்காது. கிழவிகள நம்ம பேய்களுக்குச் சுத்தமாகப் பிடிக்காது. மணமான இளவயதுப் பெண்களையும், மணமாகாத இளவயதுப் பெண்களையும்தான் நம்ம கிராமத்துப் பேய்கள் படக் படக்கினு புடிக்கும். (சிரித்துக் கொண்டே)

நம்ம கிராமத்துப் பேய் இருக்குதுகளே அது கள்லாம் ஒரு தினுசு... டேய் தீவட்டித் தடியன் களா... நாடகம் முடியுற வரைக்கும் தீயினால் வெளிச்சம் தர்றதுக்குத்தானே ஒங்கிட்டே அச்சாரம் கொடுத்துச் சம்பளம் பேசிக் கூட்டியாந்திருக்கோம். நீ பாட்டுக்குத் தீய அணைச்சுப்புட்டு ஒக்காந்திருக்கே... (தீவட்டி தடியன்கள அடிக்கப் போக அவர்கள் இருவரும் மேடைக்குள் ஓடி அரங்கத்திற்குள் சென்று ஓடி மறைந்து விடுகின்றனர். மூச்சு இரைத்தவனாய்)

(கோவிந்தனும் குப்புசாமியும் வாய்விட்டுச் சிரிக்கின்றனர்.)

குப்புசாமி : (மாம்பழ சீசன், புளியம்பழ சீசன் சொல்லுற) கணக்கா பொம்பளப்புள்ளைகளுக்குப் பேய் புடிக்கிற சீசன். உடுக்கை ஒலியுடன் பூசாரி, பூசாரி உதவியாளர் திண்டுக்கு வருகின்றனர். பேயாட்டத்தை வேடிக்கை பார்ப்பவர் களாய் உடுக்கை ஒலி கேட்டு மேற்படி இருவரும் நிற்கின்றனர்.

பூசாரி : தன்னே னான னான னன்னே
தன்னானே னானே-தன
னான னான னான ன்ன்னே
தன்னானே னானே (டுங் டுங்)

கோ. உதவி : தன்னே... ... (பின்பாட்டு)

பேய்பிடித்த பெண் : ஊரு எனக்குப் பிடிக்கலப்பா
தன்னானே னானே-இந்த
ஒறவு எனக்குப் பிடிக்கலப்பா
தன்னானே னானே
குடும்பம் எனக்குப் பிடிக்கலப்பா
தன்னானே னானே-என்னக்
கொண்டவனப் பிடிக்கலப்பா
தன்னானே னானே

(உடுக்கு ஒலி தேய்கிறது)

(மேடை இருள் மயமாகிறது. அய்யோ, அப்பா, அம்மா, சத்தம் கேட்கிறது.)

கட்டியக்காரன் : எங்கடா தொலஞ்சு போனீக. நாடகத்தில முக்கியமான காட்சிய சனங்க பார்க்க வேணாம்.

தீவட்டியார் (1) : ஒரு சுக்குக் காபி குடிச்சுட்டு வரலாமேன்னு போனேன்.

தீவட்டியார் (2) : மூத்திரம் பேஞ்சிட்டு வந்திடலாமேன்னு...

கட்டியக்காரன் : மொதல்ல வெளிச்சம் வேணும்.ம்..ம்.

வேகம். (தீவட்டி எரிகிறது)

கோவிந்தன் : அதில பாரு குப்புசாமி இந்தப் பொம்பளப் புள்ள இருக்குதே (யோசிப்பு)

குப்புசாமி : சின்னக்கண்ணு மருமகள்.

கோவிந்தன் : ஆமா சின்னக்கண்ணு மருமகள்தான். இந்தப் பொம்பளப்புள்ளைக்கு வயித்தில ஒரு பூச்சி புழு ஒண்ணு மில்லே.

குப்புசாமி : எப்பா! கோவிந்தா! சின்னக்கண்ணு மகனுக்கு இந்தப் பொம்பளப்புள்ள வாக்கப்பட்டு வந்து ஒரு மூணு நாலு வருசம் இருக்குமில்லே.

கோவிந்தன் : சித்திரை கழிஞ்சா... நாலு வருசம் சரியா ஆயிடும்.

குப்புசாமி : இனி வெவரத்தச் சொல்லு.

கோவிந்தன் : இனி என்ன வெவரம் கேக்குறே... அதுதான் ஊரும் புடிக்கலே-ஒறவும் புடிக்கலேன்னு தெளிவாச் சொல்லுதே...

குப்பு : ஒறவு புடிக்கலைன்னா என்ன அர்த்தம்.

கோவிந்தன் : புருசன் ஒண்ணுக்கும் ஒதவாத பயல். இந்தப் புள்ளையோட மாமியாக்காரி இருக்காளே... அதுதான் நம்ம சின்னக்கண்ணு பொண்டாட்டி.... மருமகளப் பார்த்தால் போதும் எள்ளு வெடிச்சிடும்.

கோவிந்தன் : ஆமாம்பா ஆமா... கோடாங்கிப் பூசாரி கடைசியிலே என்ன சொன்னாரு தெரியுமா?

(மேடை இருள் மயமானது. கட்டியக்காரன் ஆயிரங்கண் பானையைக் கயிறு கட்டி அந்த வெளிச்சத்தைக் கொண்டு வந்து நிற்கிறான்.)

கட்டியக்காரன் : டேய் தீவட்டித்தடியா ஒன்னைய அப்புறம் வந்து கவனிக்கிறேன்.

கோடாங்கிப் பூசாரி : (கோடாங்கி ஒலி கேட்கிறது)
டுங் டுங் டுங் டுங்...
ஏய்...பூசாரி உடம்பைக் குலுக்குகிறார்.

உதவி : சாமி இந்தப் பொண்ணுக்கு நல்ல சேதியச் சொல்லுங்க.

கோ. பூசாரி : மணமாகா மங்கையின்னா
மணமானாச் சரியாகும்.

உதவி : இந்தப் பொண்ணு மணமானவளாச்சே சாமி!

கோ. பூசாரி : ஏம்பா...

உதவி : சாமி!

கோ. பூசாரி : எண்ணி ஒரு மாசம் பொறந்த வீட்டுக்குப் போய் வந்தா பொசுக்குன்னு வெலகிடும். ஆலமரத்துப் பேய். இது சத்தியம் (டுங் டுங்...)

கட்டியக்காரன் : அடே தீவட்டித்தடியன்களா!

தீவட்டியாளர் : காத்துல அணைஞ்சு போச்சு இந்தா பொருத்திடறேன். (வெளிச்சம் பரவுகிறது)

கட்டியக்காரன் :

கிராமத்திலே மட்டும் சுத்தும்
கிறுக்குகொண்ட பேய்
டவுனுப் பக்கம் போகாது
தட்டுக்கெட்ட பேய்
படிச்சவுங்களப் புடிக்காது
பயங்கொண்ட பேய்

மூஞ்ச மொகரை யில்லாத
முட்டாளுப் பேய்...

குப்பு : கதையப் பார்க்கையிலே சின்னக்கண்ணு மருமகளை ஆலமரத்துப் பேய் பிடிக்க லேன்னு தெரியுது.

கோவிந்தன் : சின்னக்கண்ணு மருமகளை ஆலமரத்துப் பேய்தான் பிடிச்சிருக்குன்னு ஊருல பேரு...

கட்டியக்காரன் : சின்னக்கண்ணு மருமகளப் புடிச்சிருக்கிற பேய் வேற ஒண்ணுமில்லே.... வழக்கங்கெட்ட புருசனும் வெவரங் கெட்டுப் போய் மருமகளப் பிடிச்சுப் புடுங்கிற மாமியாரும் சேர்ந்து பிடிச்சிருக்கிற ஒறவுக்காரப் பேய் அப்படின்னு கோடாங்கிப் பூசாரிக்குத் தெரியும்.

(கோவிந்தன், குப்பு இருவரும் சேர்ந்து நையாண்டிச் சிரிப்பு சிரிக்கின்றனர்.)

அரங்கினுள் இருள் சூழ்கிறது. 'அரிக்கன் லைட்' தனைக் கையில் எடுத்து வந்து சுந்தரி தொங்கவிட்டுக் கொண்டிருக்கிறாள்.

ராக்கி : சுந்தரி! இந்த ஊருல நீ படிச்ச பொம்பளப் புள்ளன்னு ஒன் மனசுக்குள்ளே ரொம்பத் தான் வீராப்பு இருக்கு. அதனாலேதான் ஒம்புத்தி இப்படி அடிக்கடி தெசை மாறுது.

சுந்தரி : இந்த மாதிரி சம்பவங்களைக் கேக்கும்போதும் பார்க்கும் போதும் அடிக்கடி அறிவுக்கண் வெளிச்சத்தைத் தருது. அதனாலேதான் நான் உண்மையை ஓங்கிச் சொல்றேன். அம்மா! வெளக்கை அமத்தட்டுமா...

ராக்கி : வெளக்கு எரியட்டும். எனக்குப் பயமா இருக்குது. ஆமா! போன வாரம் கொழந்தையம்மாவப் பேய் பிடிச்சுக் கோடாங்கி கழிச்சுக்கட்னாரே அதெல்லாம் நீ நம்பமாட்டே இல்லே.

சுந்தரி : போனவாரம் கொழந்தையம்மாவுக்கும் பேய் பிடிச்சத நானும் கவனிச்சேன். அதத்தான்

நான் இப்போ சொல்லுறேன்... மூட்டை வெளக்க முன்வைச்சு 'டுங் டுங் டுங் டுங்' கினு பூசாரி பேய் வெரட்டிக்கிட்டிருந்தத நான் பார்க்கப் போயிருந்தேன் (ரகசியமான குரலில்)

கட்டியக்காரன் : நம் கிராமத்துப் பேய்களுக்கு டவுன் பஸ் ஏறத் தெரியாது. டவுன்ல எவ்வளவு பொண்ணுக இருக்குதுக. அதுகளப் போய் பிடிக்காது. பிடிக்கவே பிடிக்காது. ஏன்னா டவுன்ல உள்ள பொண்ணுகள்லாம் எழுதப் படிக்கத் தெரிஞ்சவுக. எழுதப் படிக்கத் தெரிந்த பொண்ணுககிட்ட இந்தப் பேய்களே பயந்து ஒழிஞ்சு போயிரும். ஒரே கூட்டம். அது என்னமோ வெறும் பொம்பளயாளுங்கதான் கூட்டத்த வெலக்கிட்டு உள்ளே போனேன். என் வயசுக்காரக் கொமரிப் பொண்ணுகளும் அங்கே இல்லேன்னுதான் சொல்லணும்...

தாய் : அது எப்படி இருப்பாளுங்க? கொழந்தை யம்மாவப் புடிச்ச பேய் வேடிக்கை பார்க்கப் போன கொமரிப்பொண்ணுக யாருமேலாவது பாஞ்சிடும்ல...

சுந்தரி : சரி சரி நிறுத்தம்மா... நான் சொல்றதக் கேளு அந்தக் கூட்டத்த வெலக்கிட்டு உள்ளே போனேனா? சுத்தியிருந்த கூட்டம் பூராம் என்னய கூர்ந்து வச்சக்கண்ணு மாத்தாமப் பார்த்துச்சு... பார்த்துச்சு... வலதுகை பக்கமாக பார்த்தா ஒரே ஒரு ஆம்பளப் பூசாரி.

தாய் : கோடாங்கிப் பூசாரி ஆம்பளயாத்தான் இருப்பாரு. பொம்பளயா இருப்பாகளா?

சுந்தரி : ஆமாமா பெரிய மீசைவச்ச ஆம்பளப்பூசாரி (நினைவிலாடும் காட்சி).

பூசாரி : டுங் டுங் டுங் டுங்... இந்தக் கொழந்தையம்மா பச்சக் கொழந்தையம்மா பாவப்பட்ட பொண்ண விட்டுப் படக்கினு போயிடு...

டுங் டுங் டுங் டுங்...

சுந்தரி : பூசாரி முன்னாலே வசமா ஒக்காந்து தலையை விரிச்சு ஆடிக்கிட்டிருக்கிறது யாரு? என்னோட சின்னவயசில சுத்தித் திரிஞ்சாளே கொழந்தையம்மா.... கொழந்தையம்மா என்னையப் பார்த்துப் புட்டா.

தாய் : அப்புறம்.

சுந்தரி : கோடாங்கிப் பூசாரி டுங் டுங் டுங் டுங்கினு அடிக்கிறாரு. அதட்டுறாரு. ஒண்ணும் பலிக் கல்ல. என்னயப் பார்த்தவ பார்த்துக்கிட்டே இருந்தா.

தாய் : அய்யய்யோ!

சுந்தரி : சடக்கினு என்ன பண்ணுனா... வெட்கப்பட்டுப் போனவ படக்கினு முந்தானையை எடுத்து மூஞ்சிய மூடிக்கிட்டா... மூஞ்சிய மூடினவளப் பூசாரியினாலே ஒண்ணும் பண்ண முடியலே.

தாய் : ஏண்டி ஓம் போக்கிலேயே சொல்லுறே. நான் ஒருத்தி கெடச்சேன் நீ சொல்றதுக்கெல்லாம் தலைய ஆட்ட... ஆமா ஆலமரத்தடியிலே இராத்திரி வேளையிலே வெள்ள வேட்டி யிலே ஒரு உருவமும், அதுகூட இன்னொரு உருவமும் அடிக்கடி சுத்துதுன்னு ஊருல பேசிக்கிறாங்களே...அதுவும் பொய்யின்னு சொல்றியா? பேய் இல்லேன்னு சொல்றியா?

சுந்தரி : (சிரிக்கிறாள் மெல்ல அடக்கிய நிலையில்) அந்த வெள்ள வேட்டியிலே ஆலமரத்தடியிலே சுத்தறது வேற யாருமில்லேம்மா? அந்த மேலக்குடி மாணிக்கம் இருக்குதே அதுதான்.

தாய் : ஒனக்கு எப்படி தெரியும். நீ சொல்லுறத எப்படி நம்புறது?

சுந்தரி : அம்மா! இப்படி நமக்குப் புரியாததப்பத்தி, சிந்திக்கத் தொடங்கணும். கேள்விக் கேட்கத் தெரியணும். அப்பத்தான் அறியாமைப் பேய் நம்மை விட்டுத் தொலையும். இந்த மேலக்குடி மாணிக்கத்தை (தயங்கியபடி) ஆலமரத்தடியில,

இராத்திரி வேளையில ஊரு அடங்கும் நேரம் பார்த்துச் சந்திக்கிற உருவம் நான்தாம்மா...நான் அவரோடு டவுன்ல படிக்கப் போற காலத்தில இருந்து பழகி வாறேன். நாங்கள் ரெண்டு பேரும் கல்யாணம் பண்ணிக்கிறதா உறுதி செஞ்சிருக்கோம். (உடுக்கடி உரத்த நிலையில் அடிக்கப் படுகிறது) (பேண்ட் போட்ட ஒரு இளைஞர் கையில் புத்தகம் பேனா வைத்த நிலையில் பாடுகிறார்.)

உதவியாளர் : 'ஒரு பெண்' உடுக்கு அடிக்கிறார்.

பேண்ட்
இளைஞர் : பேய் எதனாலே வந்ததுபுள்ளே
            சொல்லுபுள்ளே!

(அரங்கில் அரைவட்ட வடிவில் கலைஞர்கள் அனைவரும் நின்ற நிலையில் இருக்க...)

நபர் 1 : எழுதப்படிக்கத் தெரிஞ்சதாலே
          பேய் எனக்கு வந்ததில்லே.

பேண்ட்
இளைஞர் : பேய் எதனாலே வந்தது அண்ணே
            சொல்லு அண்ணே!
            பேய் எவராலே போனது அண்ணே சொல்லு அண்ணே!

நபர் 2 : ஏன் எதுக்கு என்றதாலே
          எழுத்தறிவு பெற்றதாலே
          வாழ்க்கை இதுன்னு புரிஞ்சதாலே
          வாழ்வில் பேய்க்கு இடமேயில்லே.

கட்டியக்காரன் : கிராமத்தில் இப்போ வெளிச்சம் எங்கும் கூடிவருது (தீவட்டிகள் நிறைகின்றன. ஒளி வெள்ளம் ஆகின்றது.)

சாதிப்பேய்
சமயப்பேய்
இனப்பேய்
மொழிப்பேய்
விலைவாசிப்பேய்
ஏழ்மைப்பேய்

இப்படியான பல பேய்கள் இன்னக்கி நம்மள ஆட்டு ஆட்டுனு ஆட்டுது.

அனைவரும் : 'அறிவு அற்றம் காக்கும் கருவி'
'அறிவு அறம் காக்கும் கருவி'
'அறிவு அற்றம் காக்கும் கருவி'
'அறிவு அறம் காக்கும் கருவி'
'அறிவு அற்றம் காக்கும் கருவி'

.... எங்கும் வெளிச்சம் ...

7. மாற்றம்

காட்சி-1 *(வீடு)*

கதைசொல்லி : எல்லோருக்கும் வணக்கம். நான் தான் இந்த நாடகத்தில் கோமாளி. நாங்கள் அரவாணிகள். எங்கள் வாழ்க்கையே பல கதைகள் கொண்டது தான். கதைகள் எங்கள் வாழ்க்கை. ஒவ்வொரு அரவாணிங்க கிட்டேயும் பல தினுசு தினுசான கதை உண்டு. இப்ப இங்கே என்னோட கதையைத் தான் உங்களுக்குச் சொல்லப் போறேன். ஒங்களப்போலத்தான் நானும் எங்க அம்மா, அப்பா, அண்ணன், தம்பி, அக்கா, தங்கை யின்னு குடும்பமா இருந்தோம். நான் எட்டாவது வகுப்புப் படிக்கையிலேயே எனக்குச் சேலை கட்டவும், ஆடவும், பாடவும், பொட்டு வைக்கவும் ஆசை ஆசையா இருந்துச்சு. இந்த ஆசை எனக்கு வந்த நாளிலிருந்தே எனக்குப் பிரச்சினை தான். எனக்குக் கூட்டாளிகள் யாருன்னு தெரியுமா? சுசீலா, குஞ்சரம், மரகதம், மணிமேகலை. ஒருநாள் என்ன நடந்ததுன்னு தெரியுமா?

(அரவாணியின் குடும்பத்தில் பிரச்சினை)

(அண்ணன் அடிக்கிறார் அரவாணியை)

அண்ணன் (நீலு)	:	டேய் என்னடா பேசின அவன்கிட்ட?
அரவாணி (தேவி)	:	இல்லண்ணே! அதெல்லாம் ஒண்ணுமில்லேண்ணே!
அண்ணன்	:	என்னடா ஒண்ணுமில்லை. இப்போ நான் சைக்கிள்ல வரும்போது பார்த்தேன். ஏரிக் கரையிலே அவன் மடியிலே நீ படுத்துக் கிட்டு என்னடா கொஞ்சல்.
அரவாணி	:	அதெல்லாம் ஒண்ணுமேல்லேண்ணே! அவன் தான் சொன்னான். நீ இப்போ ஒரு மாதிரியா இருக்கேன்னு (அண்ணன் உதைக்கிறார்)

(அரவாணி அலறும்போது பின்னணியும் உடன் அலறும்)

அண்ணன்	:	அது உண்மைதாண்டா. நீ இப்பல்லாம் பொட்டு வச்சிருக்கிற, கண்மை உட்டுக்கிற, லுங்கியை மடிச்சிக்கட்டாம, பொம்பள மாதிரி நடக்கிற.

(அண்ணன் அரவாணியை உதைக்கிறார்)

அரவாணி	:	ஐய்யோ! என்ன அடிக்காதீங்கண்ணே!

(அலறல்-பின்னணியுடன்)

(அம்மா நுழைகிறார்.)

அம்மா	:	இங்கே என்ன ஒரே சத்தம்
அண்ணன்	:	வாம்மா, வா! என் மானம் மரியாதை யெல்லாம் போச்சு. அது என்னான்னு நீயே கேளு.
அம்மா	:	நான் என்னெத்த கேக்கிறது. வெளியே சத்தம் கேட்டு மானமே போகுது. கதவைச் சாத்திக் கிட்டு அடி (அம்மா போய் விடுகிறார்)
அண்ணன்	:	டேய்! நான் சொல்றேன் கேட்டுக்கடா! இனி நீ அவன்கிட்ட பேசக்கூடாது. என் மானமே போகுது. என் மாமனார் மாமி யாரு, பொண்டாட்டி எல்லாம் கேக்குறாங்க. உன் தம்பி ஆம்பிளையா? பொட்டையானு? அடுத்த

மாதம் உனக்கு கல்யாணம் வச்சிருக்கேன். நீ... கல்யாணம் பண்ணிக் கிறணும்.

அரவாணி : ஐயோ! எனக்குக் கல்யாணமெல்லாம் வேண்டாண்ணே!

அண்ணன் : கல்யாணம் வேண்டாமா (உதைத்துக் கழுத்தை நெரிக்கப் போய் தள்ளிவிடுகிறார்) நான் கல்யாணம் பண்ணிப் புள்ள பெத்துக்கல அந்த மாதிரி நீயும் கல்யாணம் பண்ணிக் கிறணும்.

அரவாணி : ஐயோ! எனக்குக் கல்யாணமே வேண்டாண்ணே, என்ன விட்டுடுங்கண்ணே!

அண்ணன் : ஏய், நீ மாட்டேன்னா உன்னை அடிச்சே கொன்னுடுவேன்.

(உதைத்துத் தள்ளிவிட்டு அண்ணன் வீட்டை விட்டு வெளியேறுகிறார்.)

(குழுவின் அவலப் பின்னணி இசையில் வீட்டு உறவு வேண்டாமெனத் தப்பித்துச் சென்றுவிடுகிறார் அரவாணி.)

காட்சி-2 (தெரு)

கதைசொல்லி : இங்கே பாருங்க, இதோ இந்த எடத்திலே பாருங்க. அங்கங்கே ஊமைக்காயங்கள். இந்தத் தோள்பட்டையில இரத்தக் காயம் (அழுது கொண்டே). ஒருநாள் இல்லே ரெண்டு நாள் இல்லே தொடர்ந்து நாளும் இல்லே கெழமையும் இல்லே அடி விழுந்து கிட்டே இருந்துச்சு. ஒரு நாள் அம்மா, மறுநாள் அப்பா, இன்னொரு நாள் என் அண்ணன் அடி கொடுக்கிறவுங்கதான் மாறுவாங்க. அடிவிழுவது மாறாது. என்னாலே (பார்வையாளரைப் பார்த்து) அடிவாங்க முடியலே. தெரு நாயைக் கல்லை எடுத்து அடிப்பாங்களே அது மாதிரி என்னைய... (தேம்பியவாறு) அதனாலே தான் குடும்பத்தில இருந்து நான் வெளி யேறினேன்.

மற்றொரு அரவாணி-2 (முக்காடு இட்டு அமர்ந்திருக்கும் அரவாணியிடம்) சுற்றிப் பார்த்துவிட்டு கேட்கிறார்.

அரவாணி 2 : ஏய்! யாரது, என்ன பண்ற... ஒன் பேரென்ன...

அரவாணி 1 : என் பேரு ராஜூ...

மற்ற அரவாணி: ரா... ஜூ...வா?

அரவாணி 1 : இல்ல... இல்ல... தேவி...

அரவாணி 2 : இல்... ல... தேவியா?

ஓ.. பொட்டையா நீ? என்ன! ஊட்டுல, நல்லா மொத்தித் தொரத்தி வுட்டுட்டாங்களா?

அரவாணி 1 : ஆ... மா.

அரவாணி 2 : சரி... நானும் அரவாணிதான். என் ஊட்டுக்கு வறியா. அங்க நீ ஆடலாம். பாடலாம்... உன் இஷ்டம் போல இருக்கலாம். வா...

(அழைத்துக்கொண்டு மெதுவாகச் சென்று விடுகிறார்.)

கதைசொல்லி : எங்க அரவாணிங்க கூட்டத்திலே போய் நான் சேர்ந்தேன். இப்ப இதுதான் எங்க குடும்பம். படிச்சவுங்க ஏதோ கம்பெனியில வேலை பாக்குறாங்க. என்ன மாதிரி அரை குறை படிப்புக்காரங்க என்ன செய்றது. கடைக்குக் கடை கைதட்டிக் காசு கேட்டு அதில கெடைக்கிற காசை வச்சு வயித்தக் கழுவுறோம். நேத்து அப்படித்தான் கடைக்குப் போய் கைதட்டிக் காசு கேட்ட எடத்திலே...

பின்னணி இசைஒலிக்க, தாளத்துக்கேற்ப அரவாணி ஆட்டம் ஆடுகிறார்கள். பின்னர்... நடுவில் அமர்ந்திருக்கும் அரவாணியிடம்... ஒரு அரவாணி பேசுகிறார்...

அரவாணி 3 : தே... என்னாச்சு... ஐயோ அழுவுறாடி.... (பின்னணியினர் சேர்ந்து கேட்கிறார்கள். 'ஏண்டி அழுவுற?')

அமர்ந்துள்ள அரவாணி : நானு கடைக்குப் போன எடத்திலே என்ன ஒருத்தன் அடிச்சிப்புட்டான்.

அரவாணிகள் : ஏன்? நீ என்ன செஞ்ச?

அரவாணி 3 : நான் ஒண்ணுமே செய்யல. கையைத் தட்டிக் காசு கேட்டேன். அவன் என்னக் கையப் புடிச்சுக் கடைக்கு உள்ளே இழுத்தான். நான் மாட்டேன்னு சொல்ல... என் மேலே பழியப் போட்டு அடிச்சிட்டாங்க.

அரவாணி 4 : அவன் கையி முறிஞ்சு போக. கட்டையில போக... (பிற அரவாணிகள் அனைவரும் சபிக்கிறார்கள்.)

ஒரு அரவாணி : அந்த நாயி அடிச்சிதுன்னா அழுவுற. அந்தக் கடையில்லன்னா, இன்னொரு கடை! அந்தத் தெரு இல்லையின்னா வேறொரு தெரு. இந்த ஊரு இல்லாட்டி வேறொரு ஊரு, வாடி, போகலாம்.

(அனைவரும் கவலையை மறக்க வேண்டி ஆடிக்கொண்டு செல்கின்றனர்.)

காட்சி-3 (கடை வீதி)

கதைசொல்லி : எங்க குடும்பத்தில இருந்திருந்தா இப்படி கடைக்குக் கடை போய் நிக்கிற அவசியம் இல்லே. குடும்பமே எங்களுக்கு ஒரு சிறைச்சாலை போல இருக்குது. விடுதலைன்னு குடும்பத்தை விட்டு ஓடிவந்தா எங்க வாழ்க்கை இப்படி கைதட்டி காசு வாங்கிப் பொழைக்கிற பொழப்பா ஆயிடுச்சி. வாழ்க்கையின்னா யாருக்குப் பிரச்சினை இல்லை.

(கடையில் பிரச்சினை.
ஒரு அரவாணி கடையில் முதலாளியாக அமர்ந்திருக்கிறார்)

(ஒரு அரவாணி ஆடிக்கொண்டே,
கையைத் தட்டிக் காசு கேட்கிறார்.)

கடைக்காரர் : வாம்மா... வா. எங்க நீ மட்டும் தனியா வந்திருக்க. ஒன் கூட ஒண்ணு வருமே கறுப்பா... அது எங்கே...!

அரவாணி (நாணிக்
கொண்டே) : ஓ! ஐஸ்வர்யாவா... அவளுக்கு ஒடம்பு சரியில்லே அண்ணாச்சி! அதான் நான் மட்டும்

		தனியா வந்தேன். நீங்க காசு குடுங்க அண்ணாச்சி...! நான் அடுத்த கடைக்குப் போகணும்.
கடைக்காரர்	:	ஐய...! என்ன வார்த்தைக்கு... வார்த்தை அண்ணாச்சி... நான் அப்படியா இருக்கேன்.
அரவாணி	:	காசு குடுங்க... நான் போகணும் அண்ணாச்சி.
கடைக்காரர்	:	சரி, இந்தப்பக்கம் வா... நான் தாறேன்... (கால் சட்டைப் பையில் காசு எடுக்கக் கையை விடுகிறார்... காசை எடுத்து அரவாணி கையில் கொடுத்துக் கையைப் பிடிக்கிறார்).
அரவாணி	:	ஐயோ! கைய விடுங்க அண்ணாச்சி, நான் அடுத்த கடைக்குப் போக வேண்டாம்.
கடைக்காரர்	:	என்ன அடுத்த கடை... அடுத்த கடையிலே எவ்வளவு குடுப்பாக.
அரவாணி	:	என்ன... நீங்க குடுத்த மாதிரி அதே ஒரு ரூபா... இல்லைன்னா ரெண்டு ரூபா...
கடைக்காரர்	:	சரி, சரி, நான் அஞ்சு ரூபா குடுக்கிறேன். உள்ள வா... கொஞ்சம் பேசலாம்.

(கையைப் பிடித்து இழுக்கிறார்)

(அரவாணி மறுத்துக்கொண்டே கைய விடுங்க அண்ணாச்சி என்னை விட்டுடுங்க.
ஐயோ என்ன விட்டுடுங்க என அலறுகிறார்.
பின்னணிக் குரல்கள் சேர்ந்து அலறுகின்றன.)

தொடர்ந்து அரவாணி அரங்கின் முன்பகுதிக்கு
(வெளியே) ஓடி வருகிறார்.

| கடைக்காரர் தொடர்ந்து) | : | என்னடி, பெரிய பத்தினியா நீ, நீங்கல்லாம்... |
| அரவாணி | : | இல்லண்ணாச்சி. நீங்க என்ன தப்பா எடை போடுறீங்க. |

(பின்னணிக் குரல்கள் தப்பா எடை போடுறீங்க என எதிரொலிக்கின்றன)

கடைக்காரர் : ஏய்... ஒன்னமாதிரி அரவாணிங்க. அஞ்சு ரூபாய் குடுத்தா எல்லாம் பண்ணிட்டுப் போறாங்க. (இழுக்கிறார்)

அரவாணி (மறுத்துக் கொண்டே) : என் கைய விடுங்க அண்ணாச்சி. தவறு எங்கயும் நடக்குது. பொம்பளையும் தவறு பண்றாங்க... ஆம்பளையும் தவறு பண்றாங்க... எங்க மாதிரி ஒரு சில அரவாணிகளும் தவறு பண்றாங்க... ஆனா நான் அப்படியில்ல.

பின்னணிக் குரல்கள் : நான் அப்படியில்ல.

மற்றொரு கடைக்காரர் (சத்தம் கேட்டு வருகிறார்): என்னடா மச்சி... என்ன நடக்குது இங்க.

கடைக்காரர் 1: காச குடுத்தா... காச வாங்கிட்டு என் கிட்டேயே சில்மிஷம் பண்றாடா இவ...

கடைக்காரர் : என்னடி... இங்க கலாய்ச்சினுக்கீறியா... (என்று அரவாணியை உதைக்கிறார்)

அரவாணி : இல்லண்ணாச்சி. இவருதான் என்கிட்ட தப்பா நடக்க முயற்சி பண்றாரு.

கடைக்காரர் 1: என்ன தப்பா நடந்தாரா? உங்கள எங்களுக்குத் தெரியாது. (போடுறா நல்லா) இருவரும் சேர்ந்து தாக்குகிறார்கள்.

(அரவாணி கீழே விழுந்து விடுகிறார்)

(அரவாணி மெதுவாக எழுந்து ஒப்பாரி வைக்கிறார்)

ஒப்பாரி : நான் ஆணுன்னு இல்லாம,
பொண்ணுன்னு இல்லாம
அரவாணியா பொறந்தேனுட்டு
அண்ணந்தம்பி ஒதச்சாங்க.
வீட்டவிட்டு வெளியே வந்த என்ன
ஊரே தொரத்தி அடிக்குதே... (அழுகை)

காட்சி-4 (வீடு)

கதை சொல்லி : நாங்க ஒன்னுசேர்ந்து இப்படி ஒரு வீடு வாடகைக்குப் புடிச்சுக் குடியிருந்தா எங்களுக்கு வீடு கெடைக்கிறது ஒரு பிரச்சினை. எங்களை மற்ற குடும்பங்கள் பார்க்குற பார்வையும் அவுங்க எங்களை நடத்துறதும் ஒரு பிரச்சினை. எல்லாக் குடும்பத்துக்கும் ஒரு ரேஷன் கார்டு இருக்குல்ல. எங்களுக்கு ரேஷன் கார்டு இல்லே.

குடும்ப அட்டை வழங்கும் அதிகாரி வருகிறார்.

குடும்ப அட்டை
வழங்கும்
அதிகாரி : (டொக்...டக், கதவைத் தட்டியவாறு) வீட்ல யாரும்மா...

(உள்ளிருந்து வெளியே வந்துகொண்டே)

அரவாணி 1 : யா... ரது... என்ன மேடம் யாரு நீங்க.

கு.அ.வழங்கும்
அதிகாரி : ரேஷன் கார்டுக்கு எழுத வந்திருக்கேன். இந்த வீட்டுல யாரெல்லாம் இருக்கீங்க... பேரெல்லாம் சொல்லுங்க...

அரவாணி : (உள்ளே இருப்பவரை அழைக்கிறார்) ஏய், தேவி... சேர் கொண்டு வந்து போடு... மேடம் உட்காரட்டும்.

அரவாணி : இப்போது எழுதிக்குங்க மேடம் நானு நீலு, இவ...தேவி... அப்புறம் அஞ்சலின்னு ஒருத்தி கடைக்குப் போயிருக்கா.

கு.அ.வழங்கும்
அதிகாரி : என்னமா இது இந்த வீட்டுல ஆம்பளைங்க யாருமே இல்லையா?

அரவாணி : ஆம்பளங்க யாருமில்ல. இப்ப நான் சொன்ன தெல்லாம் பொம்பளங்க பேருமில்ல. நாங்க அரவாணிங்க. இந்த வீட்டுல குடியிருக்கோம்.

குடிமைப் பொருள் வழங்கும் அதிகாரி : அரவாணிங்களா... அதுக்குக் கட்டமே இல்லியேம்மா... எங்கே எழுதுறது?

தேவி அரவாணி : கட்டம் இல்லயா? ஏன் எங்களுக்கு வயிறில்ல? சமுதாயத்தில எல்லாருக்கும் கார்டு குடுப்பீங்க... அரவாணிகளுக்கு மட்டும் இல்லையா? ஏன்? நாங்க மனுசங்க இல்ல... (சர்ச்சை நடக்கிறது)

(அரவாணி இயக்கத் தலைவி அப்போது அங்கு வருகிறார்...)

அ.இ.தலைவி : என்னம்மா... என்ன நடக்குது இங்க... என்னமா சர்ச்சை யார் இவங்க.

அரவாணி : வாங்கம்மா... வணக்கம். நல்ல நேரத்தில வந்தீங்க. இந்த மேடம் ரேஷன் கார்டுக்கு பேரெழுத வந்திட்டு எழுத மாட்டேங் கிறாங்க.

தேவி அரவாணி: (அதிகாரியிடம்) இவங்க எங்க இயக்கத் தலைவி இவங்ககிட்டேயே பேசுங்க.

அ.இ.தலைவி : (கு.அ.வ. அதிகாரியிடம்) பேரெழுத வந்தா எழுதிட்டு போறதுதானேம்மா என்ன பிரச்சினை?

கு.அ.வ.அதிகாரி: அரவாணிகளுக்கு எழுதறதுக்குக் கட்டமே இல்லம்மா. எதில நான் எழுதுறது?

அ.இ.தலைவி : (எரிச்சலுடன்) என்னகட்டமில்ல. சட்டமில் லன்னுட்டு... சரி சரி இவங்ககிட்ட என்ன பேசறது... இதப்பத்தி நாம பெரிய அதிகாரிங்க கிட்டதான் பேசணும். நீங்க கௌம்புங்க... அதப்பத்தியெல்லாம் பேசறதுக்குத்தான் நம்ம அலுவலகத்திலே மீட்டிங் இருக்கு... எல்லாம் வந்து சேருங்க.

அரவாணி : அம்மா நம்ம வீட்டில காபித்தண்ணி குடிச் சிட்டுப் போங்க.

(அனைவரும் வீட்டுக்குள் நுழைகின்றனர்)

காட்சி-5 (மருத்துவமனை)

கதை சொல்லி : அரசாங்கம் தர்ம ஆஸ்பத்திரியை அந்தக் காலத்தில் இருந்து வச்சு நடத்துது. ஏழை எளியவுங்களுக்கு இது தோதா இருக்கு. எங்களப்போல அரவாணிகளுக்கு மருத்துவ மனையே இல்லே. ஆம்பளைங்க வார்டு. பொம்பளைங்க வார்டுன்னு தனித்தனியா இருக்கையிலே எங்களுக்கு எந்த வார்டு இருக்கு? அரசாங்க மருத்துவமனை அத்தனை பேருக்கும் பொதுவானது தானே. ஆனா எங்களுக்கு மட்டும் ஏன் தனி வார்டு இல்லே?

அரவாணி 1 : ஒரு நோயாளியிடம் அம்மா வயித்துவலி, எங்கே கவனிப்பாங்க?

நபர் 1 : பதினெட்டாம் நம்பருக்குப் போங்க.

அரவாணி 1 : அய்யோ வயித்த வலிக்குதே அய்யோ! அய்யோ! (நடந்து செல்லச் சிரமப்படுகிறார்)

டாக்டர் : ஏம்மா எல்லாரும் வரிசையிலே இருக்கையிலே ஒனக்கு மட்டும் என்ன? (சற்றுக் கவனித்து விட்டு) ஓ! நீ அரவாணியா?

அரவாணி 1 : ஆமாங்க டாக்டர்

டாக்டர் : நீ பொம்பளைங்க பாக்குற எடத்துக்குப்போ

அரவாணி 1 : அது எங்கே இருக்குதுங்க சார்.

டாக்டர் : ஊரு ஒலகமெல்லாம் சுத்தி வரத்தெரியுதுல்ல. இதுமட்டும் தெரியாதா? 10 ஆம் நம்பருக்குப் போ. இடத்தைக் காலி செய் போ... போ...

(பிற நோயாளிகள் பார்த்து நகைக்கின்றனர்.
கேளிக்கைப் பொருளாகி மிகவும் கூனிக் குறுகிப்போய்
10 ஆம் நம்பர் தேடிச் செல்கிறார் அரவாணி : 1)

அரவாணி 1 : ஒடம்புக்கு நோவு வந்தாலும் அரவாணியின்னு தெரிஞ்சதும் கிண்டல் கேலிக்கு மட்டும் கொறைச்சல் இல்லே அய்யா! (வழியில்

செல்லும் ஒருவரிடம்) பத்தாம் நம்பர் எங்கே இருக்குது. அய்யோ! வலி தாங்க முடியலையே.

நபர் 1 : நேராப் போயி வலதுபக்கம் திரும்புனா மூணாவது ரூம் (சொல்லிவிட்டு அரவாணியைப் பார்த்து நகைக்கிறார்)

அரவாணி 1 : ரொம்ப நன்றிங்க அய்யா! (வலி தாங்காது நடந்து செல்கிறார்)

டாக்டர் : யாரது அரவாணியா? நீங்க ஆம்பளைங்க சைடு போகாம இங்கே ஏன் வாறீங்க?

அரவாணி 1 : டாக்டரம்மா! ஆம்பள டாக்டரைத்ததான் போய்ப் பார்த்தேன். அவுங்க பொம்பள டாக்டரைப் போய்ப் பார்ன்னு சொன்னாரு.

டாக்டர் : பொம்பளைங்க வார்டுதான் இது. அரவாணிக் குன்னு தனியா ஒன்னு வைக்கச் சொல்லுங்க. அவுங்க பார்ப்பாங்க. வாட்ச்மேன் இதப் புடிச்சு வெளியே தள்ளு.

அரவாணி 1 : இப்படிச் சொன்னா நாங்க எங்கேம்மா போறது.

டாக்டர் : அரசாங்கத்தில போய் ஒங்க பிரச்சினையை எடுத்துச் சொல்லித் தனியா ஒரு டாக்டரையும் தனியா ஒரு அரவாணிகள் வார்டும் ஒதுக்கச் சொல்லுங்க.

அரவாணி : வயித்த வலிக்குதுங்க டாக்டர். அய்யோ! டாக்டர்!

(நோய்வாய்ப்பட்ட பெண்களும் வரிசையில் நின்றவாறு அவதிப்படும் அரவாணியைக் கண்டு நையாண்டி செய்கின்றனர்.)

வாட்ச்மேன் : அஃறிணையைப் பேசுவது போல தா! ஏய்! போ! போ! வாயையும் கையையும் வச்சுக் கிட்டுச் சும்மா இருக்கிறது இல்லே போ? இடத்தைக் காலிபண்ணு போ...

காட்சி-6 (அரவாணிகள் கூட்டம்)

கதை சொல்லி : அதோ அங்கேதான் எங்க சங்கத்தோட கூட்டம் நடக்கப் போகுது. கூவாகத்துத் திருவிழாவுக்குப் போறதுக்குக் கூடிப் பேசறது தான் வழக்கமா நடக்கும். இன்னைக்கு அரவாணிகள் சமூக முன்னேற்றத்துக்கான ஆலோசனைக் கூட்டம். நீங்களும் வாங்களேன். நாங்க என்ன பேசுறோம்னு கேளுங்களேன்.

(அனைவரும் வந்து அமர்கின்றனர்.)

தலைவி : அரவாணிங்க பொழப்பில ஆரம்பத்தில இருந்தே பிரச்சினைதான். மனித நேயம். மனித நேயம்னு எல்லாரும் சொல்றாங்க. அரவாணிங்களுக்கு மட்டும் அடிப்படை உரிமையே இல்லாம இருக்குது. இதப்பத்தி அரவாணிங்களே கவலப்படாம இருந்தா எப்படி? அதுக்காகத்தான் நம்ம இயக்கமே இருக்கு. அதப்பத்திதான் நாமப் பேசப் போறம்.

(அரவாணி)
அஞ்சலி : ஆமாம்மா... பஸ்சில போனாப் பிரச்சினை, ட்ரெயின்ல போனாப் பிரச்சினைக் கிள்ளு றானுங்க. இடிக்கிறானுங்க... ஏன்னு கேட்டா ஒதைக்கிறானுங்க... போலீஸ்கிட்ட போனா, அங்கயும் ஒதைக்கிறாங்க.. கேசுக்கூட எடுத்துக்க மாட்டேங்கிறாங்க. நாங்க எங்கதான் போறது... இந்த நாட்டுல எப்படித்தான் வாழறது.

தலைவி : உண்மைதான். அரவாணிகளுக்கு என்ன நடந் தாலும் கேக்கறதுக்கே நாதியில்லே. இனி மேலும் நாம சும்மா இருக்கக்கூடாது.

பூமிகா : ஆமாம்மா ரேஷன் கார்டு நமக்கு குடுக் குறாங்களா? நாம் மனுசங்கதானே, ரேஷன் கார்டு ஆம்பளக்கி இருக்குது. பொம்பளக்கி இருக்குது. நமக்கு மட்டும் ஏன் இல்ல... நமக்கு வாயி வயிறு இல்லியா?

தலைவி : ரொம்ப சரிம்மா... நம்மள ஏன் ஒரு குடும்பமா எடுத்துக்கக் கூடாது? நமக்குக் குடும்ப அட்டை கொடுக்கக் கூடாதா?

ராதா : அதெல்லாம் சரி... அரசாங்கத்துல நமக்கு வேல குடுக்குறாங்களா?

தலைவி : எங்கே கொடுக்கிறாங்க. அதுக்கு ஒதுக்கீடு, இதுக்கு ஒதுக்கீடு எதெதுக்கோ இட ஒதுக்கீடுங்கிறாங்க... அர வாணிகளுக்கு இட ஒதுக்கீடு குடுத்து ஏன் நமக்கெல்லாம் வேலை குடுக்கக்கூடாது.

அப்புறம்... வேலைன்னதும் நெனப்புக்கு வருது... நம்ம அரவாணிங்க மத்தியில கல்வி நிலை ரொம்பப் பின்தங்கி இருக்குது. இத மேம்படுத்த நாம ஏதாவது செய்ய வேணாமா?

நீலு : (ஆதங்க உணர்வுடன்) ஆமா கல்வி! மேம் பாடு...! நல்லா இருந்த காலத்துலயே பள்ளிக் கொடத்துக்குப் போனா படிக்கவா விட்டாங்க... கிண்டலும், கேலியும்தான். எவ்வளவு பிரச்சினை. இப்ப இந்த மாதிரி இருந்துக்கிட்டு எங்க போயி படிச்சி என்னத்தப் பண்ணி என்ன தான் ஆகப்போவுது.

தலைவி : ஏம்மா, அது தெரிஞ்சிதான் இருக்குது. பிரச்சினை எங்க இல்ல... நம்ம வாழ்க்கை முன்னேறணும்னா கல்வி ரொம்ப முக்கியம். போராடித்தாம்மா ஆகணும்... நாம முக்கிய மான அதிகாரிங்களைச் சந்திச்சு ஒரு கோரிக்கை வைக்கணும்மா.

ராதா : ஆமாமா... கோரிக்கையெல்லாம் வைக்கலாம். இப்ப கூவாகம் திருவிழா வருதே அதப்பத்திப் பேசுங்க.

தலைவி : அடடா... என்ன யாருமே இதுவரைக்கும் இதப்பத்திப் பேசலையேன்னு நெனச்சேன்.

பூமிகா : ஆமா... கூவாகத்துக்குப் போகணும். தாலி கட்டணும், தாலி அறுக்கணும், வெள்ளப் புடவ கட்டணும். ஒப்பாரி வைக்கணும்...

தலைவி : ஆமா... காலம் பூராவும் கூவாகத்துக்குப் போறோம். தாலி கட்டுனோம். தாலி அறுத் தோம்... என்னதான் நடந்துச்சு நம்ம வாழ்க் கையில.

ஏம்மா கூவாகம் போன நமக்கு ரேஷன் கார்டு கெடைச்சதா...இல்ல நம்ம வாழ்க்கைதான் சீர்பட்டுச்சா... அதெல்லாம் ஒரு பக்கம் வச்சிட்டு நம்ம வாழ்க்கை முன்னேற்றத்துக்கு முயற்சி பண்ணுவோம்.

அது தொடர்பாக நாம வர திங்கக்கிழமை மாவட்ட ஆட்சித் தலைவரப் பார்க்கப் போறோம். தேவி! நீ உன் பகுதியிலிருக்கிற அரவாணிகளெல்லாரையும் ஒண்ணு சேர்த்து கூட்டிட்டு வா.

ராதாம்மா! அஞ்சலி, நீலு, நீங்க உங்க பக்கம் இருக்கிறவங்களக் கூட்டிட்டு வர்றீங்க.

பூமிகா அதுக்குத் தேவையானதெல்லாம் தயார் பண்ணணும்.

(அனைவரும் வட்டமாக நின்று)

தலைவி
(தொடர்ந்து) : அடுப்பறைப் பெண்களுக்குக் கல்வி எதுக்குன்னு கேட்டதெல்லாம் மாத்தி, பெண்கள் வாழ்க்கையில புதுமையைப் புகுத்தி இப்போ பெண்கள் இல்லாத துறையே இல்லேங்கற நிலையை உருவாக்கி இருக்காங்க.

ஆனா அரவாணிங்க மட்டும் ஒரு சில தேவை யற்ற மரபுகள வச்சிக்கிட்டுப் பிச்ச எடுக்கறதும், பாலியல் தொழில் செய்றதுமா இருக்கிறோம். நாமும் வாழ்க்கையில புதுமையைப் புகுத்த வேணும்... புதிய அரவாணி சமூகத்தை உருவாக்க வேணும்.

(அனைவரும் வட்டமாகச் சுற்றியவாறு பாடல் பாடுகின்றனர்.)

அரவாணிகளின் சமூகம்-இந்த
அவனியில் நிமிர்ந்திட வேணும்
புதுமைப் பெண்களாட்டம்
நாம் புதுமை உலகைப் படைப்போம்.

'Change', The English translation of Maatram has been translated and Published in Transitive 2013 July - August I have by Dr.Marx published by Kusirchi valan for Thissai Ettum Pushislan.

8. மழி

(ஆற்றோரம். ஆறு புது வெள்ளமாய்ப் பாய்ந்து கொண்டிருக்கிறது. கரையின் இருமருங்கிலும் மக்கள் புது வெள்ளப் பெருக்கினை வேடிக்கை பார்த்துக் கொண்டிருக்கிறார்கள்)

பாடல் குழு பாடுகிறது:

சேரி இளையர் செல்வரு நிலையர்
வலிய ரல்லோர் துறை துறையயர
மெலிய ரல்லோர் விருந்து புனலயரச்
சாறுஞ் சேறு நெய்யு மலரும்
நாறுபு நிகழும் யாறு வரலாறு
வேறுபடு புனலென வரைமண்ணுக் கலினழுப்
புலம்பரி யந்தணர் கலங்கினர் மருண்டு
மாறு மென்மலரும் தாருங் கோதையும்
வேருந் தூருங் காயும் கிழங்கும்
பூரிய மாக்க ளுண்பது மண்டி
நாரரி நறவ முகப்பு நலனழிந்து*

கதைசொல்லி:

தண்ணீர் கலங்க அந்தணர் காண
பூசை கெடலானது
கண்ணீர் கலங்கிடத் தீண்டாமை காண
மனசு கெடலானது
அந்தக்கால வைகையாற்றில்
அந்தணரும் சேரியரும்
சேர்ந்தே குளித்தனர்

---

* பரிபாடலிலிருந்து பெற்ற வரிகள்

சேரும் சாறும் தூருங் கிழங்கும்
மாறிப் புரண்டோடும் நீரில்
அந்தணர் குளிக்க மருண்டு நின்றார்
இந்தக் காட்சி அன்று
சாதிக்கொரு துறை
சாதித்த மனுமுறை
தூ...............
உயர்ந்தோர்மேற்றே
உரிமை பெறும் முறை
சேரிக்கொரு துறை
யார்மாட்டும் சேராத் தனித்துறை
இந்தக் காட்சி இன்று
இன்னும் பார்ப்போம் நின்று

(ஒருவனைப் பார்த்து)

ஒருவன்:

நீ விலகு! செல் அதன் பக்கம்
நீச்சல் தெரியாமல் பேச்சென்ன பேச்சு
(மற்றவனைப் பார்த்துக் கரையோர மரங்கண்டு)
தொடித் தலைக் கிளைபார்
தொடர்ந்து செல் மரமேல்
கொப்பொன்று உள்ளதில்
கைப்பிடியில் தொங்கு
எண்ணிக்கை நூறு
எண்ணி முடித்தால்
தொப்பெனக் குதி
கழன் றோடும் ஆற்றில்
கழன்று குதித்தால் நன்று

கதை சொல்லி:

அந்தப் படித்துறை அந்தணர்க்கானது
இந்தப்படித்துறை வேளாண் குடிக்கானது
சேர்ந்த தனித்துறை செட்டியார்க்கானது
சேரா மறுதுறை மறுவர்க்கானது
அதோ தெரிவதே சேரியினர்துறை

மற்றொருவன்:
சவால் இது எனக்கா
சட்டாம் பிள்ளை நினைப்பா
சவால் ஏற்பேன் மரமேறிச்
சட்டெனக் குதிப்பேன் செயிப்பேன்

(இளைஞர்கள் குளித்து விளையாடுகின்றனர்)

(ஆற்றங்கரையோரம் உயர்சாதி பெண்களுக்கான துறையில் பெண்கள் குளித்துக் கொண்டுள்ளனர்.)

ஒருத்தி:
புதுவரவு வெள்ளத்தில்
புரண்டோடி வருவனபல
கண்டவை வருகின்ற வேளையிது
இளைஞர் விளையாடிக் கலக்குவதா?

வேறொருத்தி:
(ஒருத்தி துவைத்த துணி தவறி விழுந்து
ஆற்றில் மிதந்தோடுகிறது)
அய்யோ துகிலொன்று போகுதே
துவைத்து வைத்த துணி இதுவே
நீந்துவார் யாரோ யார்
அய்யோ! துணைசெய்வீர்
அய்யோ! அருள்புரிவீர்

(இளைஞர் சிலர் நீரில் நீந்தித் துகிலை மீட்டெடுத்துத் தருகின்றனர்.)

ஒருவர்: (ஒருவர் இரு மாடுகளுடன் ஆற்றில் இறங்குகிறார். மாடுகளுடன் உரையாடுகிறார்.)

(பாடல்)

தை! தை! குளிக்கலாம் வா
மயிலக்காளை மெரளாதே
மண்ணோடும் சேறோடும்
மனை போக விரும்பாதே
செவலைக்காளை நீந்த விரும்புது
சேர்ந்து குளிக்க என்ன கசக்குது

(ஆநிரையுடன் பாசத்துடன் பேசுகிறார்)

ஆண் பெண் குளித்தாலும்
அசிங்கமாய்ப் பேசுவார்
அதெல்லாம் உனக்கில்லை
ஆனாலும் ஆளையே மாடென்பார்
தை! தை! குளிக்கலாம் வா
மனிதர் கண்டு முட்டாதே

கதை சொல்லி:
அதோ வருவது...
காலத்தைக் கடத்திய கட்டையது
ஊரிது சேரியென வரைமுறை தப்பாது
வந்தது கொண்டு தொந்தி விழுந்தவர்
முதுமை பெறும் உருவமிது
எண்ணிட வருமா இளமை
இனியும் இருப்பதோ முதுமை

முதியவர்: (ஊன்றுகோல் ஊன்றி நடந்து வருகிறார்)
இது என்ன பெருவெள்ளம்
இதற்கு முன் பலவெள்ளம்
கரை உடைக்கக் கண்டுள்ளேன்
கட்டிளம் காளையாக நானிருந்த காலமது

(கடந்த காலம் எண்ணி ஏக்கமுடன்)

கரையோர மரமேறி
கலங்கிட நீர் குதிப்பேன்
காலிரண்டு அப்போது
கால்மூன்று இப்போது
காலங்கள் கடந்தாலும்
கலையாத நினைவுண்டு
மாடு குளிக்கின்றன
மனிதனும் குளிக்கிறான்
சாதிக்கொரு துறை உண்டு
மாட்டுக்கெனத் துறை உண்டோ

*(ஊருக்குப் பெரியவர் மழிப்பவனுடன்
குடை பிடித்து குளியலாட வருகின்றார்)*

கதை சொல்லி:
அதோ வருபவர்
சாமியைப் போற்றுபவர்

சாதியைப் போற்றுபவர்
நீக்குப் போக்கு அறிந்தவர்
நீச்சல் நீந்த அறியாதவர்
மழிப்பதற்காக வேண்டி
மனிதனுடன் வருகின்றார்

பெரியவர்:
மூத்தவரே...!
நம் துறையில் மாடு குளித்திடலாம்
மழிப்பவன் குளிக்கலாமோ
அதுக்கது பிரிவுண்டு
அத்துமீறத் தடையுண்டு

(குடைபிடித்து வருபவனைப் பார்த்து)

மழிப்பவனே கருத்தவனே
மழிக்க வேணும் எதில் அமர?

கருத்தவன்:
மனைப்பலகை வைத்துள்ளேன்
மழிப்பதற்கு நானுள்ளேன்
அய்யா அமரவேணும்
ஐந்து நாழி பொறுக்கவேணும்

கதைசொல்லி:
முதியவரும் பெரியவரும்
பேச்சுத்துணை கொள்கின்றார்
மூதுரையார் வகுத்த மூதேவிச் சாதியினை
முறைசொல்லி உறவு கொள்வார்
முன்னேற வழி செய்யார்.

பெரியவர்:
(ஆற்றின் போக்கைக் கண்டு முதியவரிடம் பேசுகிறார்)
வண்ண வண்ண நீராய்
வருகிறதே இதென்ன சீராய்

முதியவர்:
பெரியவரே! பெரியவரே
பெருகிவரும் நீரினிலே பலஉண்டு

சேறுண்டு செத்துவரும் பிணங்களுண்டு
தென்னை மட்டை வாழைமரம்
வெள்ளமிது வண்ணமிது
நம்சாதிப் பெண்டிரெல்லாம்
சட்டி முட்டிக் கழுவிவிடும்
கருஞ்சாய நீரிது
நம் சாதிப்பெண்கள் துறைப் பக்கமிது

ஒருவன்:
அய்யா ஓய்!
அய்ய கோய்!
அநியாயம் பொறக்கணுமோ
அக்கிரமம் அடுக்கலாமோ

பெரியவர்:
எங்கிருந்து குரல் வருகிறது
என்னகேடாம் அவனுக்கு

கருத்தவன்:
எங்கள் சேரித்துறை அதுதான்
எங்களவன் குரல் அதுதான்

முதியவர்:
பெரியவர்......
பலகையில் உட்காருமுன்
கலகக்குரல் வருகுதுடா
என்னவாம் கத்துகிறான்
எதுக்காகப் புலம்புகிறான்

ஒருவன்:
மாடுகள் குளித்த நீர்-உங்கள்
மங்கையர் குளிக்கும் நீர்
சட்டி முட்டி கழுவிய நீர்
சவால் விட்டு விளையாடி-உங்கள்
சந்ததியினர் கலக்கிய நீர்
கழித்த நீர் குளித்த நீர்
கலங்கிவரும் ஆற்று நீர்

சேரிச் சனங்கள் துறை
எமக்கென ஒதுக்கினீரே
எல்லாம் வந்து சங்கமிக்க
ஏமாந்தவர் நாங்களய்யா
ஊரிலே உங்களுக்காய்
உழைத்த கருமேனிகளின்
ஊத்தைகளை ஒழிக்க வந்தோம்
வாய்க்கலாமா குளிக்கும் நீர்
கலங்கல் நீர் கடைசி நீர்
காணுமய்யா காணுமய்யா

பெரியவர்:

நண்டு கொழுத்தால் வளையிலிருக்காது
வாய்ப்புக் கொடுத்தாலும்
வாழும் வகையறியீர்
வாயை அடைப்பதற்கு வகைதொகை செய்யவில்லை
ஊராரைக் கூட்டிவைத்து உம்
உளறும் வாயை
அடக்க வேணும்

(சேரித்துறைக்காரரைத் திட்டுவதைக் கண்டு வருத்தப் படுகிறான் கருத்தவன்)

கருத்தவன்:

அய்யா!
கத்தி பதமானது
சுத்தி கழுத்தானது
சுழன்றசையுமானால்
கத்தி பதமானது

பெரியவர்:

குடியிருப்பில் சாதியுண்டு
திசைகளுக்குச் சாதியுண்டு
நிறங்களிலும் சாதியுண்டு
நீயது அறிவாயோ
எட்டி நில்! எட்டி நில்!
என்ன சாதி நீ என்றும்

என்ன சாதி நானென்றும்
உணர்ந்தவாறு தொழில் செய்-அப்போதே
தொழில் சுத்தம் என்றாகும்-இல்லையேல்
சாதிப் பழி குற்றம் ஆகும்

முதியவர்:
சுத்தம் எங்களுக்கு
குற்றம் உங்களுக்கு
மனுவிதித்த விதியேதான்
மனிதர்க்கு வேதமாகும்
அறியாத மகன் இவனோ
தெரியாத மூடன்தானோ

கருத்தவன்:
தொட்டாலே தீட்டானால்
தொழில் செய்வதெவ்வாறாம்?

பெரியவர்:
பரம்பரை செய்த தொழில்
மழித்த மரபறியாய்
மடையனாய் நீ மறந்தாய்
மழித்தெடு மனதொன்றி
இருக்க இடம் கொடுத்தால்
கிடைக்கு ரெண்டாடா

முதியவர்:
மாடுகளை மடக்கிச்செல்
மழிக்கிறார் அய்யா, பார்!
சேரித்துறைக் கரைவழியே
ஓட்டிச்செல் உன்வழியே

கருத்தவன்:
அய்யா!
மீசை ஒதுக்கட்டுமா
ஆசையாய் இருக்கட்டுமா

பெரியவர்:
ஆற்றுக்குக் கரைகள் உண்டு அதுபோல்
மீசைக்கும் கரைகள் உண்டு

இரண்டுகரை ஒதுக்கியவை
இனிமையது இளமைவை

    (சிறுவர்கள் மீன் பிடிக்கின்றனர்.
    சேலையை விரித்து நீரில் வலை வீசுகின்றனர்)
    (கரையமர்ந்துள்ளோரைக் கண்டு மீன் அகப்பட
    வழி தேடும் நோக்கோடு கேட்கின்றனர்)

சிறுவர்களில் ஒருவன்:
மீன்கள் துள்ளல் அதிகம்தான்
நீங்கள் வந்தால் வரவுதான்

பெரியவர்: *(சிறுவர்களை எச்சரித்தவாறு)*
நீர்க்குமிழி வாங்குதல் தெரியுமா
நீர்ச்சுழலில் நீந்துதல் தெரியுமா
ஆழம் தெரியுமா பலமடங்கு-தவறின்
காலன் பிடிதான் உங்களுக்கு

கருத்தவன்:
(கிண்டலாக) முதியவருக்கோ...
நீந்தித்திரிந்த இளம நினைப்பு
வாழ்ந்து முடிந்த முதுமைப்பிடிப்பு
பெரியவருக்கு நீச்சல் தெரியாது
முதியவருக்கு மூன்றுகால் முடியாது

பெரியவர்:
    (சிறுவர்களுக்கு வழிகாட்டும் நோக்கில் கூறுகிறார்)
சேரித்துறையிலே அழுக்குகள்
சேர்ந்ததுறையிலே கழிவுகள்
அழுக்குகளின் அமைவிடம்
சேரிமக்கள் குளிப்பிடம்
மீன் கிடைக்கும் இடமாகும்
வலைபோடப் பலனாகும்

கருத்தவன்:
அய்யா மழித்தேன்
அடியேன் முடித்தேன்

ஆற்றில் குளியுங்கள்
ஆனந்தம் கொள்ளுங்கள்

(ஆற்றில் இறங்க முற்படும் பெரியவர் கால்கள் சறுக்குகின்றன கருத்தவன் கைத்தாங்கல் செய்யச் செல்கிறான்.)

பெரியவர்:

டேய்... டேய்... எட்டிப்போ!
ஆற்றின் கரைகள் சரிவுதான்
அதிலே கால்கள் சறுக்கும்தான்
சாக்குப் போக்கில் பிடிக்காதே
சாதிக் கணக்கை மறக்காதே
சாமி கணக்கிதே
சாகும்போதும் மறக்காதே

கருத்தவன்:

அய்யா! மறவேன்
சாதி காணும் நீங்கள்தான் முழுமனிதர்
சேரிமக்கள் நாங்கள்தான் முறைமனிதர்
சாமிகணக்கோ யார் கணக்கோ
சாதிக்கணக்கை யாம் மறவோம்
நீரின் போக்கு அதிவேகம்
ஓரம் தவறின் உயிர் போகும்
கவனம் அய்யா கவனம்

கதை சொல்லி:

நீரை ஆற்றில் அடக்கியதால்
நீர்த்துறை வகுக்க வழிகண்டார்
தீயை அடுப்பில் அடுக்கியதால்
தீயை வணங்கும் வகைகண்டார்
காற்றைக் காண முடிந்திருந்தால்
அதிலும் சாதியைக் கண்டிருப்பார்
பொதுவாய் விளங்கும் பொருள்தனையே
பொறுக்கிப்பதுக்குதல் முறைதானோ

(பெரியவர் நீரில் அடித்துச் செல்லப்படுகிறார்)

பெரியவர்:

அய்யோ! அய்யோ!
நீர்ச்சுழல் சுற்றுதே

சேர் அடி மிரட்டுதே
யாரைப் பிடிப்பது
யார் துணை நிற்பது!
கருத்தவனே வாடா!
கையைக் கொஞ்சம் கொடுடா!

கருத்தவன்:
அய்யா!
மேனியோ கருப்பு
சேரியிலே இருப்பு
மனுதர்ம விதிப்பு
மறுப்பதே என் பொறுப்பு

பெரியவர்:
அடேய்... (நீரில் மூழ்கியவாறு மூச்சுத் திணறிக் கொண்டே)
வீண் பேச்சுப் பேசாதே
வேதனையைக் கிளறாதே
தண்ணியிலே தவிக்கின்றேன்

கருத்தவன்:
சாமி கணக்கோ யார் கணக்கோ
சாதிக்கணக்கை மீறலாமோ

முதியவர்: (கரையில் கவனித்துப் பதற்றத்துடன்)
தொட்டாலும் தீட்டல்ல
பார்த்தாலும் தீட்டல்ல
மனிதன் உயிர் போகும்போது
இது பேசிப் பயனல்ல
விரைந்து செல்-அடேய் (கருத்தவனைப் பார்த்து)

கருத்தவன்: (மறுத்தவாறு)
சாமி கணக்கிது சாகும்போதும்
சாதிக்கணக்கை மறக்கலாமோ
அய்யா வாக்கு அருள்வாக்கு
அடியேனோ தனி நோக்கு

*(நீரில் சேரித் துறைக்குப் பெரியவர் அடித்துச் செல்லப்படுகிறார்.
அங்கிருந்த சேரி மக்கள் பெரியவரின் உயிரைக்
காப்பாற்றுகின்றனர்)*

பெரியவர்:
பொதுவாய் உள்ளது இயற்கை
சாதியாய்ப் பார்ப்பது இல்லையடா

பெரியவர்:
ஊரும் சேரியும் இருகரையல்ல
நீயும் நானும் விலங்கினம் அல்ல

கதை சொல்லியும் கலைஞர்களும்:
மனிதனைச் சாதியாகப் பிரித்த பண்பாடு
மலினப் பண்பாடு மரபு முரண்பாடு
கசடு காட்டாற்றில் கரையட்டும்
கழிவு வெள்ளத்தில் கழியட்டும்
மழிப்போம் புதியது மலர்விப்போம்.

9. தொடு

அரங்கின் மையத்தில் ஒரு மண் சட்டி வைக்கப்பட்டுள்ளது. சட்டி நிறைய மணல் உள்ளது. சட்டியைத் தொட்டவாறு நான்கு திசைகளைக் குறிக்கும் வண்ணம் ஆளுயரக் கழிகள் படுக்கை நிலையில் வைக்கப்பட்டுள்ளன. ஒரு சோகமான அவலக்குரல் பின்னணியில் இசைக்கப்படுகிறது. இவ்வேளையில் நான்கு பேர் தங்கள் இடுப்பில் கட்டியுள்ள துண்டுகளை இடுப்புப் பகுதியைப் பார்வையாளர்களுக்கு மறைத்தபடி விரித்த நிலையில் திரை போல முன்னரங்கில் வரிசையாக நிற்கின்றனர்.

அவலக்குரல் இசை ஓ-ஓ-ஓ- என இசைத்துக் கொண்டிருக்கும் வேளையில் வரிசையில் நிற்கும் நால்வரும் ஓசைப்படாமல் நகர்ந்து சென்று நான்கு திசைகளையும் குறிக்குமாறு நான்கு மூலைகளிலும் பார்வையாளர்களுக்குத் தங்கள் முகங்களைக் காட்டாத வாறு திரும்பி நிற்கின்றனர். அரங்கின் மையத்தில் உள்ள மண் சட்டியைத் தன் தலை மயிரால் மூடியவாறு கவிழ்ந்து ஒரு பெண் மண்டியிட்ட நிலையில் அமர்ந்துள்ளார். சோகக்குரல் முடியும் தறுவாயில் தலையை மெல்ல நிமிர்ந்து ஏக்கத்துடன் அந்தப் பெண் பார்வையாளர்களைப் பார்த்துக்கொண்டிருக்கிறாள். என்ன இவள் பேசுவாள் என்று பார்வையாளர்கள் எதிர்பார்த்துக் கொண்டிருக்கும் வேளையில் சோக இசை படிப்படியாக மெல்லக் குறைந்து விடுகிறது.

பெண்: ஓ... என்மக்களே! நான் பெற்ற மக்களே! எப்போதும் இல்லாத மனத்துயரம் இப்போது என்னை வாட்டிக் கொண் டிருக்கிறது. என் மக்கள் நிம்மதியில்லாமல் இருக்கிறார்கள். நிம்மதியில்லையேல் முன்னேற்றம் குறித்துச் சிந்திக்கக்கூட முடியாதே. அதுதான் எனக்கு மனச் சஞ்சலத்தை உண்டாக்கு கிறது. இந்தத் தாயின் எத்தனையோ பிள்ளைகள் விளையாடிக் குதூகலித்துச் சென்றுள்ளனர். (சட்டியில் உள்ள மண்ணை அள்ளித் தூவிக்கொண்டே) யவன தேசத்து மக்கள் வந்தனர்.

அப்புறம்... ரோமாபுரி மக்கள் வந்தனர்.

பின்பு டச்சுக்காரர், பிரெஞ்சுக்காரர், போர்த்துக்கீசியர் என எவரெவரோ வந்தனர்.

பிரிட்டிஷ்காரர்கள் வந்து தங்கள் சொந்தப் பூமியாக எண்ணி விளையாடி சந்தோச வாழ்க்கை மேற்கொண்டு வாழ்ந்து சென்றனர். இத்தனை மக்கள் வந்த பொழுதெல்லாம் இருந்த மனக் கலக்கத்தைவிட இன்று இந்தத் தாய் மண்ணுக்குச் சொந்தக் காரர்கள் நிம்மதியிழந்து வாழ்வதுகண்டு ரொம்பவும் வேதனைப் படுகிறேன்.

அந்தப் பெண்மணி இப்பொழுது மண் சட்டியைக் கையில் ஏந்தியவாறு பார்வையாளர்களை நோக்கி முன்வந்து நின்று தலை மயிரில் முகம் புதைத்துத் தேம்பித் தேம்பிச் சட்டியை ஏந்தி நம்பிக்கை தருமாறு வேண்டி சோகப்பட்டுக் கொண்டு நிற்கிறாள். சற்று யோசனைக்குப் பிறகு மேற்குத் திசையைப் பார்த்து மெல்ல நகர்ந்து சென்று அம்மூலையில் நிற்கும் நபரின் தலையைப் பார்வையாளர்கள் பக்கமாகத் திருப்பித் தலையைத் தடவிக்கொடுத்துக்கொண்டே 'தலைவேறு திசையாய் ஒரு பகுதி மக்கள் வேறாகப் பிரிந்துகிடக்கிறார்கள்'. இதே வசனத்தை மீண்டும் ஒருமுறை உச்சரித்துக்கொண்டே எதிர்த்திசை மூலையில் நிற்கும் நபரைச் சென்று அடைகிறாள். 'தினவெடுத்த தோள் களுக்குச் சொந்தக்காரர்கள் வேறு ஒரு திசையில் பிரிந்து கிடக் கிறார்கள்' என்று சொல்லிக்கொண்டே பார்வையாளர்கள் பார்க்கும் படியாகத் தோள்களைத் தொட்டுத் திருப்பி அந்த

நபரை நிறுத்துகிறார். 'தொடை தட்டிச் சபதம் மேற்கொள்ளும் வீரத்திருமக்கள் வீரத்தைத் தொலைத்துவிட்டு வேறு திசையை எதிர்நோக்கி வீரியம் இழந்து நிற்கிறார்கள்' என்று சொல்லிக் கொண்டே வடக்கு திசை மூலையில் நிற்கும் நபரைத் தொட்டு நியாயம் கேட்பது போலக் கெஞ்சி நிற்கிறாள். பார்வையாளர்களைப் பார்த்து முன்நகர்ந்து வந்து 'இந்தத் தேசமெல்லாம் நடந்து நடந்து உழைத்து உழைத்துக் கருத்துப்போன மக்கள்' காடு மேடெல்லாம் கழனிகளாக்கிய வியர்வைக்குச் சொந்தக் காரர்கள் வேறு ஒரு திசைக்கு ஒதுக்கி வைக்கப்பட்டுள்ளனர் என்று சொல்லிக்கொண்டே தென் திசையில் நிற்கும் நபரது கால்களைத் தொட்டுக் கெஞ்சிவிட்டு அரங்கின் மையத்திற்கு வந்து ஏற்கெனவே இருந்த நிலைக்கு வந்து சேர்கிறாள். பின்னணி சோக இசை மீண்டும் ஒலிக்கிறது. இசை ஒலித்துக்கொண்டிருக்கும் போது முன்பிருந்தது போலவே நான்கு திசைகளிலும் நிற்கக் கூடிய நபர்கள் மேடையின் முன்பாக வந்து நின்று திரைபோல அமைகிறார்கள். (அரங்கின் மையத்தில் உள்ள பெண்மணி மண்சட்டியை இருந்த இடத்தில் வைத்துவிட்டு அவள் மட்டும் காணாமல் போய்விடுகிறாள்.)

திரைபோல நின்ற நால்வரும் பின்னணி இசைக்கேற்ப விரித்துள்ள துண்டுகளைப் பறவையின் இறக்கைகளைப் போல விரித்துக் கலைந்துசென்று துணிகளை இடுப்பில் கட்டிக்கொண்டு வீராப்புத் தெறிக்கும் வண்ணம் குதித்தாடுகின்றனர். பறை ஓசைக்கு ஏற்ப இவர்களது குதித்தாடல் முறை அமைகிறது. பறையோசை நின்றபின் மாட்டு வண்டி ஓடும் சத்தம் போலத் தாளம் இசைக்கப்படுகிறது. அப்போது நான்கு திசைகளையும் குறித்தவாறு உள்ள சிலம்புக் கழிகளை ஒவ்வொருவரும் கையில் எடுத்துக் கொண்டு சிலம்பாட்டக்காரர்களின் காலடி வைக்கும் முறைகளைச் செய்துகாட்டி ஒருவருக்கொருவர் சளைத்தவர்கள் அல்ல என்று பார்வையாளர்களுக்கு உணர்த்திவிட்டுக் கழிகளை உயர்த்திக் கூம்பு போல கோபுரம் என வடிவமைத்து உறைந்து நிற்கின்றனர். தாள இசை நின்றதும் குழல் இசை துவங்குகிறது. காற்றில் மிதந்து வரும் இசையை உள்வாங்கிய நிலையில்

உறைந்து நின்ற உருவங்கள் வடிவம் சிதையாதவாறு மெல்லச் சுழல்கின்றனர். பின்னர்ப் புல்லாங்குழல் இசையுடன் பறை இசையும் சேர்த்து ஒலிப்பதைக் கேட்ட அந்த நால்வரும் கழிகளைச் சுழற்றிக்கொண்டு வீரியத்தை வெளிப்படுத்திக் கோபுரம் போல் மீண்டும் இணைகின்றனர்.

நபர் 1 : (கோபுரமாக இருந்த வடிவைக் கலைத்துவிட்டுப் பார்வை யாளர்கள் முன்வந்து) "எங்க தாத்தா வஸ்தாவி, ஒரு பெரிய வஸ்தாவி" என்று சொல்லி முடித்து மூவரையும் பார்க்கிறார். மூவரும் இவரைப் பார்த்து எக்காளமிட்டுக் கேலி செய்து சத்தமிட்டுச் சிரிக்கின்றனர்.

நபர் 2 : (ஓர் அதட்டுச் செய்து குரல்களை அடங்கச் செய்து) "ஏய் நான் யார் தெரியுமா! எங்க அப்பா இந்தச் சுற்று வட்டாரத்துக்கே சிலம்பாட்டம் கற்றுக்கொடுத்தவர்" என்று சொல்லி மற்றவர்களைச் சவால் விடுவதைப் போலப் பார்க்கிறார். மூவரும் கொக்கரிப்புச் செய்து நபர் 2ஐக் கண்டு) கிண்டலடித்துச் சிரிக்கின்றனர்.

நபர் 3 : (சிலம்புக் கம்பினை வலமாகச் சுழற்றித் தொடையைத் தட்டிப் பெருமிதம் கொண்டு பேசத் தொடங்குகின்றார்.) "எங்க அப்பா பெயரைச் சொன்னா இந்தச் சுற்று வட்டாரம் முழுக்கத் தொடை நடுங்கும்" என்று பேசி மீசையை முறுக்கிவிட்டு நிற்கிறார். மற்றைய மூவரும் இவரைப் பார்த்து நையாண்டி செய்து சிரிக்கின்றனர். நான்காவது நபர் வீரச்சிரிப்புச் சிரித்துக்கொண்டே "சிலம்பாட்டத்தைக் கண்டு பிடிச்சதே எங்க பரம்பரை தான்" என்று சொல்ல மற்றைய மூவரும் இவரைப் பார்த்துக் கேலி செய்து நகைக்கின்றனர். பின்னர் ஒவ்வொரு வரும் தத்தம் திசைகளை நோக்கிச் சிலம்புகளை விளாசியவாறு சென்று உறைகின்றனர்.

முதலாவது

நபர் : நடுவில் உள்ள மண் சட்டியைச் சுட்டிக்காட்டி, "இந்தச் சட்டியை, இந்த மண்சட்டியை உங்களால் தொட்டுவிட முடியுமா?" (கேள்வியைக் கேட்டதும் மூவரும் கோபப்பட்டு.)

நபர் 2 : "என் வீரத்தக் கேவலப்படுத்திட்டியேடா"

நபர் 3 : "யாரைப் பார்த்து என்ன கேள்வி கேட்ட"

நபர் 1 : "என் பரம்பரையையே கொச்சப்படுத்திட்டியடா"

நபர் 4 : "இந்த மண்சட்டிய தொட்டுட்டா நீ உன் மீசைய எடுத்திரிவியா? நீ இனிமே இந்தச் சிலம்புக் கம்பையே தொடமாட்டேன் என்று உறுதி எடுப்பியா? நீ இந்தப் பக்கமா தலை வைக்கக் கூடாது சபதம் செய்வியா?" என்று கேட்டதும் புல்லாங்குழல் இசை காற்றில் மிதந்து வருகிறது. சூரியன் மறைய மறைய இருள் கவ்வுவது போல் புல்லாங்குழல் இசையை நுகர நுகர மனக் கலக்கம் ஒ்வ்வொருவரிடமும் படிப்படியாக ஏற்பட்டு வருவதை அவர்களது உடல்கள் காட்டுகின்றன. ஒரு பெரிய மனத்தாக்கம் ஏற்பட்டு உடல்கள் சோர்வடைந்து கூனிக் குறுகிப்போய் அவரவர் திசைகளைப் பார்த்து இயல்புக்கு மாறான நிலையில் முடங்கி அமர்ந்துள்ளனர். புல்லாங்குழல் இசை நிற்கிறது.

நபர் 1 : (மேடை முன்வந்து பார்வையாளர்களைப் பார்த்து) "இவ்வளவு வீராப்புப் பேசிய இவர் களால் இந்த மண்சட்டியைத் தொடவே முடியாது. உங்களுக்குத் தெரிஞ்ச கதைதான் கிராமங்கள்ல நிதமும் நடக்கிற கதைதான். நேரமாச்சு, வயக் காட்டு வேலைக்குப் போகணும் வர்றேன்" (என்று சொல்லிவிட்டு அரங்கின் மையத்தில் உள்ள மண்

சட்டியைத் தூக்கிக்கொண்டு அரங்கைவிட்டு ;;கர்கின்றனர்.)

உழுதுகொண்ட ,.ருக்கும் ஒருவர்:

கடலை நல்ல விலையாகுச்சுன்னா
கறுப்பாயி-உனக்கு
காதுக்குக் கம்மல் பண்ணிப் போட்டிடுவேன்
ஏ....... ஏ....... ஏ........

(என்று பின்னணிப் பாடல் குரல் ஒலிக்கிறது. பாடலைக் கேட்டவாறு ஒருவர் வயல்காட்டை உழுதுகொண்டிருக்கிறார். இருவர் மாடுகளாகக் குனிந்து செல்ல கழுத்துகளில் நுகத்தடி அமைய கலப்பை எனக் கம்பைக் கையில் பிடித்து உழுது சென்று கொண்டிருக்கிறார். அவர்கள் பயன் படுத்திய கழிகளே கலப்பையாகப் பாவிக்கப் படுகிறது.

தை... தை... என்று சத்தமிட்டுக்கொண்டு உழுது சென்றவர் திடீரென வெயிலின் கொடுமையைத் தாங்க மாட்டாது, மேல் வானத்தை அந்நாந்து பார்த்துக் கொண்டிருக்கும் வேளையில் வலிப்பு நோய் வந்து கீழே விழுந்து கால், கைகள் வெட்டி, வெட்டியிழுக்க வாயில் நுரை தள்ளிய நிலையில் உடல் துடித்துக் கொண்டிருக்கிறார். மாடுகள் மேடையின் ஒருபுறம் ஒதுங்கி நிற்கின்றன. (மாடுகள் என நடிகர்களே பாவித்து நடிக்கலாம்)

ஒருவர் : (அவ்வழியாக வந்தவர் மனம் பதைத்துப் போய் உற்றுக் கவனிக்கிறார். நாலா திசைகளுக்கும் ஓடிச்சென்று) ஓய்... யார்... அங்கே! ஐயா வலிப்பு வந்து துடிச்சிக் கிடக்கிறாரு வந்து காப்பாத்துங்க! ஓய்... ஓய்... (என்று கதறி யாரும் துணைக்குக் கிடைக்கவில்லை என்று உணர்ந்த நிலையில் துடிக்கும் உடலைத் தொட அச்சப்படுகிறான். பின்னர் யோசித்து

விட்டு மாடுகளின் கழுத்தில் பூட்டிய கலப்பையைக் கழற்றித் தூக்கி வந்து வலிப்புக் கொண்டிருக்கும் நபரின் கைகளில் பிடிக்கச் செய்கிறார். வலிப்பு படிப்படியாகக் குறைந்து உடம்பு ஓய்வெடுக்கும் நிலையைக் கவனிக்கிறார். மண்ணைத் தொட்டு நெற்றியில் பூசிக்கொள்கிறார். பின்னர்க் கலப்பையைப் பிடித்துள்ள கைகளை விடுவித்து விட்டு, "ஐயா… ஐயா…" என்று அழைத்துப் பார்க்கிறார். பின்னர் அக்கம் பக்கம் பார்க்கிறார். மேடையிலிருந்த அந்த மண்சட்டி அவர் பார்வைக்குப் படுகிறது. அதனை எடுக்கச் சென்றவர் நின்று தயங்குகிறார். பின்னர் சட்டியைத் தூக்கி வந்து அதில் உள்ள நீரை அள்ளி வலிப்பு வந்தவரின் முகத்தில் தெளிக்கிறார். தெளிவு ஏற்பட்டு வலிப்பு வந்தவர் "தண்ணீர் தண்ணீர்" எனக் கேட்கிறார். அவரைத் தன் மடியில் கிடத்திச் சட்டியில் உள்ள தண்ணீரை அவருக்குக் குடிக்கக் கொடுக்கிறார். குடித்தவர் "அப்பாடா" என்று கொஞ்சம் தெளிவடைகிறார். "ஐயா… ஐயா… இப்ப எப்படி ஐயா இருக்கு?" என்று கேட்கிறார். வலிப்பு வந்தவர் யார் மடியில் படுத்திருக்கிறோம் என்பதைக் கவனிக்கிறார். சட்டெனத் தெளிவு கொண்டவராய்த் தன்னைத் தனிமைப்படுத்திக் கொள்கிறார். நடக்காதது நடந்துவிட்டது போலத் துடித்துப்போய் தன் காலால் எட்டித் தண்ணீர் கொடுத்தவரை உதைக்கிறார்.

"ஏண்டா என்னைத் தொட்ட
என்னை நீ தொடலாமா
ஏண்டா என்னைத் தொட்ட"

உதவியவர் : "ஐயா, நீங்க வலிப்பு வந்து மயங்கி விழுந்திட்டீங்க. உங்க உயிர் போயிருமேன்னு நினைச்சுத்தான்..."

வலிப்பு வந்தவர் : உயிர் போனா போச்சு, ஏண்டா என்னயத் தொட்ட? *(என்று எழுந்து சட்டியை எடுத்து அவர் தலையில் போட முனைகிறார். சட்டியைத் தூக்கியவுடன் தீட்டுப் பட்டுவிட்ட சட்டி இது என்று நினைவுக்கு வருகிறது. உடனே சட்டியைக் கீழே சடக்கென வைத்து விடுகிறார். பிறகு அங்குள்ள கலப்பையைத் தூக்கி உதவியவனை அடிக்கச் செல்கிறார். கலப்பையும் தீட்டுப் பட்டுவிட்டதாக உணர்ந்து அதையும் தூக்கி எறிகிறார்.)*

'இந்த ஊர்க்காரங்கள் மத்தியில் நான் எப்படி தலை நிமிர்ந்து நடப்பேன். தீட்டுப்பட்டிருச்சி என்று என்னைக் கேலி பண்ணுவாங்களே. ஏண்டா என்னத் தொட்டாய். என் கிட்ட நிக்காதடா எட்டிப் போடா' மண்ணை அள்ளி எறிகிறார். *(உதவியவர் நகர்ந்து விடுகிறார்)*

(உதவியவர் சென்று விட்டதும்) 'என்னைத் தொட்டுட்டானே ஒரு சின்னச் சாதிப்பயல், என்னைத் தொட்டுட்டானே' *(என்று முனங்கிக் கொண்டே மாடுகளை தொட்டுத் தடவிக் கொடுத்து)* கண்ணுங்களா, என் செல்வங்களா, *(என்று கொஞ்சிக்கொண்டே மாடுகளைத் தடவிக் கொடுக்கிறார்.)*

(மாடுகள் அம்மா... அம்மா... என்று கதறுகின்றன. இவரும் சேர்ந்து அம்மா என்று கதறுகிறார். இந்தக் கதறல் படிப்படியாக நையாண்டித்தனக் குரலாக மாறுகிறது. முதலில் வந்த நால்வரும்

பார்வையாளர்களைப் பார்த்து நையாண்டிச் சிரிப்புச் சிரித்து பின்னர் நடுவில் உள்ள மண்சட்டியை மையமிட்டுக் கம்புகளை உயர்த்திக் கோபுர வடிவில் மெல்லச் சுழல்கின்றனர். அப்பொழுது புல்லாங்குழல் இசை துவங்குகிறது.)

"நாலு வர்ண சாதியிலே
நாங்க மனுசர் இல்லே
நாயினும் கேடானோம்
வாழ்க்கை இங்கு இல்லே
ஊருக்கு வெளியானோம்
உறவு இங்கு இல்லே
ஊருக்கு வெளியானோம்
உரிமை இங்க இல்லே"

(என்ற பின்னணிக் குரல் ஒலிக்கிறது. பாடல் முடிந்ததும்)

நபர் 1 : (பார்வையாளர்களை நோக்கி முன் வருகிறார். அவரைத் தொடர்ந்து பிற மூவரும் வருகின்றனர். முதலில் வந்த பெண்மணி மண்சட்டியைத் தன் தலைமுடியில் மறைத்து மண்டியிட்ட நிலையில் அமர்ந்திருக்கிறார். குரலிசையும் குழலிசையும் இணைந்து சோகத்தை வெளிப்படுத்திக் கொண்டிருக்கும் வேளையில் நான்கு திசை மூலை களுக்கும் நால்வரும் சென்று விடுகின்றனர். இசை நிற்கிறது.)

பெண்மணி : (இரு கைகளையும் ஏந்தி) 'ஓ என் மக்களே! நீங்கள் ஒன்று சேரும் நாளில்தான் நான் அகமகிழ்வேன்'.

நபர் 1 : காடாக இருந்த இடத்தையெல்லாம் நாடாக்கி நகரமாக்கியவங்க நிலங்களையெல்லாம் பொன் விளையும் பூமியாய் மாற்றியவங்க நம்ம மக்கள். அந்த மக்கள் இன்றைக்கு இருக்க இடமில்லாம, படுக்கப் பாயில்லாம, படிக்க நாதியில்லாம,. அகதிகள் போல அலையிறாங்க.

நபர் 2	:	ஆட்டத் தொடலாம், மாட்டத் தொடலாம், நாயத் தொடலாம், ஏன் பன்னியக் கூடத் தொடலாம், ஆனா மனுசங்களைத் தொட்டுட முடியுமா?
நபர் 3	:	இன்றைக்கும் இந்த நாட்டிலே எத்தனையோ கிராமங்கள்ல செருப்புப் போட்டு நடக்க முடியாது.
நபர் 4	:	டீ குடிக்கிற கிளாஸ், அதைத் தொட முடியாது.

நடிகர்கள் அனைவரும் : (பார்வையாளர்களை நோக்கி) 'இந்த நேரத்திலயாவது தொட்டுக் கொள்ளலாம்' வாங்க, வாங்க, எனச் சொல்லிக் கொண்டே பார்வையாளர்கள் மத்தியில் நடிகர்கள் சென்று அங்குள்ள ஒவ்வொருவரையும் தொட்டுக் கொள்கின்றனர்.

---

* தமிழக அரசு நடத்தி வரும் தாழ்த்தப்பட்டோர், பழங்குடியினர் பிரச்சினைகள் குறித்த விழிப்புணர்வு ஏற்படுத்தும் பயிற்சி முகாம்களில் இந்த நாடகம் இந்த ஆசிரியரால் இயக்கம் செய்யப்பட்டு நிகழ்த்தப்பட்டது.

The oxford India Anthology of Tamil Dolit Writing Edited by Ravikumar and R.Azhagarasan, Oxford University press 1st Edition Published in 2012. Drama K.A.Gunasekaran. Touch Page no.163 to 167

10. கந்தன் X வள்ளி

தவத்திரு சங்கரதாஸ் சுவாமிகளின் வள்ளித் திருமண நாடகத்தை மறுவாசிப்புச் செய்து எழுதப்பட்ட நாடகம்.

நாடகப் பாத்திரங்கள்

1. நம்பிராஜன் - சித்தூர் மன்னன்
2. நங்கை மோகினி - நம்பிராஜன் மனைவி
3. வள்ளியம்மை - வள்ளிக்கிழங்கு வெட்டிய இடத்தில் கிடைக்கப் பெற்றவள்
4. நம்பிராஜன் - புத்திரர்கள்
5. நாரதர் - பிரமபுத்திரன்
6. ஸ்ரீசுப்பிரமணியர் - சிவபெருமானுடைய இரண்டாவது புத்திரர்
7. விநாயகர் - சிவபெருமானுடைய முதலாவது புத்திரர்

நிகழுமிடம்: - சித்தூர், கழுகுமலை வேடர்கள், சகிகள், குடியிருப்புகள்

சுருக்க விளக்கம்

1. நம் - நம்பிராஜன்
2. நங் - நங்கை மோகினி
3. புத் - புத்திரர்
4. வ்ள் - வள்ளியம்மை

5. நார - நாரதர்

6. சுப் - சுப்ரமணியர்

7. வே - வேடன்

8. கிழ - கிழவர்

9. சகி - வள்ளியம்மை தோழி

10. விநா - விநாயகர்

11. குடி - குடிகள்

12. வச - வசனம்

கோமாளி: பாடல்:

வணக்கம் எங்கள் வணக்கம்,
இங்கு வந்திருக்கும் அனைவருக்கும் வணக்கம்,
அவையை வணங்கினேன் ஆசிகள் வேண்டினேன்
கூட்டத்தை வணங்கினேன் கும்பிடு போட்டேன் - (வண)

நாடு வெளைய வேணும் தில்லேலே லேலே-இங்கு
நல்லமழை பெய்ய வேணும் தில்லேலே லேலோ
நாடு சிறக்கவேணும் தில்லேலே லேலோ-இங்கு
நல்லவங்க பெருக வேணும் தில்லேலே லேலோ - (வண)

வசனம் : சைலன்ஸ்! அமைதி. அதாகப்பட்டது என்ன வென்றால் இன்றைய தினம் இந்த அவையில் நாங்கள் தவத்திரு சங்கரதாஸ் சுவாமிகள் அவர்கள் இயற்றிய 'வள்ளித் திருமணம்' எனும் நாடகத்தை மறு வாசிப்புச் செய்து உங்கள் முன்நடத்திக் காட்ட வந்துள்ளோம். சுவாமிகள் எழுதிய இந்த நாடகம் பொறந்தது, 1892. இன்றைக்கு 2004

பாடல்

ஒலகம் அப்ப இருந்த மாதிரி
இப்ப இருக்கா
கான்வென்ட் காலேஜ்னு
கூரைகளைக் கட்டிவச்சு
காசுகளப் புடுங்கறான் (ஒலகம்)

காதல்னு எழுதறாங்க
காதல்னு பேசுறாங்க
அவன் அவன் வீட்டுக்குள்ளே
காதல் நுழைஞ்சதுன்னா
காலாலே மிதிச்சு
காதவழி தொரத்துறான் (ஒலகம்)

சரியான காதலுக்குச் சபாஷ் போடலாம்
சரியில்லாக் காதலுக்கு நாம என்ன பண்ணலாம் (ஒலகம்)

(ஆர்மோனியம்-பின்பாட்டுக்காரர்கள் துணை கொடுக்கின்றனர்.)

கோமாளி : சுவாமிகள் எழுதின இந்த கந்தன் X வள்ளி திருமண நாடகத்தை இப்பப் போயி நடத்தணுமா? இப்ப நீங்க நடத்துற இந்த நாடகத்தில் ஏதாவது இன்றைக்கு உள்ள பிரச்சினையைப் பேசுவீங்களா அப்படின்னு...அதோ அந்தப் பக்கத்தில இருந்து முனங்கறது எங்காதில விழுது. ஏதோ என்னாலே முடிஞ்ச வரைக்கும் அந்தக் காலத்த இந்தக் காலத்தோட சேர்த்துப் பேச முயற்சி பண்ணுறேன். ஏன்னா எனக்குக் கெடச்சிருக்கிற சுதந்திரம் இங்க யாருக்கும் கெடையாது. சுதந்திரம் இங்க எனக்கு மட்டும்தான். வேற யாருக்கும் சுதந்திரம் இல்லே. இல்லவே இல்லே.

அதுக்காக நான் ரொம்ப நேரம் எடுத்துக்கிற விரும்பலே. எல்லாருக்கும் சமமா நேரம் கொடுக்கணும். அதுதான் எனக்கு உள்ள சுதந்திரத்துக்கு மரியாதை.

இந்த நாடகத்தில இடம்பெறக் கூடிய நடிகர், நடிகைகளை ஓங்ககிட்டே அறிமுகம் செஞ்சி வைச்ச கையோட நான் ராசாவாகப் போறேன் (அறிமுகம் செய்தல்) தப்பு... தப்பு... ராசாவுக்கும் சுதந்திரத்துக்கும் ரொம்ப தூரம். ராசாவுக்குச் சேவகனா நடிக்கப் போறேன். அப்புறம் கோமாளிதான்.

இந்த நாடகத்தில குற்றம் குறையிருந்தா நீங்க பெத்த புள்ளைகளைப் போலப் பொறுத்தருள வேண்டுகிறோம். சரி, இப்போ நம்பிராஜன் சபை,

நம்பிராஜன் யாரு? ராஜாதி ராஜ, ராஜ மார்த்தாண்ட... சே...சே...! இந்த ராஜா மலங்காட்டு ராஜா. மலைக்குறவர் மக்களுக்கு ராஜா... நம்பி ராஜன் வருகிறார்... வருகிறார்.

களம்-1

மலைப் பொழில் சித்தூர் காடு
நம்பிராஜன் சபை

வச : சேவகா! என்னுடைய புத்திரர்களை அழைத்துக் கொண்டு வா.

சே : சரிங்க ராசா.

(சேவகன் சென்று விட்டான்)
-இசை-
நம்பிராஜன் புத்திரர் வருகிறார்கள்
கொச்சிமலை குடகுமலை-என்ற மெட்டு

புத் : இந்த மலை அந்தமலை எங்குஞ் சுற்றிவந்தோம்
தந்தை-யழைத்ததனால் மகிழ்ந்தோம்
ஆசையாலே அழைத்த தந்தை
ஆசிபெற வந்தோம்

புத் : தந்தையே! வணக்கம்

நம் : புத்திரர்களே அமருங்கள்

குடிகள் முறையிடுதல்
மகானுபாவனே-என்ற மெட்டு

குடி : ராஜாதி ராஜனே குறைதீரும் நேசனே
மோசஞ் செய்த நாசமுற்றும் சொல்வோம் ராஜனே (ரா)
துஷ்ட மிருகங்கள் நாங்களிட்ட பயிர்களை
நஷ்டமாக்கிக் கஷ்டப்படச் செய்த வேதனை

வச : ஐயா! நாங்களிட்ட பயிர்களை எல்லாம், காட்டிலுள்ள கொடிய மிருகங்கள் வந்து அழித்து நாசப்படுத்தி விட்டன. ஆகையால் எங்கள் மீது கிருபை செய்து எங்கள் குறையைத் தீர்க்கும்படி கேட்டுக்கொள்கிறோம்.

நம் : குடிகளே! நீங்கள் சென்று வாருங்கள். நாங்கள் சென்று வேட்டையாடி உமது குறையைத் தீரும்படி செய்கிறோம். சென்றுவாருங்கள்.

(குடிகள் சென்றுவிட்டார்கள்)

நம் : புத்திரர்களே! நாம் வேட்டையாட வேண்டிய திருப்பதால், நீங்கள் சென்று அதற்கு வேண்டிய சகல விதமான ஆயுதங்களுடன் வந்து சேருங்கள்.

புத் : உத்தரவின்படியே செய்துவருகிறோம்.

நம் : சென்று வாருங்கள்.

கோ : ராசா, விலங்குகளை வேட்டையாடாம அந்த மலைப் பக்கமா வெரட்டி விட்டுட்டா என்ன?

(புத்திரர்கள் சென்றுவிட்டார்கள்)

நம் : அப்படியே செய்யலாம். நல்ல யோசனை. புத்திரர் களே! இந்த மலை வேடர்களுடன் சேர்ந்து மிருகங் களையெல்லாம் அந்த மலைப் பக்கமாக விரட்டி விடுங்கள். நான் சற்று அமர்ந்திருக்கிறேன்.

புத் 1 : வேட்டையாடுவதைவிட்டு விரட்டிவிட்டால் நல்லது தானே.

புத் 2 : அப்படியே செய்யலாம்.

புத் 1 : பிதா! அடுத்த காட்டில் ஏதோ இரைச்சல் கேட்கிறது. அங்கு செல்வோம்.

நம் : அப்படியே செய்யுங்கள். விடை தந்தேன். சென்று வாருங்கள்.

(ஒரு வேடன் ஓடிவந்து நம்பிராஜனிடம்)

வேடன் : ஐயனே! நாங்கள் சென்றபோது வள்ளிக்கிழங்கு விளையும் தோட்டத்திற்குச் சென்றோம். வள்ளிக் கிழங்கு வெட்டிய இடத்தில் ஒரு பெண் குழந்தை ஒன்று அழுது கொண்டிருக்கிறது.

நம் : உண்மைதானா?

வே : உண்மைதான்.

நம் : வா, போய்ப் பார்க்கலாம்.

களம்-2

வள்ளிக்கிழங்குத் தோட்டம்

நம் : என்ன ஆச்சரியமாயிருக்கிறது! குழந்தையை என் கையில் எடுத்துத் தாருங்கள். (குழந்தையை வாங்கி முத்தமிடுகிறார்) நமக்கும் பெண் குழந்தை இல்லை. வாருங்கள் அரண் மனைக்குச் செல்லலாம்.

கோ : ஆமாம், ஆமாம் கந்தப்பனின் செயல்தான். ஆண் குழந்தை பிறக்காம பெண் குழந்தை பிறந்ததும் கந்தப்பனின் செயல்தான். இப்பப் பிறந்திருக்குதே இந்தப் பெண் குழந்தையை வளர்த்த பின்னாலே கல்யாணம் பண்ணிக்கப் பார்ப்பாரு முருகக் கடவுள். அவர் கட்டிக்கிறப் போகும் பெண் குழந்தை எங்கே பிறந்திருக்கு? காட்டுக்குள்ள! வள்ளிக்கிழங்கு வெட்டின இடத்தில. அதுசரி! தேவர் குலத்துல பிறந்தவர், குறவர் குலத்துல வந்து பெண் எடுத்தா அது நல்லா இருக்குமா? (கிண்டலாக) வள்ளிக்கிழங்கு தோண்டுன பள்ளத்தில கண்டு எடுக்கப்பட்ட குழந்தைன்னா இது குறவர் குலத்து குழந்தை இல்லை. பாருங்கள். இனிக் கதையில பிரச்சினையே இல்லை. அடுத்து என்னன்னு கவனிக்கலாம்.

களம்-3

வேள்வி மலைப் பொழில்

நங்கை மோகினி

நங் : வேட்டைக்குச் சென்றவர்கள் இன்னும் ஏன் வரவில்லை. சேடியே! நீ சென்று பார்த்துக் கொண்டு வா.

சேடி : அம்மணி வெளியில் சென்று பார்த்தேன். சமீபத்தில் வந்துவிட்டார்கள்.

நங் : வந்துவிட்டார்களா?

(நம்பிராஜன் வந்துவிட்டார்)

நங் : நாதா வணக்கம்.

புத்	:	தாயே வணக்கம்.
நம்	:	தலைவி! நாங்கள் வேட்டையாடச் சென்றோம். வேட்டை முடிந்ததும் நமது மைந்தர்கள் வள்ளிக் கிழங்குத் தோட்டத்திற்குச் சென்றார்கள். வள்ளிக் கிழங்கு வெட்டிய இடத்தில் இந்தப் பெண். குழந்தை இருந்தது என்று தெரிவித்தார்கள், நான் சென்று இந்தக் குழந்தையை எடுத்து வந்தேன். பெற்றுக்கொள்.

(குழந்தையை வாங்கி நங்கை மோகினி முத்தமிடுகிறாள்)

நங்	:	ஏ! கண்மணி! உன்னைப் பெற்ற பாக்கியமே பாக்கியம். எங்கள் துர்ப்பாக்கியம் இன்றோடு தொலைந்தது. புனிதவதியான நீயும் எங்களுக்குப் புத்திரியாக வரவேண்டுமானால் நாங்கள் கொடுத்து வைத்தவர்கள். மங்கையே! உனக்கு என்ன வேண்டும் தெரிவி! பால் வேண்டுமா? பழம் வேண்டுமா?
நம்	:	நங்கை மோகினி! நமது ஜென்மத்தை ஈடேற்ற வந்த எந்தனருமைக் கண்மணியைக் கண்ணில் கருவிழியைப் போலப் பாதுகாத்து வரவேண்டும். நமது புத்திரிக்குப் பெயர் என்ன வைக்கலாம்?
நங்	:	நீங்களே யோசித்துச் சொல்லுங்கள்.
நம்	:	புத்திரர்களே! உங்கள் எண்ணம் யாதோ?
புத்	:	தங்கள் விருப்பம் போல்.
நம்	:	தலைவி! வள்ளிக்கிழங்கு வெட்டிய குழியில் கிடைத்ததால் 'வள்ளிக்கொடி' என்றே பெயர் சூட்டலாம்.
புத்	:	அவ்வாறே அழைக்கிறோம்.
கோ	:	வள்ளி, வள்ளி எனச் செல்லமாக அழைக்கலாம்.
நம்	:	கண்மணி நான் சென்று வருகிறேன்.
நங்	:	நாதா! சென்று வாருங்கள்

(நம்பிராஜன் சென்றுவிட்டார்)

சேடி : *(வள்ளிக் குழந்தையைத் தாலாட்டுகிறார்கள்.)*
ஆராரோ ஆரிரரோ - எங்கண்ணே நீ
ஆராரோ ஆரிரரோ
ஓடும் மான்ஓடி வர எங்கண்ணே!
ஒன்பது மான் ஓடி வர எங்கண்ணே!
ஒன்பது மான் பின்தொடர - அந்த
மானோடும் பாதையெல்லாம் எங்கண்ணே! நீ
தானோடி வந்த முத்து
ஆராரோ ஆரிரரோ - எங்கண்ணே நீ
ஆராரோ ஆரிரரோ
லுலுலுய் லுலுலுய்
லுலுலூய் லுலுலூய்

கோ : இப்படியாக நாளொரு மேனியும் பொழுதொரு வண்ணமுமாக வள்ளி வளர்ந்து பருவ மெய்தினாள். அவளது அழகை விளக்க முடியாது. அழகுன்னா அழகு தெய்வீக அழகு.

சேடி : *(தன்னைத்தான் கோமாளி வருணிக்கிறான் என எண்ணிக் கோமாளியைப் பார்த்து வெட்கப் படுகிறாள்).*

கோ : *(மனதுக்குள்)* இவ நல்லாத்தானே இருந்தாள். என்ன இவளுக்கு வந்தது? ஏன் இப்படிக் கோணு கிறாள்... *(அவளைப் பார்த்து)* என்னஙக...

சேடி : எனக்கு வெட்கமாயிருக்குது...

கோ : நீயும் நானும் நெதமும் பேசிக்கிறோம். பார்த்துக் கிறோம். திடீர்னு வெட்கப்படுகிறாயே...?

சேடி : 'அழகுன்னா அழகு அம்புட்டு அழகு' அப்டின்னு என்னையப் பார்த்து நீங்க சொன்னதும்... எனக்கு... வெட்கம் வராதா!

கோ : போச்சிடா... போச்சு...

சேடி : என்ன போச்சு...

கோ : எல்லாம் போச்சு... அழகுன்னு சொன்னேன். ஆனா உன்னையச் சொல்லலே.

சேடி : அப்புறம்... யாரை...

கோ : வள்ளிநாயகியச் சொன்னேன்.

சேடி : அப்பன் ஆத்தா பேரு தெரியாதவளையா?

கோ : அப்பன் ஆத்தா இல்லாத பிள்ளை அனாதை இல்ல. அருமை பெருமை பொருந்திய குழந்தை.

சேடி : மலங்காட்டுக் கொறத்தி பாலைக் குடிச்சு வளர்ந்தவதான் வள்ளி அதை மறந்திடாதே.

கோ : பொறாமை யாரைத்தான் விட்டது.

சேடி : குறத்தியோட பாலும் வெள்ளை. மத்த தாய் மாருகளோட பாலும் வெள்ளை. ஒன்னோட பார்வையில தான் இருக்கு. நொள்ளை மகா பாரதத்தில் கர்ணன் தொட்டிலிலே கண்டெடுக்கப் பட்டவன். பிறப்புகள்லேயே களங்கம் உள்ள வரலாறு கர்ணன் பிறப்பு வரலாறு. தெரியாதா ஒனக்கு?

கோ : இட்டுக்கட்டுன வரலாறுகள்தான் இன்னக்கி நமக்குத் தெரிஞ்சிருக்கு. உண்மையான வரலாறு இனிமேல்தான் எழுதப்படணும். அந்த வரலாறு சாமானியப் பட்டவங்களோட சரியான வரலாறாகும். அதப் படிக்காம நீ தலையப் போட்டுறாதே.

சேடி : மொதல்ல ஒன் தலையப் பத்திரமாப் பாத்துக்கோ.

கோ : என்னைய மாதிரி ஆளுகளோட தலைக்குத்தான் மக்கள் கிரீடம் வச்சிருக்காங்க. ஓகோ... ஒனக்குத் தான் இந்த வரலாறும் தெரியாதே...

சேடி : யோவ்! நம்பிராஜன் சபை கூடியிருக்கு வா... போயிச் சேருவோம்.

கோ : ஆமாமா, என்னான்னு போய்ப் பார்ப்போம் வா... வேகமாப் போவோம்.

களம்-4

நம்பிராஜன் சபை

புத் : தந்தையே! வணக்கம்.

நம் : புத்திரர்களே! உங்களை அழைத்த காரணம் தெரிய வருமா?

புத் : தெரிவியுங்கள் தந்தையே!

நம் : நமது தினைப்புனத்தில் கிளி, மைனா, புறா இவை போன்ற பறவை இனங்கள் வந்து முதிர்ந்த கதிர்களைக் கொத்திக் கொத்தி நாசம் செய்கிறதாம். அதற்கு யாராவது ஒருவர் காவலிருக்க வேண்டும். அதற்கு யாரை அனுப்புவது?

புத் : அதற்கு நம்முடைய தங்கை வள்ளியைத்தான் அனுப்ப வேண்டும். ஏனென்றால் அக்கம் பக்கங் களிலும் பெண்கள்தான் மிகுதியாய்க் காவல் செய்து கொண்டிருக்கிறார்கள். பெண்களுக்குப் பெண் துணையாக அமைவார்கள். தங்கள் எண்ணம் யாதோ?

கோ : மன்னருக்கு ஒரு நீதி மக்களுக்கு ஒரு நீதியா? இப்படி ஆட்சி நடத்துனா அடுத்த தேர்தல் வரும்போது ஒங்கள மக்கள் பதவிய விட்டு இறக்கிடுவாங்க.

நம் : மந்திரி! என்ன உளறுகிறீர்.

கோ : அப்புறம் என்னங்க. நம்ம மலக்காட்டு மக்கள் வழக்கப்படி தினைப்புனம் காக்கப் பெண்கள் தானே போறது வழக்கம். ஒங்களுக்கு ஒரே பொண்ணு தான் இருக்கு. வள்ளிப் பொண்ணைத் தினைப்புனக் காவலுக்கு அனுப்பிட வேண்டியது தானே. இதுக்கு என்னங்க பெரிய யோசனை செய்ய வேண்டியிருக்கு?

நம் : சரிதான்... அவ்வாறே செய்வோம். வள்ளி நாயகியை அழைத்துக்கொண்டு வாருங்கள். (வள்ளி வருகிறாள்)

நம் : காட்டிற்கு நீ போக வேண்டும்
தினைப்-புனம் காவல் புரிந்திடவேண்டும்

கே.ஏ.குணசேகரனின் நாடகங்கள் 199

மேட்டின் மேலேறி கவண் கல்லினாலோட்டச்
செல்வாய் இத்ததியே

புத் 1 : வள்ளி நமது தினைப்புனத்தில் முதிர்ந்த கதிர்களைப் பறவைகள் வந்து கொத்திக் கொத்தி நாசஞ் செய்கிற தென்று காவலாளிகள் வந்து தெரிவித்தார்கள்.

புத் 2 : ஆனது பற்றி உன்னைத் தினைப்புனத்திற்குக் காவலாளியாக அனுப்ப எண்ணங் கொண்டிங் கழைத்தேன்.

வள் : பிதா! தங்கள் கட்டளைப்படி செய்து வரச் சித்த மாயிருக்கிறேன்.

களம்-5

தினைப்புனம்

வள்ளி : பாங்கி மார்களே! இந்தத் தினைப்புனமானது செழிப்பாக வளர்க்கப்பட்டிருப்பதுமன்றி இந்தப் பரணும் அதி விநோதமாக அமைந்திருக்கிறது. ஆகவே நம் வீட்டில் இருப்பதைப் பார்க்கிலும் இந்தத் தினைப்புனத்திலிருப்பது மிகுந்த மகிழ்ச்சியைத் தருகிறது. உங்கள் மனமெப்படி யிருக்கிறது? சொல்லுங்கள்.

சகி : அம்மணி! தாங்கள் சொல்லியபடியே எங்களுக்கும் இந்த இடத்திலிருப்பது ஆனந்தமாகத்தான் இருக்கிறது தாயே.

வள் : தாதிகளே! பறவைகளெல்லாம் கூட்டமாகக் கூடித் தினைக்கதிரைக் கொய்வதற்காக வருகிற சப்தம் கேட்கிறதாகையால் அவற்றைக் கதிர்களில் நெருங்க வொட்டாமல் ஓட்டிவிட வேண்டும், வாருங்கள்.

இராகம் : எதுகுல காம்போதி தாளம்: ரூபகம்

வள் : ஆலோலம் ஆலோலம் ஆலோலம் ஆலோலம்
ஆலோலம் ஆலோலம் ஆலோலம் ஆலோலம்
சிசிலிகாள் காக்கைகளா
செம்பருந்துக் கூட்டங்களா

பச்சைநிற மயிலினங்காள்
பண்ணிசைக்குங் குயிலினங்காள்
சோ! சோ!
மரங்கொத்திக் குருவிகளா
தந்திரப் பட்சிகளா
சம்பங்கிக் கோழிகளா
சோ! சோ! சோ!
தூரத்தில் கூடுகட்டும்
தூக்கணந்தான் குருவிகளா
பாடும் வானம் பாடிகளா
கௌதாரிப் புள்ளினங்காள்
சோ! சோ! சோ!

வச : சேடிகளே! தினைக்கதிர்களைக் கொய்ய வந்த பறவைகளையெல்லாம் கவண் கல்லாலெறிந்து விரட்டி விட்டேன். இன்னும் வந்தால் எங்களிடம் வந்து தெரிவியுங்கள்.

கோ : அடடா! எவ்வளவு வகை வகையான பறவைகள். அன்றைக்குக் கவண் கல்லெறிந்து விரட்டி விட்டார்கள். இன்றைக்குத் துப்பாக்கிய வச்சுப் படப்படன்னு சுட்டுத் தள்ளுறாங்க. உயிர்களப் பலிவாங்குற வெதங்கள்தான் காலங்காலமா மாறி வருது.

ஜனங்களத் தட்டி எழுப்புறதுக்கு ஆலோலம் சோ-எனக் கிண்டலடிச்சு வெள்ளைக் கொக்கை வெரட்டுற சாக்கிலே அந்தக்கால நாடகங்கள்ல வெள்ளைக்காரப் பயலுகள வெரட்டப் பாடினார்கள். வெள்ளக்காரப் பயக போயிட்டானுக. இன்னக்கி நமக்குள்ளே கொள்ளக்காரப்பயலுக திரியுறானுக. அந்தக் காலத்திலே சுயராஜ்யம் வேண்டிப்படி பாடுனாங்க. இன்னக்கி எல்லா நாட்டுக்காரங்களும் வாங்க... வாங்க...ன்னு நம்ம நாட்டுக்குக் கூப்பிடுறோம். ஏன் எதுக்கு? நம்ம நாடு முன்னேற்றம் அடையுறதுக்குத்தான் (கிண்டலாக).

'நீ உமி கொண்டு வா. நான் அரிசி கொண்டு வாரேன்னு' ஒரு வெளையாட்டு சின்னப் புள்ளையிலே வெளையாடினது நெனப்புக்கு வருது. இன்னக்கி ஏற்றுமதி இறக்குமதி இப்படித் தான் நடக்குது. எல்லாம் சர்வமயம். உலகமயம். சுதந்திரம் எனக்கு

இருக்குறதுங்கிறதாலே நான் எதையும் சொல்லலாமா? த்ப்பு. நாடகம் நடக்கணுமே ஆமா... நம்ம நாட்டுல தெசைக்குத் திசை புதுசு புதுசா தினுசு தினுசா குட்டிச்சாமி, சாக்குச்சாமி, மடத்துச்சாமி, சின்னச்சாமி, பெரியசாமின்னு பல சாமிகள் பெருகிப்போச்சு. நம்ம நாடகத்துல ஒரு சாமியாரு வாறாரு. ஆமா பிரம்மபுத்திரர். நாரத முனிவர் வருகிறார்.

நாரதர் : 'சோ' வென்னும் மிருதுவாகிய குரல் எனது யாழின் நரம்பின் இனிமையைப் போல இரு செவி வழியாகப் புகுந்து என்னைப் பரவசப் படுத்தி இங்கிழுத்துக்கொண்டு வந்துவிட்டது. நல்லது. இந்த சோலையைக் கவனிக்கிறேன்.

(நாலு பக்கமும் சுற்றிப் பார்த்து)

ஆ! ஹா! இதுவென்ன ஜோதி மயமாய்த் தோன்று கிறது. ஆச்சரியமாகவன்றோ இருக்கிறது.

இராகம் : தன்யாசி **தாளம் : ஆதி**

பாடல் : சுந்தரம் நிறைந்து ததும்பும் புன்சிறந்த மங்கையிவள்
எந்த உல கிங்குயேன் வந்தாள்

அனுபல்லவி

அந்தர மிகுந்த தேவர் துந்துபி முழங்கவந்த
இந்திரன் வணங்கும் எங்கள் கந்தசாமிக்குத் தகுந்த (சுந்)

சரணம்

சோமனை யொத்தமுகத்தி லிருகண் களைக்கண்டு
மான்களினமென்று நாடுதே-இவள்
சோவெனப்பறவையோட்டும்
சொல்லினைக் கிளிகள் கேட்டு

சொந்தமென வந்து கூடுதே
கானகத்தி லிவள் தினைக் காவல்புரிவ தெவ்விதம்
ஆனபோதிலு மிங்கிது அற்புதமிகு அற்புதம் (சுந்)

வசனம்: நல்லது! அருகிற் சென்று இவள் யாரென்றறிந்து நமது களத்திற்கு வேண்டிய வழி தேடிக் கொள்ளுவோம்.

(வள்ளியிடம் போகிறார்)

(வள்ளி நாரத முனிவரைக் கண்டு வணங்கி...)

திண்டுக்கல் ஜானகி என்ற மெட்டு

வள் (பாட்டு) : புண்ணியமே உருவாகிய முனியே
புனத்தில் எழுந்தருளும்
பூரண ஆகம விதியாவு மறியும் ஞான
போதா எழுந்தருளும்
அண்ணலரனடியை யநுதினம் மறவாத
ஆசை விருப்பு நீக்கி அருந்தவமே புரியும்
அய்யா எழுந்தருளும்

வசனம் : சுவாமி! அடியாள் வணங்கினேன். தாங்கள் இங்கெழுந் தருள்வது இத்தலமும் யானும் முன்னோர்களும் என்ன புண்ணியஞ் செய்தோமோ தெரிகிலேன்.

நா : பெண்கள் நாயகமே! உன்னுடைய வரலாற்றைக் கேட்க மிக ஆவலுண்டாகிறது. சொல்லுவாயா?

தோழி : (கோமாளி பெண் வேடமிட்டுத் தோழியாக நடிக்கலாம்) இந்தச் சாமியப் பாத்தா போலிச் சாமியாரு போலத் தோணுது. இந்த ஒலகத்திலேயே ஒழைக்காம, வியர்வை சிந்தாம. சனங்களை ஏமாத்திப் பொழைக்கிற ஒரு கூட்டம் இந்தியாவிலே தான் இலட்சக்கணக்கில இருக்குதுங்க. அதுல ஒருசில சாமியாருங்க பிரம்மச்சாரி விரதத்தையே தூரமாத் தூக்கி வச்சிட்டுத் திரியுறாங்க. அதுல சேர்ந்த சாமி போல எனக்குத் தோணுது.

வள் : சும்மா வாய வச்சுக்கிட்டு இருடி... சுவாமி! தாங்களெது கேட்டாலும் சொல்லத் தயாராயிருக் கிறேன். சுவாமி! என் பெயர் வள்ளி. தந்தை நம்பி, தாய் நங்கை. சகோதரர்கள் உண்டு. எங்கள் ஜாதியில் பெண்களைத் தினைப்புனத்திற்குக் காவல் வைப்பது வழக்கம். அதுபோல என்னையும் என் தாய்தந்தையர்கள் நியமித்திருக்கிறார்கள்.

நா. : ஓகோ! மெத்த மகிழ்ச்சி அம்மா வள்ளி! இன்னும் உனக்குத் திருமணமாகவில்ல போலிருக்கிறதே?

வள் : ஆம் சுவாமி! என்தாய் தந்தையர்கள் அது பற்றி இதுவரையும் கவனிக்கவில்லை. இனிமேற்கொண்டு கவனிப்பார்கள்.

தோ : தாய்தந்தையர்கள் எதுக்குக் கவனிக்கணும்? மொதல்ல நாமதான் நம்ம வாழ்க்கைக்கு உகந்த மணவாளன் யாரு? இவரு சரியா இருப்பாரா? படிப்பு எப்படி? பண்பாடு எப்படின்னு கவனிக்கணும்.

வள் : தோழி! நீ என்ன சொல்கிறாய்?

தோ : காதல் பண்ணிக் கல்யாணம் பண்ணணும். அப்பத்தான் குலம் கோத்திரம்லாம் காணாம தொலஞ்சு போகும்.

வள் : அன்னப்பறவை பாலை மட்டும் உறிஞ்சித் தண்ணீரை விட்டு விடுவது போலக் கல்வியில் சிறந்ததை நாம்தான் பொறுக்கிக் கவனத்தில் எடுத்துக்கொள்ள வேண்டும்.

தோ : எனக்கு வரப்போற கணவனை நான்தான் தேடிக்கொள்வேன்.

நார : வேடிக்கையான தலைவியும் தோழியும்.

(தர்க்கம்)

இராகம்: பிலஹரி   அடதாளம்

நா : பருவ காலத்தை வீணாய்ப்
பாழாக்கி விடலாமோ தாயே
பாலுண்டு பசி யாறக்
காலம் ஒன்று வேண்டுமோ தாயே

வள் : பாலோ டாயினு மதன் கால
மறிந் துண்ண வேண்டுமே முனியே

நா : கழுகு மலை முருகன்
கௌரவம் தெரியுமா தாயே

வள் : செழுங் கதிர் வே லனைத்
தெரிந்து செய்வ தென்ன முனியே

நா : அம்மா கழுகாசலத்தில் வாழும்படியான ஆறுமுகக் கடவுளைத் திருமணஞ் செய்துகொண்டால் உங்கள் குலக் குற்றம் நீங்கப்பெற்று உலகிலுள்ளார் புகழ்ந்து பூஜிக்கும்படியான தேவ அம்ஸத்தை அடைவாய். ஆகையால் உன் மனத்துள் அன்ன வரை நாயகனாக அடைய உறுதியாக எண்ணு வாய் தாயே. அந்தச் சிறுகுடியான குறக்குலத்தில் பிறந்த இழிவு நீங்கும்.

கோ : உங்க குலம் உயர்வு எங்க குலம் தாழ்வுன்னு எப்படி சொல்லுவீர். நாங்கதான் உயர்வு இது தெரியாதா உங்களுக்கு?

விருத்தம்

வள்
(பாடல்) : புலியது பசுவின் தோலைப் போர்த்தி
முன்திரிவதைப் போல
வலிபெறு தவ வேடத்தை வஞ்சனையாகக் கொண்டு
நலியவும் இதங்கள் பேசி நய மொழியுரைகின்றீர்
பலிபெரும் பிச்சையாண்டி மணஞ் செய்வேனோ?

வள்ளி
வசனம் : சுவாமி! தங்களுக்கு இந்தக் காரியமெல்லா மெதற்கு. என் தோழி சாமியார்களைப் பற்றிச் சொன்னது மிகவும் சரிதான்.

கோ : அப்படி போடு அருவாள. அது அதுக விரும்புன படி காதல் பண்ணிக் கல்யாணம் பண்ணிக் கொள்ளுற சாதி இது. குறக் குலத்தில் பொறந்தது குற்றம்னு சொல்றாரு நாரதரு. முருகன் கலியாணம் செய்யணுமா? அவருக்குத்தான் ஏற்கெனவே தெய்வானையோட கல்யாணம் ஆயிடுச்சே. சாமியாரு நல்லாக் காது குத்துறாரே. முற்றும் தொறந்த முனிவருக்கு இந்த மாமா வேலை எதுக்கு. பொம்பளங்க விஷயத்தில அன்னயில

இருந்து இன்னக்கி வரைக்கும் சாமியாரு சில பேரு இப்படித்தான் போலிருக்கு.

வள் : சுவாமி! தங்களுக்கு இந்தக் காரியமெல்லாம் எதற்கு? இல்லறத்திலுள்ளவர்கள் முயற்சிக்க வேண்டிய காரியத்திற்குத் துறவியாகிய தாம், ஏன் இவ்வளவு சிரமமெடுத்துக் கொள்ளவேண்டும்? அன்றியும் பிச்சைக்காரன் பிள்ளையாகிய முருகனைக் கல்யாணஞ் செய்துகொள்ள என் மனமிசையாது.

நா : அம்மா! எங்கள் ஆறுமுகக் கடவுளின் பெருமையை அறியாத உனக்கு அறிவிக்க வேண்டுமென்று சொல்லத் துணிகிறேன். கவனித்துக் கொள்.

வள் : நாரத முனிவரே! தாங்கள் எவ்வளவுதான் எடுத் துரைத்தாலும் கேவலம் ஆண்டியின் மகனைக் கல்யாணஞ் செய்துகொள்ள இசையமாட்டேன். அதுவுமின்றி எனக்கும் என் தாய் தந்தைக்கும் ஏதேதோ மனதிற்குப் பிடிக்காத வார்த்தைகளைச் சொல்லித் தொந்தரவு செய்கிறீர்கள். இனி எனக்குக் கோபமுண்டாகும். பேசாது போய் விடுங்கள்.

(தர்க்கம்)

இராகம் : சுருட்டு   தாளம் : ஆதி

பல்லவி

நா : சொல்லுமென் வார்த்தை கேளம்ம-தள்ளாதே சும்மா

அனுபல்லவி

அல்லும் பகலுமிந்த அவஸ்தையை விடுத்து
அவனியர் தொழவிரும் பாய் செவி கொடுத்து (சொ)

பல்லவி

வள் : கைவரிசை செல்லாதுபோம் கற்று வந்தாலும்
(கை)

அனுபல்லவி

பொய்யான தவவேடம் புனைந்து வந்தவரே
பூமியில் கோள் சொற்கள் புகலும் நா ரதரே (கை)

சரணம்

நா : வேறொருவருமில்லை மேதினியிலும் சொந்தம் ஆறுமுகனைச் சேர்ந்தா லடைவாயேபிர் மானந்தம் (சொ)

வள் : கூட்டிக் கொடுப்பதுங்கள் கோத்திரத்தின் முறையோ
ஓட்டமாய்ச் சொல்ல வந்தீர் உமக்கென்ன அக்கறையோ (கை)

இராகம் : பரசு தாளம் : ஆதி

பல்லவி

வள் : திருட்டு நாரத முனியே
தினைப்புனக் குறத்தியென் னிடத்திற் பிதற்றுநீர் (திரு)

அனுபல்லவி

உருட்டும் புரட்டுங் கொண்டு மிரட்டிநீ ரடிக்கடி
குறட்டுக் கம்பா லெறியும் முரட்டுஜாதியர் நாங்கள் (திரு)

வசனம் : நாரத முனிவரே! வீணாக எனக்குக் கோபத்தை மூட்டாதீர்கள். இதுவரை பெரியோர்களை நிந்தித்துப் பேசுவது கூடாது எனப் பொறுத் திருந்தேன். இனிமேலும் தங்கள் வார்த்தையைக் கேட்டு மனஞ் சகிக்க மாட்டேன். மரியாதை யாகப் போங்கள். சகி, வாடி நாம் போவோம்.

இராகம் : பரிசு தாளம் : ஆதி

பல்லவி

நா : அறிவில்லாச் சிறு குறத்தி
அடிக்கடி யுரைப்பதைத் தடுத்தவ மதிக்கிறாய் (அறி)

அனுபல்லவி

நெறியுடனேநான் சொல்லும் நீதி தனைஎண் ணாமல்
எறிவேல்புண் நுழைந்தாப்போ விசைத்தாய் காது கொள்
ளாமல் ஏனனுக்க ஞான மில்லை. (அறி)

வசனம் : நான் உனக்கு உபகாரத்தின் பொருட்டு வேண்டி நீதிகளை எடுத்துச் சொல்லியும் அவற்றையெல்லாம் நன்மையெனவெண்ணாமல் புண்ணில் வேலெறிவது போலக் கொடுமையான மொழிகளைச் சொல்லு கிறாய். இது சரியல்ல. என் வார்த்தையைக் கேள். நான் இங்கு வந்து உன்னைப் பார்த்தபொழுது உனக்குத் தகுந்த மணவாளன் அந்தக் கழுகுமலை வேலெனெனத் தீர்மானஞ் செய்து விட்டேன். ஆகையால் எவ்விதத்திலும் அன்னவருக்கே உன்னை மாலை சூட்ட வைத்து என் கண்களால் தரிசிப்பேன். இது சத்தியம்! சத்தியம்! சத்தியம்! போய் வருகிறேன்.

கோ : *(தனக்குள் முணுமுணுக்கிறார்.)*

ஒரு பெண்ணோட விருப்பத்தைக் கேட்டுத் திருமணம் செய்யுறது ஒரு நாகரிகம். கொஞ்சம் கூட மேனர்ஸ் தெரியாத முனிவராவுல இருக் கிறாரு. கழுத்தில கொட்டை. நெத்தியில பட்டை. கையில சிப்ளாக்கட்டை. அசந்தா வள்ளிய தூக்கிக் கொண்டுபோய் முருகனுக்குக் கல்யாணம் பண்ணி வச்சதோட, புள்ளையப் பெத்துத் தாலாட்டுப் பாடிருவாரு போலத் தெரியுதே...

வம்புல தாலிகட்டி...

வாழுறது எந்த விதம்...

பொம்பளப் புள்ளைகளை இந்தமாதிரி சாமியார்களும் ஆசாமிமார்களும் ஆடு மாடுகள் மாதிரி நெனைக்கிறாங்களே! கொடுமை!

கோ (வசனம்) : நாரத முனிவரே! தாம் இப்பொழுது எங்கிருந்து வருகின்றீர்? ஏதோ முகமானது மலர்ச்சியுடை யதாய்க் காணப்படுகிறதே! என்ன விசேடம்?

நா : எம்பெருமானே! இப்பூலோகத்தில் சித்தூர் என்னும் வனமார்க்கமாக வந்துகொண்டிருக்கும் போது கதிர் முதிர்ந்த தருணத்திலிருக்கும் தினைச் சோலை மத்தியில் ஒரு கனியைக் கண்டுவந்தேன். அக்கனியானது,

வெண்பா

மாங்கனிக்கும் தேன்கதலி வன்கனிக்கும் மேலினிக்கும்
பூங்கனியைக் கண்டுமனம் பூரித்தேன்-நான்கனிந்தேன்
ஐயா முருகையா அக்கனியை இக்கணமே
கொய்யாமற் கொய்தணைத்துக் கொள்.

சுப் : நாரத முனிவரே! தாம் கனியென்று சொல்லியதைக் கேட்க என் மனதிற்கு அதிக ஆவலையுண்டு பண்ணுகிறது. ஆகையால் நீர்:

(தர்க்கம்)

இராகம் : அடாணா   தாளம் : ரூபகம்

சுப் : மாக்கத்திற கண்ட கனிதனுக் குற்ற
       சிலாக்கிய மென்ன முனியே

நா : அதை-நோக்கும் பொழுதே புலன்களுக்கெல்லாம்
       சுவைதரும் தீங் கனியே.

சுப் : பட்சிகள் கண்டால் இந்நேர மதைப்பற்றிப்
       பட்சித்திடாதோ சொல்லுவீர்

நா : பட்சிகள் கண்டால் பறந்தோடும் ஆகையால்
       எப்படி கொய்திட லாம்

சுப் : எட்டாத கொம்பிருக்குமக் கனியை
       எப்படிக் கொய்திட லாம்

சுப் : எட்டும்படிக்கிரு கொம்புண் டதைப்பற்றி
       ஏறிப் பறித்திட லாம்

சுப் : மிக்க மேன்மையுள்ள அக்கனிக் கெவ்விதம்
       மேவுங் குறிக ளுண்டு

நா : குளிர்ந்த முகமுண்டு கொங்கை யிரண்டு
       கோதில்லாக் கண்க ளுண்டு

சுப் : பெண்களுக் குள்ள குறிக ளிருப்பதால்
       பேசுமோ வாய் திறந்து

நா : இராகப்-பண்களுக்கெல்லாம் சுவைதருமே அந்தப்
       பைங்கிளி வாய் திறந்தால்

வசனம் : சுவாமி! அவளுடைய அழகை எடுத்துச் சொல்ல என்னால் முடியாது. தாங்கள் தாமதிக்காமல் வேள்வி மலைச் சாரலிலிருக்கும் தினைப்புனத்திற்குப் போய் எப்படியாவது தந்திரஞ் செய்து அந்தக் குறமாதைக் கைப்பற்றி வந்தால்தான் வீரமும், புகழும், மேன்மையும், கீர்த்திப் பிரதாபமும் பெற்றவராவீர்கள். அவளைச் சாமான்யமாக எண்ணிவிடக் கூடாது. எளிதில் தங்கள் கையில் அகப்படமாட்டாள். தங்களுக்காக நான் வேண்டிய கோகர்ணம், கெஜகர்ணம் வைத்துப் பார்த்துவிட்டேன். எனது இந்திரஜாலமெல்லாம் எள்ளளவும் பயன்படாது போய்விட்டது. இது விஷயத் தில்தான் தெரிய வேண்டும். தங்கள் சாமர்த்தியங்கள்.

சுப் : நாரத முனிவரே! இதோ புறப்பட்டுப் போகிறேன். நீர் சென்று வாரும்.

கோ : சரிதான். பொண்ணுன்னுதும் விழுந்தடிச்சு ஓடறதப் பார்த்தீங்களா? இந்தச் சுப்பிரமணியனுக்குத்தான் ஏற்கெனவே ஒரு பொண்டாட்டி இருக்குதே. தெய் வானை. கட்டுன பொண்டாட்டிக்குத் தெரியாம இன்னொருத்திய அதுதான் குறவர் குலப் பெண்ணைப் போய் 'டாவ்' அடிக்கப் பாக்குறாரு. அன்னைக்கு இருந்து இன்னைக்குவரையிலும் ரொம்பப் பயலுக கட்டுன பொண்டாட்டிக்குத் துரோகம் பண்ணிட்டு சின்ன வீடு செட்டப் பண்ணுறானுக. அவனுகளுக் கெல்லாம் சரியான பாடம் கெடைக்கப் போகுது.

களம்-8

தினைப்புனம்

சுப்பிரமணியர் வேடன் ரூபத்தோடு வருதல்

பல்லவி

சுப் : தினைப்புனமென்பது இதுதானோ - தவ
சீல மிகு நாரதர் சொன்ன (தினை)

அனுபல்லவி

வனப்பையுற் றடைந்தவர் கண்களைக் கவரும்
வானுற வோங்கி வளம்பெற வளரும்நல்   (தினை)

சரணம்

பற்பல ஜாதிப் பறவைகள் யாவும்
பண்புடன் வாழ்ந்து வந்திங்குமேவும்
அற்புதமைமந்த அமரர்கள்கோவும்
ஆயிரங் கண்களாலுங் கண்டவாவும் நல்   (தினை)

சுப் : எந்தச் சமயம் நாரதர் வந்து தினைப்புனங் காவல் புரியும் வள்ளிப்பெண்மயிலின் ரூபத்தின் பெருமையைப் புகழ்ந்து பேசினாரோ, அதுமுதல் என்மனங்கலங்கி நிலை தவறி, செயல் மறந்து, இந்த இடந்தேடி நான் வருவதற்கு முன்னாலேயே என் கட்டிற்கடங்காத மனமானது வலிய இங்கோடி வந்துவிட்டது. சத்தமொன்றுங் கேட்கவில்லையே! நல்லது கவனிப்போம். (சுற்றிப் பார்த்து வள்ளியைக் கண்டதும்) நாரத முனிவர் கூறிய வள்ளி யென்னும் பெண் மயிலாள் இவளே! சந்தேகமில்லை. மலை நாட்டிற் பிறந்தவளாகையால் இவள் முன்னே மாற்றுக் கோலம் பூண்டு போவதிலும் வேடனாக உருமாறிப் போவது நலமென்றெண்ணி இந்த ரூபத்துடன் வந்திருக்கிறேன். நல்லது ஒரு காரணம் வைத்துக் கொண்டு செல்கிறேன். யார் நம்மை தெரிந்தழைக்கப் போகிறார்கள்.

களம்-9

(பாட்டு தர்க்கம்)

இராகம் : கமாசு   சாப்பு : தாளம்

கண்ணிகள்

சுப் : வலைதப்பிய குற மான்களே-இங்கு
மான்வரக் காணீரோ நீங்களே

சிலை தப்பிஎந்தனின் கைக் கணை தப்பியே
சித்த மயக்கங் கொள்ளத் தத்தித் தத்தி எந்தன் (வலை)

சகி : ஆர்காணும் நீர் சிலை வேடரே-மானை
யார் புனத்தில் வந்து தேடுறீர்
நீர்கண்ட மானுக்குக் காலுண்டோ கையுண்டோ
நேருக்கு நேராக நீரும் மொழிவதுண்டோ (ஆர்)

சுப் : வள்ளி மானே இவ் வழி யாகவே-ஒரு
புள்ளி மான் வரக் கண்டதுண்டோ
உள்ளபடி எந்த னுள்ளங் கவர்ந்ததால்
மெல்லப் பிடித்துக்கைக் கொள்ள
யிங்குவந்தேன் (வள்)

சகி : அத்தை மகன்போல் வாய் போக்குறீர்-சும்மா
ஆள் நோட்டம் பாராமல் ஏய்க்குறீர் (ஆர்)

சுப் : பெண்காள் பயப்படாதீர்கள். என் கை அம்பின் குறிப்பைத் தவறி ஒரு மான் இந்தப் புனத்தில் வந்து புகுந்தது. அதைத் தேடி வந்தேன். நீங்கள் கண்டிருந்தால் சொல்லுங்கள்.

வள் : ஐயா வேடரே! நான் சொல்லுவதைக் கவனியுங்கள்.

விருத்தம்

ஒருமானைத் தேடிப் படர் கானகத்தில் உலகளந்த
பெருமானடைந்த வினையறியாமற் பெடைமடமான்
தருமானிரண்டு விழி மானுலாவுமித் தினைப்புனத்தில்
பெருமானைத் தேடியலைவதென்னோ மதிமன்னவனே

வசனம் : வேடரே! மானைத் தேடிக்கொண்டு வனமெல்லாம் திரிந்தொருவர் அவஸ்தைப் பட்டாரென்பதைக் கேள்விப் பட்டிருக்கவில்லையா; ஆயினும் பரவாயில்லை. நீர் தேடி வந்த மானுக்கு ஏதாவது அடையாளமுண்டோ? சொல்லும்.

விருத்தம்

காயாத கானகத்தே நின்றுலாவும் நற்காரிகையேபுல்
மேயா தமான் புள்ளிமேவாதமான் நல்லசாதிமான்

சாயாத கொம்பிரண் டிருந்தாலுமது தலை நிமிர்ந்து
பாயா தமான் அம்மானைத் தேடிவந்தேன் ஆரணங்கே...

வசனம் : பெண்ணே! தெரிந்துகொண்டனையா? இன்னும் வேண்டியதைக் கேள், தெரிவிக்கிறேன்.

வள்ளி

வசனம் : ஏ வேடா! என்னை ஏமாற்றலாமென நினைத்து மானைத் தேடி வந்ததாக வழக்கு வைத்துக் கொண்டு வாயில் வந்ததையெல்லாம் பிதற்று கிறாய். இம்மான் நம்பிராஜனுடைய மான். தைரியமிஞ்சிய மான். ஆகையால் இந்தத் தினைப் புனத்தை விட்டுச் சீக்கிரம் போய் விடு இல்லாது போனால் என் தோழிகளை விட்டு நையப் புடைத்தனுப்புவேன், ஜாக்கிரதை!

சுப் : பெண்ணே! உன்னை என் கண்ணால் பார்த்த பிறகு கவனிக்காமல் சென்றால் மன்மத துரோகியாவேன் ஆகையால்,

வள்ளி

வசனம் : ஏ வேடா! நீ கெட்ட எண்ணத்துடன் இங்கு வந்து ஏதோ தாறுமாறான மொழிகளைச் சொல்லி நிற்கிறாய். இது உனக்குத் தகாது. உன் மானம் அழிந்துபோக நேரிடும். சீக்கிரம் இந்த இடத்தைவிட்டு அகன்று போய்விடும்.

சுப்ரமணியன்

வசனம் : பெண்ணே! நான் சொல்வதைச் சற்றுக் கவனி. நாமிருவரும் அனுதினம் இரதியும் மதனும் போலவும் மலரும் மணமும் போலவும் மானுங் கலையும் போலவும் மாடப்புறாவைப் போலவும் கூடிக்குலவி மதனாவேசங் கொண்டு மெய் புளகிக்க நித்திய போகத்தை அனுபவிக்கலாம். புறப்படு, தாமதிக்காதே!

கோ : அதிகாரத்தைப் பாரேன். அதுவும் அவசரநிலைப் பிரகடனம் போல வருது பாரேன்.

வள்ளி

வசனம் : ஏ வேடா! இதுவரை ஏதோ உளறுகிறாய் என்று பொறுத்திருந்தேன். நீ அதை யோசிக்காமல்

கொட்டினால் தேள் கொட்டாது போனால் பிள்ளைப்பூச்சியென்று எண்ணுவது போல் எண்ணி விட்டாய். என் சேடிகளும் சேவகனும் பொல்லாதவர்கள். அவர்களிடம் ஒரு வார்த்தை சொன்னால் உன்னைப் பஞ்சுப்பொதியில் நெருப்பு வைத்துக்கொள்ளுவது போல் செய்து விடுவார்கள். உடனே இங்கு விட்டகன்று போய்விடு. நிற்காதே!

சுப்ரமணியன்
வசனம் : பெண்ணே! உனக்குக் கருணையில்லாமல் போனால் உன் கையால் என்னைக் கொன்றுவிடு. அந்தப் பாவியின் பூங்கணைகள் என் மார்பில் தாக்கி உயிர் வதைத்துச் சித்ரவதை செய்கின்றன. கோடி வந்தனஞ் செய்கிறேன். புண்ணியமுண்டு. நானும் உனக்குத் துணையாக இருந்து பறவை களை ஓட்டுகிறேன். மனமிரங்குவாயடி கண்ணே! ஒரு முத்தங்கொடு.

வள்ளி
வசனம் : அடே படுபாவி! என் தந்தை அண்ணன்மார்கள் நீ சொல்லிய வார்த்தைகளைக் கேட்டால் உன் மண்டையை இரு பிளவாக்கி, நாய், நரி முதலானவற்றுக்கு இரையாக்கி விடுவார்கள். அறிவில்லாதவனே! உனக்குக் கெட்ட காலம் கிட்டிக்கொண்டது போலிருக்கிறது. அதனால் தான் என்னிடத்தில் இவ்வித அசம்பாவிதமான மொழிகளை விடுத்து நிற்கிறாய். மதியற்ற வேடனே! இனியேனும் இவ்விடத்தை விட்டு அகன்று போய்விடு!

கோ : குறவர் குலந்தானே ஈசியா நொட்டிப்புட்டுப் போயிடலாம்னு நெனச்சாரு தலைவரு. பருப்பு ஒண்ணும் வேகலே. இனி என்ன செய்வாரு. சும்மா விட்டுட்டுப் போயிடுவாரா? அப்புறம் தலைவருக்கு அர்த்தமே இல்லையே. மேலிடத்துக்குப் பணிஞ்சு போகணும். பணிஞ்சு போகலைன்னா, பணிஞ்சு போக வைப்பாங்க. அதுக்கான தந்திரங்களைச் செய்வாங்க. அந்தத் தந்திரங்கள்

என்னன்னு பார்க்கலாம். இன்னைக்குப் பலவித சாமியார்கள் கள்ளத்தனம் பண்ணி, சித்து வேலைகளைச் செய்து காட்டிப் பாமர சனங்களை ஏமாத்திக் காசு வசூல் பண்ணுதுங்க. அசந்தா பொண்ணு மேலே கை வைக்கிதுங்க. அப்புறம் பிடிபட்டதும் ஜெயில்ல போய் இருக்காங்க.

விருத்தம்-பாடல்

சுப் : கைத்தலந் தனிலே வந்த கட்டிமாம் பழமே தேனே
சித்தரப் பதுமா யுந்தன் திருமேனி தன்னைச் சேர
எத்தனை துயரம் துன்பம் எனக்கு வந்தாலும் உன்னை
முத்தமிட் டணைந்து கூடிச் சுகிக்காது விடுவேனோ

வள்ளி
வசனம் : அடே சண்டாளா! என் அண்ணன்மார்கள் வருகிற சப்தங் கேட்கிறது. அவர்கள் கையில் ஈட்டி, சூலம், கத்தி, கட்டாரிகளெல்லாந் தயாராக வைத்துக் கொண்டிருப்பார்கள். நீ அவர்கள் கையிலகப்பட்டாலோ உன் சிரசைக் கொய்து விடுவார்கள். ஓடிப்போய்விடு, அதோ வருகிறார்கள் பார்.

சுப் : (தனிமொழி) இவளுடைய இனத்தவர்கள் வருகிறார்கள். இந்தச் சமயம் நம்முடைய பலத்தைக் காட்டுவதழகல்ல. அதற்குக் காலம் வரும். இப்போது ஒரு அற்புத லீலை காட்டுவோம். (வேங்கை மரமேறி ஒளிந்து கொள்கிறார்)

* * *

(நம்பிராஜனும் வள்ளியின் அண்ணன்மார்களும் வருகிறார்கள்)

நம்பிராஜன்: குழந்தாய் வள்ளி! சௌக்கியமாக இருக்கிறீர்களா? அம்மா இந்தப் பயிர்கள் இன்னும் ஒரு வாரத்தில் முதிர்ந்து பக்குவமாய் விடும் (வேங்கை மரத்தைப் பார்த்து) ஆஹா! என்ன ஆச்சரியம்!

இந்தயிடத்தில் மரம் எப்படியுண்டானது? இதனால் தினம் பயிர்கள் சேதமடையுமே? இதை வெட்டி விடவேண்டும்.

புத்திரர்-1 : இந்த மரத்தை வெட்டக் கூடாது. ஏனென்றால் நம்முடைய குலதெய்வத்தின் அருளால் உண்டானது போலிருக்கிறது.

நம்பிராஜன் : நல்லது குழந்தாய். நாங்கள் அடுத்த காட்டிற்குப் போக வேண்டும். நீ சந்தோஷமாகயிரு. (போகிறார்கள்).

* * *

(வேங்கை மரமேறி நின்றவர் வேட ரூபத்துடன் மீண்டும் வந்து)

பாட்டு தர்க்கம்

இராகம் : கல்யாணி   தாளம் : ஆதி

பல்லவி

சுப் : ஆய லோட்டும் பெண்ணே அடி   (ஆய)

அனுபல்லவி

ஆவியே என்னுயிர்சஞ் சீவியே மன்மதனென்னும்
பாவியே மலர்க்கணைகள் தூவியே வாட்டுறான் வாராய் (ஆய)

பல்லவி

வள்ளி : மாய வேடா போடா

மங்கை என்னிடத்தில் வந்து சங்கையில்லா வார்த்தை களை
இங்கித மாகவே பேசி இங்குநிற்கலாகுமோடா (மா)

சுப் : அடி மாதர் குலதிலகமே! எங்கேயோ பயந்து ஓடி விட்டானென்று நினைத்தாயோ கண்ணே! பெண்ணே! வருத்தப்படாதே! நான் போய் வருகிறேன். (வேடனாக நின்றவன் அவ்வுருவை மாற்றிக் கிழவன் போல் உருவெடுத்துக் கொண்டு நம்பிராஜனிடம் செல்லுகிறான்)

களம்-10

மரம் நிறைந்த பொழில்

புத் : பிதா! சமீபத்தில் யாரோ வயது சென்ற ஒரு கிழவர் வருவதுபோல் தெரிகிறது.

நம் : புத்திரர்களே! அழைத்துக்கொண்டு வாருங்கள்.

(தள்ளாடிய கிழவர் அருகில் வந்துவிட்டார்)

நம் : சுவாமி! வணக்கம். இவ்வளவு முதிர்ந்த காலத்தில் இந்த வழிவந்த காரணம் யாது? அடியேனுக்குத் தெரிவிப்பீர்.

கிழ : அப்பா! நீ மங்களமாயிருக்க வேண்டும். நான் காசியிலிருந்து வருகிறேன். தற்சமயம் கன்னியாகுமரிக்குப் போய்த் தீர்த்தமாட வேண்டும். வழி தெரியாததால் திகைத்து நிற்கிறேன். தளர்ந்த வயதானதால் எனக்குத் தாகமும், பசியும் அதிகரிக்கின்றன. என்ன செய்யப் போகின்றேனோ தெரியவில்லை.

நம் : சுவாமி! கவலைப்படவேண்டாம். சமீபத்திலுள்ள ஒரு வனத்தில் எனது புத்திரியாகிய 'வள்ளி' யென்பவள் பறவை விரட்டிக் காவல் புரிந்துகொண்டிருக்கிறாள். தங்களை அவளிடம் ஒப்புவித்துத் தங்களுக்கு வேண்டிய உணவு முதலியவற்றைத் தரும்படி செய்யலாமென எண்ணுகிறேன். தங்களிஷ்டம் யாதோ?

கிழ : உங்களிஷ்டப்படியே செய்து முடிப்பாய். இதுமுதல் உன் குடும்பம் தழைத்தேற ஆசீர்வதிக்கிறேன்.

நம் : புத்திரர்களே! வாருங்கள் போகலாம். சுவாமி எழுந்தருளும்.

(கிழவன் கோலையூன்றிக் கொண்டு தள்ளாடித் தள்ளாடி நடக்கிறார்)

களம்-11

நம் : வள்ளிக்கொடியே! இப்பெரியவரை வணங்கி ஆசீர்வாதத்தைப் பெற்றுக்கொள்.

வள் : சுவாமி வணக்கம்.

கிழ : வள்ளி! நீ சீக்கிரத்தில் உன் கணவனை அடைவாயாக.

வள் : தாத்தா! அமர்ந்துகொள்ளுங்கள்.

கிழ : இருக்கிறேன், என்னருகில் வா.

நம் : குழந்தாய், இந்தப் பெரியவரை உனக்குத் துணையாக வைத்துக்கொள். அவருக்கு வேண்டும்போது நல்ல அறுசுவை நிறைந்த உணவளித்து அன்புடன் ஆதரித்து வரவேண்டும் கண்மணி! நாங்கள் சென்று வருகிறோம்.

வள் : சென்று வாருங்கள்.

நம் : சுவாமியைப் பத்திரமாகப் பாதுகாத்துக் கொள்ளுங்கள்.

கிழ : நீங்கள் சென்று வாருங்கள்.

(நம்பிராஜன் தன் புத்திரர்களுடன் சென்றுவிட்டான்)

வள் : தாத்தா! தாங்களிருப்பது எந்த ஊர். இப்போது எந்த ஊருக்குப் போக இந்த இடத்திற்கு வந்தீர்கள். உங்கள் தாடி கஷ்டமாக இருக்கவில்லையா?

கிழ : உனக்கு எல்லாம் கஷ்டந்தான். தாடியுங் கஷ்டந்தான் வாடியென்றாலும் கஷ்டந்தான், உனக்கென்ன குமரி.

களம்-12

வள் : தாத்தா! இந்தக் கேணியிலிறங்கித் தண்ணீர் அருந்துங்கள்.

கிழ : நிறைந்த மடு ஓரங் கூட்டி வந்து என்னைக் கொல்ல நினைத்தாயே வள்ளி

பாட்டு

கிழ : தாக விடை தீர்த்தாய் மோகவிடை தீர்ப்பாய்
தண்ணீ ரோரம் வந்த பெண்ணே! வாடி.

வள் : தாடி நரைத்த கிழவரென் றெண்ணினேன் வாடி
யென்று சொல்ல.

கிழ : மோடி செய்ய வேண்டாம் வாடியென வேண்டாம்
தாடி யொரு முத்தம் பாடி.

வள் : ஓடிநீர் போய்விடும் உயிரையுங் காத்திடும் வேண்டு மாம் முத்தம்.

வசனம் : நீர், பழுத்த கிழவனென்று பரிதாபப்பட்டேன் இவ்வளவு தூரம் பேசுவீரென்று முன்னமே தெரிந்திருந்தால் உம்மோடு இவ்வளவு நேரம் பேசியிருக்கக்கூட மாட்டேன், இருக்கட்டும்.

கிழ : நீ மிருகத்தைக் கண்டால் பயப்படுகிறதில்லையா?

வள் : எப்படிப்பட்ட மிருகங்களாயிருந்தாலுஞ் சரி. பயப் படுறதில்லை. ஒரு மிருகமிருக்கிறது. அதற்குத்தான் பயப்படுவேன். அந்த மிருகம் இந்தக் காட்டிலே கண்டிப்பாய் கிடையாது.

கிழ : அதென்ன புலியா?

வள் : இல்லை

கிழ : சிங்கமா?

வள் : இல்லை

கிழ : மானா?

வள் : இல்லை

கிழ : கரடியா?

வள் : இல்லை

கிழ : யானையா?

வள் : தாத்தா அதுதான்.

கிழ : சரி சரி! (மனதுக்குள் எண்ணி) இப்பொழுதுதான் வள்ளி என் வலையில் சிக்கினாள். சகல விஷயங் களுக்கும் முதற் கடவுளாகிய எனது அண்ணாவை ‘யானை’ உருவாக வரச்சொல்லி இந்த வள்ளியைக் காந்தர்வ விவாகம் செய்து கொள்ளுகிறேன்.

கிழ : (அன்ணன் விநாயகரை மனத்துள் எண்ணி...) அண்ணா, இந்த வள்ளியின் முன்னிலையில் பெரிய யானையாக வந்து பாசாங்கு செய்யும்படி பணி வுடன் தொழுது நிற்கிறேன்.

கோ : என்ன குடும்பமோ! அண்ணன்காரன் தம்பிக்குக் கூட்டிக் கொடுக்க வாராரு. தம்பிகாரனுக்கு ஏற்கெனவே கல்யாணம் பண்ணிட்டு இப்ப என்னடா? இந்தச் சேட்டையின்னு தம்பியக் கண்டிக்க வேணாமா? ஓ! இது தெய்வீகக் குடும்பம். அப்புறம் நமக்கு தெய்வக் குத்தம் வந்து சேரும். (வாயைப் பொத்திக் கொள்கிறான்)

(யானைமுகத்தான் காட்டானையாக வருதல்)

வள் : தாத்தா! இதோ பாரும்! எனக்குப் பயமாயிருக் கிறதே! ஐயோ! என் தாய் தந்தையாரையுங் காண வில்லையே! தாத்தா! தாத்தா! (வள்ளி இப்படி சொல்லிப் பயந்து நடுநடுங்கிக் கிழவனைக் கட்டிப் பிடிக்கிறாள்)

கிழ : வள்ளி! என்னைத் தொடாதே. நானோ ஏழைக் கிழவன். யானையின் துதிக்கையில் என்னைத் தள்ளி விடலாமென எண்ணுகிறாய் போலும்.

வள் : ஆபத்துக் காலத்தில் கைவிடலாமா தாத்தா?

கிழ : யானையைப் போகும்படி செய்கிறேன். என்னை விவாகஞ்செய்து கொள்ளுகிறாயா? சொல்.

வள் : இந்த யானையினின்று நீர் காப்பாற்றினால் உம்மை மணந்து கொள்கிறேன்.

கிழ : அப்படியானால் உன்குல தெய்வத்தின்மீது சத்தியஞ் செய்து தரவேண்டும்.

வள் : என் வாயினால் சொன்னால் போதாதா?

கிழ : உன்குல தெய்வத்தின் மீது சத்தியஞ் செய்துதான் தர வேண்டும். அப்படியானால் இந்த யானையைப் போகும்படி செய்கிறேன். இல்லாவிட்டால் உன் பாடு யானையின் பாடு.

(யானை வள்ளியினருகில் வந்து விட்டது)

வள் : தாத்தா! யானையைப் போகும்படி செய்யும் சத்தியஞ் செய்து தருகிறேன்.

கிழ : யானையே நீ போய் வா.

(யானை மறைந்துவிட்டது)

வள் : *தாத்தா! உம்மை ஏய்த்துவிட்டேனே.*

கிழ : *ஏய்த்து விட்டாயா? யானையே! ஓடிவா!*

(மீண்டும் யானை திரும்பிவிட்டது)

வள் : *தாத்தா! இதென்ன சங்கடமாயிருக்கிறது. உம்மைக் கலியாணஞ் செய்து கொள்கிறேன். யானையைப் போகச் சொல்லும்.*

கிழ : *சத்தியஞ் செய்துகொடு யானை போய்விடும்.*

வள் : *தாத்தா! எங்கள் குலதெய்வம் மீது ஆணையாக உம்மை மணந்துகொள்கிறேன்.*

(யானை போய்விட்டது; கிழவர் மறைந்துவிட்டார்)

(வள்ளி கிழவனுக்கு மணந்து கொள்கிறேனென்று சத்தியஞ் செய்து கொடுத்தேனேயென்று புலம்புகிறாள்)

கோ : *சத்தியம் செஞ்சு கொடுத்தா இப்ப என்ன? நான் நிமிஷத்துக்கு 1000 சத்தியம் பண்ணுவேன்.*

உறுதி கொடுத்தா இப்ப என்ன?
எத்தனை பேர் தாய்மேல் ஆணை
தமிழ்மேல் ஆணை
தேசத்தின் மீதாணைன்னு

அறைகூவல் விட்டதோடு சரி. யாரு சொன்னதச் செய்தாங்க? கள்ளம் கபடம் இல்லாத பொண்ணு இந்த வள்ளி. இந்த வேஷம் போட்டு வந்திருக்கிற ஆளே பொய். அப்புறம் எதுக்கு வேணும் நெஜம். ஆயிரம் பொய்யைச் சொல்லி ஒரு கலியாணம் பண்ணலாம்னு இந்த மாதிரி பொய்யான ஆசாமிக ஏற்படுத்தி வச்சதுதான் போலிருக்கு. வள்ளிப் பொண்ணு நீ சத்தியம் செஞ்சதப் பத்திக் கவலைப் படாதே. காவிரித் தண்ணியப் பகிர்ந்துகொள்ள ஒப்பந்தம் செஞ்சவுக ஒப்பந்தத்தை மீறும்போது கவலையா பட்டாங்க? பாவம். விவசாயிங்கதான் பட்டினியாலே சாகுறாங்க. அரசியல் வாதிகள் வாக்குறுதி கொடுத்தாங்களே அவுங்க சொன்னதச் செய்ய முடியலையேன்னு கவலைப்படுறாங்களா? இல்லையே, நீ கவலைப்படுறே பாரு. அதுவே

போதும். வேறு வேலையைப் பாரு. போ போம்மா. பொம்பளைங்க இன்னும் பத்தாம் பசலிகளா இருக்குறதாலேதான் இந்த மாதிரி ஆசாமிக ஜம்முன்னு திரியுறாங்க. கொஞ்சம் நிமிர்ந்து என்னன்னு குரலை ஒசத்திக் கேள்வி கேட்கத் தொடங்கினா பெண் ணடிமைச் சமூகத்துக்கு இடிவிழும்.

கிழ : வள்ளி, இதோ இந்த மாலையில் பூத்த குறவஞ்சி மலர்களைக்கொண்டு மாலை தொடுத்துள்ளேன். சத்தியம் தவறாத உத்தமியே! நீ தலை குனிந்தால் நான் மாலை சூட்டி உனக்கு என்மனைவி எனும் அந்தஸ்து தருவேன்.

வள் : (தலைநிமிர்ந்து மாலையைக் கையில் வாங்கிக் காலில் போட்டு மிதித்துவிட்டு) யோவ்! கிழவா! ஒனக்கே இவ்வளவு துணிச்சல் இருந்தா, நான் இளம்பெண் எனக்கு எவ்வளவு துணிச்சல் இருக்கும் தெரியுமா?

கிழ : வள்ளி, நீ எங்கிட்ட வெளையாடாதே! நீ சத்தியம் தவறமாட்டே எனக்குத் தெரியும்.

வள் : யோவ்! அந்தச் சத்தியத்தைக் குப்பையிலே போடு. மொதல்ல இந்த இடத்தைவிட்டு ஓடிப்போயிடு. இல்லே ஒன்னைய காணாப் பொணம் ஆக்கிடுவேன்.

கிழ : வள்ளி, ஒங்க மலைஜாதி வழக்கப்படி ஊர்ப் பஞ்சாயத்தைக் கூட்டுவோம். ஊர்ப் பஞ்சாயத்துத் தீர்ப்பில் என்ன சொல்றாங்களோ அதுக்கு நாம் ரெண்டு பேரும் கட்டுப் படுவோம்.

வள் : ஊர்ப்பஞ்சாயத்துல யாரு இருக்காங்க ஒன்னைய மாதிரி ஆம்பளைங்க மட்டுந்தான் இருக்காங்க. என்னைய மாதிரி பொம்பளை யாராவது அந்தப் பஞ்சாயத்துல பங்கெடுத்துக்கிறாங்களா, கிடையாது. அப்படியிருக்கையில கட்டடப் பஞ்சயாத்து தீர்ப்பு யாருக்குச் சாதகமா இருக்கும்னு எனக்கு நல்லாவே தெரியும். பேய் அரசு செய்தால் பிணம் தின்னும் சாத்திரங்கள். ஆம்பளைகளுக்குத்தான் புத்தி இருக்குமா? பொண்ணுங்களுக்கு புத்தி இருக்காதா?

கிழ	:	இப்படி எந்த நியதிகளுக்கும் கட்டுப்படாம இருக்கிறதா லேதான் ஒங்க மலைக்காட்டுச் சனங்க நாகரிகம் தெரியா தவங்களா இன்னும் இருக்கிறீங்க.
கோ	:	ஏய்யா! எது நாகரிகம்! நியாயவாதியா நீ? எங்கே நெஞ்சத் தொட்டுச் சொல்லு. நாகரிகம் எனும் பேரில் சுரண்டுறதுக்கு வழி வகைகள் தேடி வச்சிருக்கீங்க.
வள்	:	கணவனைத் தேர்ந்தெடுப்பது எனது உரிமை. எனது உரிமையை நான் விட்டுக் கொடுக்கத் தயாரில்லை.
கோ	:	காட்டை அழிக்கலாம் கடலையும் தூர்க்கலாம்-உரிமை எண்ணத்தை எப்படி மறக்கலாம்?
வள்	:	முடியாது உரிமையை விட்டுக்கொடுக்க முடியாது. தோழிமார்களே! இந்தக் கிழவனைப் பிடித்துக் கட்டுங்கள்.
கிழ	:	வள்ளி! நான் கிழவன் இல்லை. குமரன் (தனது வேடன் ரூபத்தைக் கலைத்து) குன்றக் குமரன். வணங்கிக்கொள்.
வள்	:	கிழவனாவது? குன்றக்குமரனாவது? என் வணக்கத்துக்கு உரிய ஆள் நீயல்ல. பொய், பித்தலாட்டம், சூது அனைத்தும் கற்றவன் நீ. வேடதாரி. உன்னைச் சும்மா விடக்கூடாது. தோழிமார்களே! கிழவன் ஆனாலும் குமரன் ஆனாலும் ஆண்கள் புத்தியை நாம் அறிவோம். விடாதீர்! பிடியுங்கள்! பிடித்துக் கட்டுங்கள். விடாதீர். இவனுக்குக் கொடுக்கும் பாடம் பலருக்கும் பாடமாக இருக்க வேண்டும்.

(குமரன் ஓடிக்கொண்டிருக்கும் வேளையில் காணாமல் போய்விடுகிறான்)

11. வெளிச்சம்

காட்சி - 1

ஊர்ப் பொதுத்திடல். பெரிய மேளக் கலைஞர்கள் தீயை வளர்த்து மேளதாளக் கருவிகளைச் சூடுபடுத்தித் தோலில் விறைப்பு ஏற்படுத்திக் கொண்டுள்ளனர். ஒவ்வொரு கலைஞர் களாகத் தத்தம் கருவியை முழக்கி வாசித்துப் பார்க்கின்றனர். உணர்வு ஏறிய நிலையில் அனைவரும் இணைந்து வாசித்து ஆடி வலம் வருகின்றனர்.

ஒருவர் : நிறுத்துங்க! நிறுத்துங்கய்யா! யாரு ஒங்களை வாசிக்கச் சொன்னாங்க, அட்வான்ஸ கொடுத்தவன் நான் இங்கே இருக்கிறேன். நான் சொல்லாம நீங்க வாசிச்சா என்ன அர்த்தம்.

கலைஞர் : அய்யா! சும்மா வாசிச்சுப் பார்த்தோம். சூடு ஏறிடுச் சான்னு சும்மா வாசிச்சுப் பார்த்தோம்.

ஒருவர் : 'சும்மா' 'சும்மா' நம்ம நாட்டுல சும்மாங்கிற சொல்லை அகராதியிலே இருந்தே நீக்கணும். அப்பத்தான் இந்தியா சுறுசுறுப்பான நாடு அப்படின்னு பேர் எடுக்கமுடியும். சரி சரி. நேரமாயிடுச்சு. இப்ப நான் சொல்றேன் வாசிங்க. ஆடுங்க வெளுத்துக் கட்டுங்க.

கலைஞர் : கொஞ்ச நேரம் வாசிச்ச சத்தம் கேட்டுச் சனங்க கூடிட்டாங்க. சனங்க எதிர்பார்க்கும்போது நாம வாசிக்கணும். சனங்களுக்குத்தான் எல்லாமுமே. இது சனநாயக நாடுங்க!

(மேளம் முழங்கிட ஆட்டம் களை கட்டுகிறது)

(பாடல்)

பாடகர் : *அன்பு கலந்திடும் வணக்கம் வருகுது*
அவையோர்களே!
அழகுக்கூத்து நடக்கப்போகுது
பண்டைக்காலப் பாட்டுடனே
பாரதத்தின் நடப்பைச் சொல்லிப்
பாடிஆடி நடிக்கப் போறோமுங்க - இதைப்
பார்த்து நீங்க ரசிக்க வேணுமுங்க (அன்பு)

(பெரிய மேளக் கலைஞர்களின் ஆட்டம் நிகழ்கிறது)

நாட்டுப் பாதுகாப்புணர்வு
நாட்டு ஒற்றுமை நமக்கு வேணும்
நாட்டுப்பற்று நமக்கு வேணுமுங்க -
பாரினிலே
நவபாரதம் தழைக்க வேணுமுங்க

(பெரிய மேள ஆட்டக்கலைஞர்களின் ஆட்டம்)

(பெண்கள் கும்மியடித்து ஆடத் தலைப்படும் முன்)

அறிவிப்பாளர் 1 : பெரியோர்களே தாய்மார்களே வணக்கம். 'வெளிச்சம்' என்ற பெயரில் நாங்கள் உங்கள் முன் நடத்த இருக்கின்ற நாடகம் சாதியால், மதத்தால், மொழியால், வட்டாரப் பகுதி எனப் பல நிலைகளில் பிரிந்து கிடக்கும் இந்திய மக்கள் தாங்கள் இந்தியத் தாயின் ஒரு தாய் மக்கள் என்ற உண்மையை உணரவும். ஆங்காங்கே தலைதூக்கி வரும் பிரிவினை வாதம் நீங்கவும். தீவிரவாதம் தலைதூக்காமல் இருக்கவும்-இதுவரை வெளியில் தெரியப் படாத இந்திய சுதந்திரப் போராட்டத் தலைவர்கள் சிலர் சுதந்திரப் போராட்ட காலத்தில் மேற்கொண்ட வீர தீரச் செயல்கள் மற்றும் தியாகங்களை நாடகமாகக் காட்சிப் படுத்தப் படுகின்றனர். நம் தேச விடுதலைக்காக உழைத்த தேசப்பிதா காந்தியடிகள், திலகர், இராஜாஜி, காமராசர், சுப்பிரமணிய பாரதி, கப்பலோட்டிய தமிழன், வீரபாண்டிய கட்ட பொம்மன், திருப்பூர்க் குமரன், வாஞ்சி

நாதன், சத்தியநாதைய்யர், கவிமணி தேசிக விநாயகம்பிள்ளை, நாமக்கல் கவிஞர் இராமலிங்கம்பிள்ளை போன்ற தேசியத் தலைவர்களின் வரலாற்றை நாட்டு மக்கள் அனைவரும் நன்கு அறிவர். அதனால் இவர்களைத் தவிர்த்து சுதந்திரப் போராட்டத்தில் ஈடுபட்டு, இன்னுயிர் ஈந்து தியாகம் புரிந்த பல சுதந்திரப் போராட்டத் தலைவர்கள் நாட்டு மக்களிடையே இன்னும் சிறப்பான முறையில் அறியப்படாத நிலையில் இருக் கிறார்கள். அவர்களில் பாவலர் கம்பம் பீர் முகம்மது, காதர் பாய், ஜார்ஜ் ஜோசப், சுந்தரலிங்கம், வீரமங்கை வேலுநாச்சியார், சுப்பிரமணிய சிவா, தீரன் சின்னமலை போன் றோரின் சுதந்திரப் போராட்டத் தியாக வரலாறுகள் இங்கே காட்சிப்படுத்தப்படு வதன் மூலம் மக்களிடையே ஒற்றுமையையும் தேசப்பற்றையும் மீண்டும் உருவாக்க மேற் கொள்ளப்படும் முயற்சியாக இந்த நாடகம் அமைந்துள்ளது.

இனி நாடகம்......

காட்சி - 2

(பாட்டு முடியும் நிலையில் முப்பத்தைந்து வயது மதிக்கத்தக்க ஒரு பெண்மணிக்கு வாத்திய முழக்கம் கேட்ட நிலையில் சாமி வந்துவிடுகிறது. ஒரு சில பெண்கள் சாமி ஆட்டம் ஆடிக் கொண்டிருக்கும். அப்பெண்மணியைக் கைத்தாங்கல் செய்து கொண்டுள்ளனர். சாமி ஆட்டத்தைக் காண வேண்டி கூட்டம் நெருங்கி வருகிறது.)

பெரியவர் : ஆத்தா! நீ யாரும்மா?

சாமியாடி : நான்தாண்டா! தேசமுத்துமாரி வந்திருக்கேன். *(சனங்கள் சாமிபேரைக் கேட்ட மாத்திரத்தில் சேர்ந்து குலவை இடுகின்றனர். பலரும் தமக்குள் ஆச்சரியத்துடன் பேசிக் கொள் கின்றனர்.)*

பெரியவர்	:	அம்மா! தாயே! தேசமுத்துமாரி! இந்த சனங்களுக்கு நல்ல வாக்கு சொல்லம்மா.
நபர் 1	:	அம்மா! தாயே! நாடு செழிக்குமா? நல்ல மழை பெய்யுமா?

(நாயனம் வாசிக்கப்படுகிறது. உடுக்கை ஒலி எழுப்பப்படுகிறது. நையாண்டி மேளம் வாசிக்கப்படுகிறது. ஒரு பெண் வேம்புக் கொத்தைக் கையிலெடுத்துச் சென்று தேசமுத்துமாரியின் கைகளில் கொடுத்துவிட்டு அவர் கால்களில் விழுந்து வணங்கி ஆசி பெறுகிறார்)

பெரியவர்	:	தாயே! இந்த மக்கள் ஒற்றுமையாய் இருந்து சந்தோசமாய் வாழ நீதான் அருள்புரியணும்.
பெண் 1	:	அம்மா தாயே! நாடு செழிக்குமா? நல்ல மழைப் பெய்யுமா?
சாமியாடி	:	நாடு செழிக்கும்!
நபர் 1	:	அடிடா மேளத்தை (மேளம் முழக்கப்படுகிறது).
சாமியாடி	:	நல்ல மழை பெய்யும்டா.
நபர்	:	அடிடா! மேளத்தை (மேளம் முழக்கப்படுகிறது). (பெண்கள் குலவையிடுகின்றனர். மேளமுழக்கம் நிறுத்தப்படுகிறது).
சாமியாடி	:	டேய்! முதல்ல ஆத்தா! மனங்குளிரவேணும். அப்புறந்தாண்டா நாடு செழிக்கும். நல்ல மழை பெய்யும்.
பெரியவர்	:	அம்மா! தேசமுத்துமாரி! உன் மனசு குளிர நாங்க என்ன பண்ணணும் தாயே!
சாமியாடி	:	நீங்க எல்லோரும் எம்புள்ளைகள். நீங்க எல்லாம் ஒண்ணா சேர்ந்து சந்தோசமா சாமிகும்பிட்டுத் திருவிழா எடுத்தாத்தான் இந்த ஆத்தா மனசு குளிரும்!
பெண் 2	:	ஆத்தா இந்த ஊரு, தேசத்தில நடக்குறது எல்லாம் உனக்குத் தெரியாதா ஆத்தா!
சிங்கன்	:	ஆத்தா! ஊரே ரெண்டுபட்டுக் கெடக்குதும்மா!

பெண் 1	:	தாயே இந்த ஊருலதான் சண்டையும் சச்சரவுமா இருக்குதே ஆத்தா!
நபர் 3	:	அந்தத் தெருக்காரங்க, இந்தத் தெருக்காரங்களோட பகை.
நபர் 4	:	அந்த வீட்டுக்காரங்க, இந்த வீட்டுக்காரங்களோட பேச்சு மூச்சுக் கிடையாது.
நபர் 1&2	:	ஒருத்தருக்கொருத்தர் விட்டுக்கொடுத்துப் போனாத்தானே சமாதானம் வரும்.
பெண் 1	:	அப்பத்தானே ஆத்தா மனசு குளிரும்.
பெண் 2	:	நாடு செழிக்கும். நல்ல மழை பெய்யும்.

(பெரிய மேளம் வாசிப்பு ஓர் ஆவர்த்தனம். இருந்த இடத்திலிருந்தே)

சிங்கன்	:	இவங்க சாதிப்பொண்ணை.
நபர் 1	:	இவங்க சாதிப்பையன் இழுத்துக்கிட்டு ஓடிப் போயிட்டான்.
நபர் 2	:	ஒண்ணா இருந்த ஊரு.
நபர் 3	:	இப்ப ரெண்டுபட்டுக் கிடக்குது.

(மேடையில் நடிகர்கள் இரு குழுவினராகப் பிரிந்து ஒருவரை நோக்கி ஒருவர் ஏசிப்பேசி சண்டையும் சச்சரவுமாகப் பரபரப்பு ஏற்படுகிறது. இந்தப் பரபரப்பில் உபயதுல்லா என்ற ஒரு முஸ்லீம் சிறுவன் கூட்ட நெரிசலில் கால் இடறிக் கீழே விழுந்து காயமுறுகிறான். கூட்டத்தினர் சண்டையிடுவதை நிறுத்தி விட்டுக் கீழே விழுந்த பையனைச் சுற்றிக் குழுமி நின்று அவன் மேல் இரக்கப்படுகின்றனர்)

பெரியவர்	:	விலகுங்க! விலகுங்க!
பெண் 1	:	யாரோ ஒரு பையன் கூட்ட நெரிசலிலே மயங்கி விழுந்துட்டான். மிதிபட்டுக் காயமேற்பட்டு உடலெல்லாம் ஒரே இரத்தமாய் இருக்கு.
பெரியவர்	:	வழிய விடுங்க! பையனைத் தேசமுத்துமாரிக் கிட்ட கொண்டு வந்து கிடத்துங்க! ஆத்தா பாத்துக்குவா!

குரல் 1 : வழிய விடுங்க! வழிய விடுங்க! காத்து வரட்டும். கூட்டம் போடாமத் தள்ளிநில்லுங்க. தள்ளுங்க. விலகி நில்லுங்க.

(பையனை மேடையிலுள்ள தேசமுத்து மாரியிடம் தூக்கிச் சென்று அவள் காலில் கிடத்து கின்றனர். மயங்கிய நிலை யிலுள்ள சிறுவனின் தலையில் தொப்பி அணியப்பட்டுள்ளது.)

பெண் 2 : தேசமுத்துமாரிக்கிட்ட முஸ்லீம் பையனக் கொண்டுவந்து போட்டு இருக்கீங்களே... இது தெய்வக்குத்தம் ஆகாதா?

பெரியவர் : சாமி பேரச் சொல்லி நாமதான் நெறைய்ய குத்தங்கள் செய்யறோம். ஆத்தாவுக்குச் சாதி மத பேதமெல்லாங் கிடையாது. சாமிபேரச் சொல்லி நாமதான் சாதி பார்க்குறோம்! மதம் பார்க்கு றோம். (கூட்டத்தாரை நோக்கி) அய்யா! நீங்க சொல்லுங்க. நாம் வேளாங்கண்ணி மாதா கோயிலுக்குப் போய் வேண்டுதல் வைக்கிற தில்லையா? நாகூர் தர்காவுக்குப் போய் மந்திரிச்சுத் தாயத்துக் கட்டிக்கிறதில்லையா? மனசிருந்தா மார்க்கமுண்டு. நம்ம தேசமுத்து மாரிக்கு எல்லாச் சனங்களும் ஒண்ணுதான்.

சாமியாடி : (பையன்மேல் வேம்புக்கொத்தால் தலையிலிருந்து கால் வரை நீவி மந்திரிக்கிறார். கண்களை மூடி ஏதோ முணு முணுக்கிறார்).

பெண் 1 : ஏ அப்பா! பையனுக்குத் தண்ணி கொண்டுவந்து கொடுங்கப்பா.

பெண் 2 : சோடா வாங்கிட்டு வாங்கப்பா!

பெரியவர் : பையனுக்கு ஒண்ணும் ஆகாது. கவலைப்படாதீங்க. காத்து வரட்டும். கூட்டம் போடாதீங்க. விலகி நில்லுங்க.

பெண் 3 : (மேடையில் கிடத்தப்பட்டிருக்கும் பையனின் முகத்தை உற்றுக் கவனித்துவிட்டு) இந்தப் பையனைப் பாத்தா கம்பம் பீர் முகம்மது பேரப்புள்ளையாட்டம் அல்லவா தெரியுது?

பெரியவர் : (பையனை உற்றுக் கவனித்துவிட்டு).

ஆமாம், கம்பம் பாவலர் பீர் முகம்மது பேரப்புள்ளதான். (அந்தப் பெரியவரின் கவனம் பின்னோக்கித் திரும்புகிறது. கம்பம் பாவலர் பீர் முகம்மது சுதந்திரப் போராட்டத்தில் பாடிப் பங்குகொண்ட அக்கால நிகழ்ச்சி அவரின் மனக் கண்ணில் ஓடுகிறது. நாதசுரத்தில் அவர் பாடிய பாடல் இசைக்கப்படுகிறது. அதற்குப் பக்க வாத்தியமாக தபேலா, தவில் வாசிக்கப்படுகிறது. பின் நினைவு திரும்பியவராக....) ஆமாம் வெள்ளைக்காரங்கக்கிட்ட போலீஸ் சப்இன்ஸ் பெக்டரா பதவியில் இருந்தவரு. வேலையை விட்டுட்டு மகாத்மா காந்தி நடத்திய விடுதலைப் போராட்டங்களில் கலந்துகிட்டாரு. பாடல்கள் எழுதி இசையமைத்து அருமையான தன் குரலிலேயே பாடினாரு. மது குடித்தல் கூடாது, தேசிய கல்வி வேணும், கதராடை உடுத்தணும், தேசிய விடுதலை வேணும் எனத் தேசிய உணர்வுகளை மக்களிடம் தட்டி எழுப்பினாரு.

(பெரிய மேளம் வாசிப்பு - மேடையின் முன்னால் திரைபோல)
(காட்சி விரிகிறது)
(சுதந்திரப் போராட்டக் காலம்)

(திரைபோல் வந்து வாசித்து நின்ற பெரிய மேளக்குழு மேடையின் முன்புறத்தில் அப்படியே நிற்கிறது. மேடையின் மேல்தளத்தில் காட்சி தொடங்குகிறது)

(கூட்டம் கூடி நிற்கிறது. பாவலர் ஒரு மேடையில் நின்றுகொண்டு கதர் ஆடை, கதர் தொப்பி அணிந்த தோற்றத்துடன் பாடுகிறார்.)

(பாடல்: சிந்துபைரவி ராகம்)

பீர்முகம்மது : இந்து முஸ்லீம் ஒற்றுமையால்
    இன்பமுண்டாமே
இன்பமுண்டாமே என
    அன்புகொண்டோமே
திண்டிறல் முஸ்லீம்களுக்குத்
    தேசமொன்றாச்சு
தேசமொன்றாச்சு பொது நேசமொன்றாச்சு
    (இந்து முஸ்லீம்)

(மேடையின் முன்பகுதியில் வரிசையாக நிற்கும் பெரிய மேளக் கலைஞர்கள் ஆங்கிலப் பாண்டு வாத்திய இசையை பெரு முழக்கத்துடன் எழுப்புகின்றனர்.)

(மீண்டும் கம்பம் பாவலர் பீர்முகம்மது தன் தேசியப் பாடலை ஓங்கி ஒலிக்கவும் பெரிய மேளக் கலைஞர்கள் தங்கள் மேள ஒலியைக் குறைத்துக்கொண்டு மேடையைவிட்டுக் காலி செய்கின்றனர். பாவலர் தொடர்ந்து பாடிக்கொண்டு செல்கிறார். உடன் வருவோர் தேசிய முழக்கமிடுகின்றனர்.)

பெண் 1	:	பாரத மாதாக்கி ஜே!
மற்றவர்	:	பாரத மாதாக்கி ஜே!
பெண் 2	:	வந்தே மாதரம்.
மற்றவர்	:	வந்தே மாதரம்.

(பாடலைக்கேட்டு மக்கள் கைதட்டி ஆரவாரம் செய்தனர். இரு ஆங்கிலேய அரசுக் காவலர்கள் கவனித்துவிட்டு அவர்களுக்குள் பேசிக் கொள்கின்றனர்.

போலீஸ் 1 : யார் மேன் அது?

போலீஸ் 2 : பீர்முகம்மது. இவரை இந்தச் சனங்கள் கம்பம் பாவலர் பீர்முகம்மதுன்னு சொல்கிறார்கள். சார், மிஸ்டர் காந்தி இந்த மக்களுக்கு தேச விடுதலை குறித்து என்ன வெல்லாம் சொல்கிறாரோ அதையெல்லாம் பாட்டாகப் பாடி மக்களிடம் பிரச்சாரம் செய்துவருகிறார். இவர் நம்ம போலீஸ் டிபார்ட்மெண்டிலே சப்இன்ஸ் பெக்டரா இருந்தவரு.

போலீஸ் 1 : போலீஸ் சப்இன்ஸ்பெக்டர் போஸ்ட்ல இருந்த வரு ஏதும் தப்புப் பண்ணிட்டாரா? அதனாலே அவரை டிபார்ட்மெண்ட் சஸ்பெண்ட் பண்ணிட்டதா?

போலீஸ் 2	:	நோ. சார் மதுரை மீனாட்சி அம்மன் கோயிலிலே சாமிக்கு அணியவைத்திருந்த தங்க நகைகள் ஒரு நாள் திடீரெனக் காணாமல் போய்விட்டன. அப்போ ஆண்டிப்பட்டியி லேர்ந்து மதுரைக்கு டிரான்ஸ்பர் ஆகி யிருந்தார் பீர் முகம்மது எஸ்.ஐ.
போலீஸ் 1	:	அப்புறம் வாட் ஹாப்பன்ட்? திருடர்களைக் கோட்டை விட்டுட்டாரா? அதனாலே அவரை வேலையிலிருந்து டிஸ்மிஸ் பண்ணிட்டாங்களா?
போலீஸ் 2	:	நோ சார். திருடர்கள் அத்தனை பேரையும் கையும் களவுமாப் புடிச்சு நகைகளைக் கைப் பற்றினார். கள்வர்களைக் கூண்டிலே ஏற்றினார். மீனாட்சி அம்மன் நகைகளைப் பத்திரமா மீட்டுக் கொடுத்தாரு. 1923இல் இந்தப் போலீஸ் வேலையை வேண்டாம்னு எழுதிக்கொடுத்துட்டு, சிவகங்கை ஜமீனில் ஒரு தாசில்தாராகப் பணியாற்றினார்.
போலீஸ் 1	:	தாசில்தார் வேலையை ஏன் விட்டாரு?
போலீஸ் 2	:	'இந்திய தேசம் பிரட்டிஷ்காரங்ககிட்டே இருந்து விடுதலை பெற வேண்டும்'.
போலீஸ் 1	:	யோவ் 201, இடியட் என்ன சொல்றே?
போலீஸ் 2	:	அப்படின்னு சொன்ன பீர் முகம்மது வேலையை ராஜினாமா பண்ணிட்டார். சுதந்திரப் போராட்டத்தில் முழுசா ஈடுபட்டார்.
		(மக்கள் கூட்டம் கைதட்டுகிறது)
குரல் 1	:	பாரத மாதாக்கி
குரல்கள்	:	ஜே!
குரல் 2	:	வெள்ளையனே
குரல்கள்	:	வெளியேறு
குரல் 3	:	வந்தே மாதரம்
குரல்கள்	:	வந்தே மாதரம்

பீர் முகம்மது : போதை கூடாது. மக்களே! நாட்டுப்பற்றுக் கொள்வோருக்கும், தேசப்பாதுகாப்புக்கும் குடிபோதை எவ்வகையிலும் துணை செய்யாது.

பாடல்: சிந்துபைரவி ராகம்

(பல்லவி)

பீர்முகம்மது : போதையின் கேடு - நீங்கிப்
புண்ணியம் தேடு-பொல்லா   (போதை)

(அனுபல்லவி)

மேதினியோர் பழிக்க வெட்கங்கெட்டு மானங்கெட்டு நேரான புத்தியெல்லாம் நிலை குலையச் செய்யுமிந்த சாராயக்குடியை விட்டுச் சர்பத்தையே சாப்பிடலாம்
(போதை)

குரல்கள் : பாரத மக்கள் ஒற்றுமை ஓங்குக!
காந்தி மகான்-வாழ்க!

(பீர்முகம்மதுவைப் பாராட்டி ஒருவர் கதர்த்துண்டு ஒன்றை அவரது தோளில் அணிவிக்கிறார். மக்கள் கைதட்டி ஆர்ப்பரிக் கின்றனர்.)

போலீஸ் 1 : 201 இந்த மாதிரி ஆசாமிகளை அரெஸ்ட் பண்ணி ஜெயில்ல போடணும். இல்லே. இந்திய மக்களைக் கூட்டிப் புரட்சி பண்ணுவான். அரெஸ்ட் ஹிம்.

போலீஸ் 2 : எஸ் சார்.

(சார்ஜ் எனும் சப்தம் எழுப்பியவாறு தடியடி நடைபெறுகிறது. கூட்டம் கலைகிறது. ஒரு சிலர் கைது செய்யப்படுகின்றனர். மக்கள் சிலர் தங்களையும் கைது செய்யக்கோரி மண்டியிட்டு முழக்கம் இடுகின்றனர்)

குரல் 1 : பாரதமாதாக்கி ஜே

குரல்கள்	:	பாரதமாதாக்கி ஜே
குரல் 2	:	வந்தே மாதரம்
குரல்கள்	:	வந்தே மாதரம்

பாடல்

(மார்ச் பாஸ்ட் நடை)

பீர் முகம்மது : செல்வோம் சிறைக்கூடமே
தேசத்தொண்டுக்காகச்
செல்வோம் சிறைக்கூடமே
தேசபக்தர் தம்மை இடர் செய்யும்
            அதிகார வர்க்கம்
மோசம் போவது உண்மை
அதன்முன் இறந்தால் சுவர்க்கம்

(பலரும் பின்பாட்டுப் பாடுகின்றனர்)

(பெரிய மேளம் - திரை)

காட்சி - 3

(சாமியாட்டம் நிகழ்வுக்காட்சி)

நபர் 1 : தம்பி! தம்பி! ஒனக்கு ஒண்ணும் ஆகல. பத்திரமா வீடுபோய்ச் சேரு. நாங்க யாராவது உங்க வீடு வரைக்கும் துணைக்கு வரட்டுமா?

(பையன் எழுந்து நின்று சுற்றியுள்ளவர்களைக் கவனிக்கிறான்)

நபர் 2 : தம்பி! உன் பேரு என்னப்பா?

பையன் : எங்க பாட்டனார்....

பெரியவர் : சுதந்திரப் போராட்ட வீரர் கம்பம் பாவலர் பீர்முகம்மது. அவரோட சேர்ந்து விடுதலைப் போராட்டத்தில் ஈடுபட்டவர் ஹக்கீம் அஜ்மல்கான்.

பையன் : அது எங்க அத்தாவோட பெயர்.

பெரியவர் : வேலூர் சிப்பாய்ப் புரட்சி இந்தியாவில் வெள்ளையர்களை எதிர்த்து நடந்த முதல்

சுதந்திரப்போர். அந்தப் போராட்டத்தின் வழி வந்தவன்தான் உபயதுல்லா.

பையன் : ஐயா! அவரோட பெயர்தான் என் பெயர்.

சிங்கன் : தம்பி! இந்தாங்க இந்தக் கலரைக் குடிங்க.

நபர் 1 : அடே! சிங்கா, சோடா வாங்கி வரச்சொன்னா, கலர் வாங்கி வந்திருக்கே.

சிங்கன் : நான் என்ன செய்வேன். ஊருல உள்ள கடையெல்லாம் சுத்திப் பார்த்திட்டேன். சோடாவுக்குப் பதிலா கோலா, பெப்சி, லிம்கா அப்படின்னு வாயில நொழையாத பேர்ல உள்ள கலர் பாட்டில்களைத்தான் கொடுக்கிறாங்க. சோடா குடிசைத் தொழிலாக நம்ம நாட்டுல நடந்தது போக இன்னக்கிக் குடிசைத் தொழில்கள் நம் நாட்டுல நசிந்து வருது.

நபர் 2 : சிங்கா! விலை எவ்வளவு? பில் எங்கே?

சிங்கன் : பில் கேட்டா பதிமூன்று ரூவா, பில் வேண்டாம்னு சொன்னா பத்துரூவா. அதனாலே விலை குறையுதுன்னு நான் பில் கேட்டு வாங்கலே.

பெரியவர் : அட சிங்கா! முட்டாளே! நம்ம அரசாங்கத்தோட இந்த வரிதான் நம்ம நாட்டுக்கு வருகிற வருமானம். இந்த வருமானத்த வச்சித்தான் பாலங்கள் கட்டுவது, சாலை வசதி செய்வது, விவசாயிகளுக்கு மான்யங்கள் வழங்குவது, வறட்சியைச் சமாளிப்பது, வெள்ளம், சுனாமின்னு வந்தா மக்களின் துயர் துடைப்பது என்று பயன்படுகிறது. நாம கட்டும் இந்த வரிப்பணம்தான் நம் நாட்டுக்கான வருமானம்.

சிங்கன் : இனி வரிஏய்ப்பு செய்யமாட்டோம். நம் நாட்டுக்கு நாமே எதிரி ஆகக்கூடாது எனக்கு இப்ப புத்தி வந்திரிச்சு. தம்பி உபயதுல்லா! இந்தக் கலரைக் குடிங்க!

பெரியவர் : அந்நிய நாட்டுத் துணிமணிகளை அணியக் கூடாது. கதர் அணிய வேண்டும்னு அவங்க பாட்டனார் பாவலர் பீர்முகம்மது போராட்டம்

நடத்தினார். நம் நாட்டுத் தொழில்கள் முன்னேற்றம் அடையணும்.

பையன் : அப்படின்னா எனக்கு இந்தக் கோலா வேண்டாம். நான் எங்க வீட்டுக்குப் போய் நீரோ, மோரோ குடிச்சிக்கிறேன். உங்க எல்லோருக்கும் (கூட்டத் தாரைப் பார்த்து) எனது நன்றி! போயிட்டு வாறேன்.

(சிறுவன் கூட்டத்திலிருந்து நீங்குகிறான்).

(மேள முழக்கம்-ஓர் ஆவர்த்தனம்)

சிங்கன் : (தேசமுத்துமாரியின் அருகில் சென்று)

அம்மா தேசமுத்துமாரி எனக்கு ஒரு வாக்குத் தரணும் ஆத்தா! நான் புதுசா கல்யாணம் பண்ணிக் கிட்ட ஆளு. அதோ போறானே உபயதுல்லா அவனைப் போலவோ, குண்டடிப்பட்ட பின்னும் தன் உயிர்போகும்வரை தேசியக்கொடியை விடாது பிடித்து, 'வந்தே மாதரம் வந்தே மாதரம்' என முழங்கிய கொடிகாத்த திருப்பூர் குமரன் போலவோ, வெள்ளைக்கார ஆஷ் துரையை கைத்துப்பாக்கியால் சுட்டு வீழ்த்திய வாஞ்சிநாதன் போலவோ, தலித்துகள் கோயில் பிரவேச போராட்டத்திற்கு தலைமையேற்று மதுரை மீனாட்சியம்மன் கோயிலுக்குள் நுழைந் தாரே கக்கன்ஜி, அவரைப் போலவோ எனக்குப் பிறக்கப்போற பையன் தேசிய ஒற்றுமைக்காகப் பாடு படுவதற்கு எனக்கு ஒரு ஆண் குழந்தை தரணும் தாயே!

பெரியவர் : அட சிங்கா! நம்ம சுதந்திரப் போராட்ட உணர்வு இந்துக்களிடம் மட்டுமல்ல.

பெண் 1 : முஸ்லீம்களிடம் மட்டுமல்ல!

பெண் 2 : கிறித்துவர்களிடம் மட்டுமல்ல!

நபர் 3 : எல்லா மதத்தினரிடமும், எல்லாச் சாதி மக்களிடமும் சுதந்திர உணர்வு மேலோங்கி இருந்தது.

பாடல்

ஆண்களுக்கு மட்டுமல்ல....
பெண்களுக்கும்...
இந்தப் பெண்களுக்கும் பங்கு உண்டு
இந்தப் பெண்களுக்கும் பங்கு உண்டு
தேசப்பற்றும் தியாகமும் வீரமும்
இந்தப் பெண்களுக்கும் பங்கு உண்டு

பெண் 2 : ஆண்கள் மட்டும்தான் சுதந்திரப்போராட்ட வரலாற்றில் பங்கெடுத்தவர்கள் என்று எண்ணிக் கொண்டிருக்கிறீர்கள்! கணக்கிலடங்கா/ எண்ணிறந்த பெண்களுக்கும் இந்திய நாட்டுச் சுதந்திரப் போராட்டத்தில் பங்கு உண்டு.

பெண் 2 : சிவகங்கைச் சீமையை வெள்ளையர்களின் ஆதரவோடு நவாப் அடிமைப்படுத்தி ஆண்டு கொண்டிருந்தான். ஹைதர் அலியின் துணை யோடு மும்முனைத் தாக்குதல் நடத்திச் சிவ கங்கைச் சீமையை 1780இல் மீட்டார் வீரமங்கை வேலுநாச்சியார். வீரம் செறிந்த சுதந்திரப்போரில் வீரமங்கை வேலுநாச்சியாரின் பெயர் பொன் னெழுத்துகளால் பொறிக்கப்பட வேண்டிய தாகும்.

(இருந்த இடத்திலிருந்தே பெரிய மேளமுழக்கம்)

பெண் 3 : 1917இல் மதுரையில் பிறந்தவர் கே.பி. ஜானகி அம்மாள்.

பாடல்

விடுதலை! விடுதலை! விடுதலை!
பறையருக்கும் இங்கு தீய புலையருக்கும் விடுதலை!
ஏழையென்றும் அடிமையென்றும்
    எவரும் இல்லை நாட்டிலே!
இழிவு கொண்ட மனிதரென்போர்
    இந்தியாவில் இல்லையே!

பெண் 1 : நல்ல குரல்வளம் மிக்கவர். தேசபக்தி இசை நாடகங்களில் பாடி, நடித்து மக்களைச்

சுதந்திரப் போராட்டத்திற்கு ஈர்த்த சுதந்திரப் போராட்ட வீரர்.

(இருந்த இடத்திலிருந்தே பெரிய மேளமுழக்கம் / திரை)

பெண் 1 : ஒரு தாழ்த்தப்பட்ட வகுப்பைச் சேர்ந்த பெண், வடிவு. இளம்பெண். அவள் வெள்ளையர்களை எதிர்த்துப் போராடி அவர்களைத் திணறடிக்கச் செய்தார்.

பாடல்

பெண் 2 : வாராண்டா வாராண்டா வெள்ளைக்காரன்

வரட்டும் வரட்டும் தொப்பிக்காரன்

பெண் 3 : திருநெல்வேலிச் சீமையிலே! வீரபாண்டிய கட்டபொம்மன். மாமனா? மச்சானா? உனக்கேன் கட்ட வேண்டும் வரி? கப்பம் கட்ட முடியாது. வெள்ளையனே வெளியேறு எனப் போரிட்டான். அவனிடம் தளபதியாக இருந்தவன் வீரன் சுந்தரலிங்கம் சுந்தர லிங்கத்தின் முறைப்பெண்தான் வடிவு.

(இருந்த இடத்திலிருந்தே பெரிய மேளமுழக்கம்/ திரை)

காட்சி-4

(வசதிவாய்ந்த வீடு (1780) நெல்லை மாவட்டத்தில் ஓட்டப் பிடாரம் ஊர்)

(வீரன் கருத்தமேனி, வாட்டசாட்டமான உடல், முறுக்கிய மீசை திண்ணையில் தலைப்பாகையை அவிழ்த்துத் தலைக்கு வைத்துக் கொண்டு தூங்கிக்கொண்டிருக்கிறான். வீட்டுக் குள்ளிருந்து இருவர் கனமான மூட்டைகளைச் சுமந்துகொண்டு வெளியே செல்ல முயல்கின்றனர். அவ்வேளையில் கண்விழிக்கிறான் வீரன் சுந்தரலிங்கம்)

வீரன் : யார் நீங்கள்?

இருவர் : வீட்டுக்குச் சொந்தக்காரர்கள். (தயங்கு கிறார்கள்)

வீரன்	:	உங்களைப் பார்த்தால் வீட்டிலிருக்கும் பொருள்களைக் கொள்ளையடித்துச் செல்லும் கொள்ளையர்கள் போல் எனக்குத் தெரிகிறது. மூட்டைகளை அவிழ்த்துக் காட்டுங்கள் பார்க்க வேண்டும்.
இருவர்	:	நீ யாரடா எங்களைக் கேட்பதற்கு?
வீரன்	:	நான் யாரென எனது கம்பு பதில் சொல்லும்.
		(இரு தரப்பினருக்குமிடையில் கம்புச் சண்டை நடைபெறுகிறது. முடிவில் இருவரில் ஒருவர் வேடம் கலைந்து விடுகிறது).
வீரன்	:	வணங்குகிறேன் அரசே! வணங்குகிறேன்! பிள்ளை அவர்களே!
கட்டபொம்மு:		(வீரனின் தோள்களைத் தட்டியவாறு) சோதனையில் வெற்றிபெற்று விட்டான் வீரன் சுந்தரலிங்கம்.
பிள்ளை	:	வீரனுக்கு வேண்டிய விவேகம், வீரம், பொறுமை, சிந்திக்கும் திறன், ஒற்றனுக்கு வேண்டிய சூழ்ச்சித்திறன் பொருளாசைக்கு மயங்காத நிலை, மங்காத நேர்மை, பொறுப் புணர்வு அனைத்துத் திறன்களும் பெற்ற வனாக வீரன் சுந்தரலிங்கம் திகழ்கிறான்.
கட்டபொம்மு:		இனி நீ தளபதிகளுக்கெல்லாம் தளபதி. ஆம் வாள்படை 6000, ஈட்டிப்படை 6000, கம்புப் படை 6000, வளைதடி 7000, வில்படை 500, குதிரைப்படை 120, யானைப்படை 6, ஆயுதக் கிடங்கு, வெடிமருந்துக் கிடங்கு, தானியக் கிடங்கு, அனைத்தும் உன் கட்டுப்பாட்டில் இயங்கும். வாழ்த்துக்கள்!
வீரன் சுந்தர லிங்கம்	:	மன்னா! நான் உயிரோடு இருக்கும்வரை யாரும் கோட்டையைத் தாக்கவோ, எதிரிகள் உள்ளே நுழையவோ விடமாட்டேன். உங்களை எந்த ஆபத்தும் நெருங்காது. இது உறுதி.
		(பெரிய மேளமுழக்கம்/திரை)

(வெள்ளையத்தேவன் தன் மனைவி வெள்ளையம்மாள் போருக்குப் போக வேண்டாமெனத் தடுத்ததை மீறி வாளெடுத்துப் போருக்குப் புறப்படுகிறான். அவன் மனம் கலங்கிய நிலையில் இருக்கிறது. அவன் மேடையில் மெல்லத் தயங்கித் தயங்கி நடந்து வருகிறான். அப்பொழுது அவனது மனநிலையைக் காட்டும் வகையில் ஆண்-பெண் இருவர் சேர்ந்து பின்வரும் பாடலைப் பாடி வெள்ளையத் தேவனின் மனநிலையை வெளிப்படுத்து கின்றனர்.)

பெண் : கிழக்கே எல்லையாம் கீழக்கரை
மேற்கே எல்லையாம் சூலக்கரை

ஆண் : போருச் சேவலை எடுத்துவாடி என் உயிரே
வெள்ளையம்மா!
போர்வீரச் சிங்கம் நான் - போயி வாறேன்
போருக்குப் போர்வீரச் சிங்கம் நான் - போயி
வாறேன்

பெண் : போருச் சேவலை எடுத்துவாறேன் (உங்களுக்கு)
போருச் சேவலை எடுத்துவாறேன்
ஆருயிரே மன்னவரே என்னுயிரே
போர்வீரச் சிங்கம் நீர் - போயி வாரும்
போர்வீரச் சிங்கம் நீர் - போயி வாரும்

(போருக்குச் செல்லும் ஆயத்துடன் ஆயுதம் ஏந்தி உடையுடுத்தி வெள்ளையத்தேவன் வருகிறான். ஒரு சீட்கை ஒலி மட்டும் கேட்கிறது. வெள்ளையத்தேவன் சுற்றுமுற்றும் உன்னிப்பாகக் கவனிக்கிறான். வாளை உருவியவாறு ஒரு குறிப்பிட்ட திசையை நோக்கி மெல்லக் காலடி எடுத்து வைத்துச் செல்கிறான். ஓர் உருவம் இருப்பதை உணர்கிறான். இருவரும் பாய்ந்து வெளிப்படுகின்றனர்).

வெள்ளை : *யார் நீ?*

(மாறுவேடத்தைக் கலைக்கிறான் வீரன் சுந்தரலிங்கம்)

சுந்தர : படைத்தளபதி வெள்ளையத்தேவன் அவர்களே! சுந்தரலிங்கத்தின் வணக்கம்.

வெள்ளை : வீரன் சுந்தரலிங்கமா? என்ன செய்தி? (இரகசியமான குரலில்)

சுந்தர : தளபதி அவர்களே! பாஞ்சாலங்குறிச்சியைச் சுற்றி ஆங்கிலேயப் படைகளின் முற்றுகை பலமாக உள்ளது. எனது திட்டப்படி நானும் எனது முறைப்பெண் வடிவும் எத்தனை ஆயுதக் கிடங்குகளைத் தகர்த்தெறிய முடியுமோ அப்பணியைச் செவ்வனே செய்து முடிப் போம். தாங்கள் அந்த நேரத்தில் நமது படைகளைக் கொண்டு தாக்குதல் நடத்தி எதிரிகளைக் கதிகலங்க வைத்திடலாம். தளபதி அவர்களே! இந்த மண்ணுக்கு எனது வணக்கம். அரசர் வீரபாண்டிய கட்டபொம்மன் புகழ் வாழ்க. நான் விடைபெறுகிறேன்.

வெள்ளை : ஒற்றர் படையின் தளபதி வீரன் சுந்தர லிங்கமே! உனது வீரத்துக்கும், விசுவாசத் திற்கும், தியாகத்துக்கும் இந்தமண் என்றென்றும் தலைவணங்கும். கடமை தவறாத வீரனே! தாயகம் அடிமை விலங்கினை உடைத்து விடுதலை பெறட்டும் புறப்படு!

(பெரிய மேளமுழக்கம்/திரை)

(மாலை நேரம். ஊருக்குப்புறம். ஆட்டு மந்தை யுடன் வடிவு வருகிறாள்)

பாடல்

(பின்னரங்கில் ஒலிக்கிறது)

வாகான ஆலமரம்.... ஆலமரம் - அங்கே
விழுது பதினாயிரம் - தன்னே னன்னானே
தானே னன்னானே
காத்திருந்த அந்த சேதியெல்லாம்..... சேதியெல்லாம்
நல்ல சேதியெல்லாம்

அந்தக் கதவுகள் சாட்சி சொல்லும். தன்னே னன்னானே
தானே னன்னானே
விழுதவிட்டுக் கீழிறங்கி...... கீழிறங்கி
என் விதியை முடிக்கப் போறேன் தன்னே னன்னானே
தானே னன்னானே

(ஆங்கிலேயப்படைக்குச் சொந்தமான வெடிமருந்துக் கிடங்கு உள்ள பகுதியை நோக்கித் தன் ஆடுகளை வடிவு மேய்த்துக் கொண்டு வருகிறாள். மாலை நேரம். ஆடுகள் ம்..மேம்...ம்....எனக் கத்திக்கொண்டும் கழுத்தில் கட்டிய மணியோசைகளை எழுப்பிக் கொண்டும் வருகின்றன.)

வடிவு : (மெலிந்த குரலில்) சுந்தரம் மாமா! மாமா!

சுந்தர : வடிவு ஏன் சத்தமாப் பேசறே! பிரிட்டிஸ்காரச் சிப்பாய்கள் காதுகள்ள விழுந்திரப்போகுது.

வடிவு : ஆடுகள் போடுற சத்தத்திலே நான் பேசுறது கேட்காது.

(ஆடுகள் செல்லும் இடைவெளிகளுக்குள் புகுந்து குனிந்து நகர்ந்து செல்கிறான் வீரன் சுந்தரலிங்கம்)

சுந்தர : வடிவு! நாம திட்டமிட்டபடி கச்சிதமாகச் செஞ்சி முடிச்சிட்டியா?

வடிவு : நாட்டு வெடிகுண்டுகளை எம்முந்தானையிலே கட்டி வச்சிக்கிட்டேன். அந்த எடம் வந்ததுமே நாம வெள்ளைக்காரங்களுக்குத் தெரியாம அவனுகளோட வெடிமருந்து ஆயுதக் கிடங்கிலே குதிச்சிடலாம்.

சுந்தர : கட்டபொம்மனோட எதிரிகள்/வெள்ளைக் கார பயலுக எந்த ஆயுதங்களை வச்சுச் சண்டை போடுவானுக? என் உடம்புல சரியாகக் கட்டி வச்சிருக்கேன் வெடிகுண்டுகளை.நமது தியாகத்தைப் பாஞ்சாலங்குறிச்சி மண் உள்ளவரை யாரும் மறக்கமாட்டார்கள்.

வடிவு : சுதந்திரப் போராட்ட வரலாற்றில் வீரன் சுந்தரலிங்கம், முறைப்பெண் வடிவு இந்தப் பெயர்கள் என்றும் மறையாது.

வெள்ளைக் கார சிப்பாய்	:	ஏய்! யார் அங்கே! ஆட்டு மந்தைய அந்தப் பக்கம் போகவிடாதே. அங்கே ஆயுதக்கிடங்கு இருக்கு.
வடிவு	:	வாயில்லாச் சீவன் ஆடுகளுக்கு என்னய்யா தெரியும். செத்த நேரத்திலே ஆடுகளை இந்தப் பக்கமா பத்திக்கிட்டுப் போயிடறேன்.
வடிவு & சுந்தரம்	:	புரட்சித் தீ பரவட்டும். விடுதலை மலரட்டும். (பயங்கர வெடிச்சத்தத்துடன் வானுயர்ந்து தீ பரவுகிறது).
நபர் 3	:	வெள்ளையர்களை நிலைகுலையச் செய்தார்கள் சுந்தரலிங்கமும் வடிவும்.
நபர் 1	:	நீ தாழ்த்தப்பட்டவன், நீ உயர்ந்த சாதி அப்படின்னு பிரிஞ்சி கிடந்திருந்தால் பிரிட்டிஸ்காரனை வெரட்டி நாம சுதந்திரம் பெற்றிருக்க முடியுமா?
நபர் 2	:	காஷ்மீர் முதல் கன்னியாகுமரி வரை பல மொழி பேசும் இந்தியர் எந்தச் சாதியராக இருந்தாலும் எந்த மதத்தவராக இருந்தாலும் நாம் அனை வரும் இந்தியர்.
நபர் 3	:	இந்திய விடுதலைப் போராட்டத்தில் பெண் களுக்கும் பங்கு இருக்கிறது.
சிங்கன்	:	தாழ்த்தப்பட்டவர் முதல் ஐயர் வரை அனைத்துச் சாதியினரின் பங்கும் இந்தியச் சுதந்திரத்தில் உள்ளது. வீரன் சுந்தரலிங்கத்தின் முறைப்பெண் வடிவு அவளது தியாகம் வெள்ளையர்களின் ஆதிக்கத்தைச் சாம்பலாக்கியது. வீரப் பெண். தியாகப்பெண் வடிவு எங்கள் குலப்பெண்.
குரல் 1	:	வடிவு எங்கள் சகோதரி.
குரல் 2	:	வடிவு நம் வீட்டுத் தெய்வம்.
குரல் 3	:	வடிவு நம் பாரதத் தேசத்தாய்

குரல் 4 : நம்மை எந்தப் பிரிவினைச் சக்தியாலும் பிரிக்க முடியாது.

(பெரிய மேளக் கலைஞர்கள் இருந்த இடத்திலிருந்தே ஓர் ஆவர்த்தனம் வாசிக்கிறார்கள்)

சிங்கன் : தேசமுத்துமாரி எனக்குப் பிறக்கபோற புள்ளே புரட்சிப்பெண் வடிவு போல ஒரு பெண்ணாகவே வேணும்.

பெண்களின் கும்மி ஆட்டம்

பட்டங்கள் ஆள்வதும் சட்டங்கள் செய்வதும்
பாரினில் பெண்கள் நடத்த வந்தோம்
எட்டு மறிவினில் ஆணுக்கிங்கே பெண்
இளைப்பில்லை காண் என்று கும்மியடி

வேதம் படைக்கவும் நீதிகள் செய்யவும்
வேண்டிவந்தோ மென்று கும்மியடி
சாதம் படைக்கவும் செய்திடுவோம் தெய்வச்
சாதி படைக்கவும் செய்திடுவோம்

காதலொருவனைக் கைப்பிடித்தேயவன்
காரியம் யாவினுங் கைகொடுத்து
மாதரறங்கள் பழமையைக் காட்டினும்
மாட்சி பெறச்செய்து வாழ்வமடி

- தேசியக்கவி பாரதி

(பெரியமேளம் திரை போல)

காட்சி-5

(பெரியமேளம் முழக்கப்படுகிறது)

பெண் 2 : *கேவலம் காசு பணத்துக்காக நாட்டைக் காட்டிக் கொடுக்கும் ஒரு சில கயவர்கள் நம் பாரத நாட்டில் ஆங்காங்கு தவறான வழி காட்டுதல்களால் தீவிரவாதம் பேசி வெடிகுண்டு கலாசாரத்தில் ஈடுபடுகின்றனர்.*

பெரியவர்	:	இருநூறு ஆண்டுகள் ஆடுகள் போல் வாழ்வதைவிட இரண்டு நாட்கள் புலியாக வாழ்வதே மேல் என்ற கொள்கையுடன் வெள்ளையர்களை எதிர்த்தானே வீரன் திப்புசுல்தான் அவனைச் சரியாகப் படிக்காதவர்கள் அவர்கள்.
நபர் 1	:	சுதந்திரத்திற்காகப் போரிட்டானே வீரன் ஹைதர் அலி, அவனை ஒழுங்காகப் படிக்காத இளைஞர்கள் அவர்கள்.
நபர் 2	:	வைக்கம் அப்துல்காதர் இந்திய தேச விடுதலைப் போராட்ட வீரர்.
நபர் 1	:	ஹைதர் அலியின் வழிவந்தவர்தான் வைக்கம் அப்துல்காதர்.
பெண் 1	:	வைக்கம் அப்துல்காதர்! வைக்கம் அப்துல் காதர்! வைக்கம் அப்துல்காதர்!
குழு	:	வைக்கம் அப்துல்காதர்! வைக்கம் அப்துல்காதர்! வைக்கம் அப்துல்காதர்! (தூக்கு தண்டனையை நிறைவேற்ற ஜெயிலுக் குள்ளிருந்து வைக்கம் அப்துல்காதரைக் கொலைக்களத்திற்குக் கூட்டி வருகின்றனர் இரு ஆங்கிலேய காவலர்கள்)
சிறை கைதிகள்	:	காதர் பாய்! காதர் பாய்! காதர் பாய்!
பெண் 1	:	ஓராயிரம் வருடம் ஓய்ந்து கிடந்தபின் வாராதுபோல் வந்த மாமணியைத் தோற்போமோ?
		(சிறைத் தோழர்கள் அழுகுரல் எழுப்பினர்)
அப்துல்	:	நம் தியாகிகள் நாட்டுக்காக உயிரைவிட்ட முழு நிலவினைப் போன்றவர்கள். அவர்கள் முன் நான் ஒரு சிறிய மெழுகுவர்த்தி. அழாதீர்! வந்தே மாதரம். சொல்லி வழி அனுப்புங்கள்.
கைதிகள்	:	வந்தே மாதரம்! வந்தே மாதரம்! வந்தே மாதரம்!
		(பெரியமேளம் திரை போல)

பெரியவர் : தீவிரவாதியாக இருந்தார்கள் நமது தியாகிகள் எதற்காக...? நாட்டு விடுதலைக்காகத் தீவிர வாதம் பேசினார்கள், செயல்பட்டார்கள். எதற்காக...? வெள்ளையனை வெளியேற்று வதற்காக. ஆனால் இன்று நாட்டில் ஆங்காங்கே தலைதூக்கி நிற்கிறதே தீவிரவாதம் எதற்காக?

கோரஸ் : த்தூ.... த்தூ....

பெரியவர் : கேவலம் பணத்துக்காக. நாட்டைக் காட்டிக் கொடுக்கும் நயவஞ்சகர்களாக ஆகலாமா நம்மவர்கள்.

கோரஸ் : வெட்கம்..... வெட்கம்.....

பெரியவர் : வரும் முழுநிலவிலே நம்ம தேசமுத்துமாரி யம்மனுக்குத் திருவிழா ஏற்பாடு செய்யணும். அதிலே நம்ம ராஜாராணி ஆட்டம் வைக்கணும். இந்த மாதிரி நல்ல கருத்துகளைக் கலைவழியா நம்ம மக்களுக்கும் இளைஞர்களுக்கும் நாம எடுத்துக் காட்டணும்.

காட்சி-6

ராஜாராணி ஆட்டம்

நையாண்டி மேளத்துடன் தொடங்குகிறது

இரவு நேரம் (ராஜாராணி ஆட்டம் எனும் நாலுபேர் ஆட்டம் நிகழ்கிறது) நையாண்டி மேளக் கலைஞர்கள் தவில், நாதசுரம், பம்பை, உறுமி, தமுக்கு போன்ற தோல் இசைக்கருவிகளை முழக்குகின்றனர். நான்கு ஆட்டக் கலைஞர்களும் (ராஜா, ராணி, தோழன், தோழி) தாள வாசிப்புக்கேற்ப ஆடுகின்றனர்.

ராஜாவின் தோழன் : வந்தன மின்னா வந்தனம்
வந்தன மின்னா வந்தனம்

ராஜா : வந்தன மின்னா வந்தனம்
வந்த சனங்கள் குந்தணும்

ராணி : வரும்பொழுது வாங்கி வந்த சந்தனம் - உங்க
வழி நெடுக வைக்கணும்

சந்தனத்தைப் பூசுங்க
சந்தோஷமாப் பாடுங்க

தோழன் : வாங்கி வந்த வெத்தலை -உங்க
வாய்க்குப் போடப் பத்தலை

ராணி : வாங்கி வந்த வெத்தலை
வாய்க்குப் போட பத்தலை

(பாடல்)

பெண் 1 : ஊரு தெரண்டிருச்சு - மச்சான்
ஒத்துமையா ஆயிடுச்சு - மச்சான்
ஒத்துமையா ஆயிடுச்சு!

பெரியோர்களே! தாய்மார்களே! நம்ம ஊரு தேசமுத்து மாரி மனங்குளிர வேண்டி இன்று ஆட்டம் பாட்டம் வச்சுத் திருவிழா கொண்டாடுறாங்க.

தோழி : நாங்கள் ஆட்டம் ஆடி, பாட்டுப் பாடி உங்கள மகிழ்விக்க வந்திருக்கோம்.

(பாடல்)

பெண் 1 : ஊரு தெரண்டிருச்சு - மச்சான்
ஒத்துமையா ஆயிடுச்சு - மச்சான்
ஒத்துமையா ஆயிடுச்சு!
நாடு தெரண்டிருச்சு - என் ஆசை மச்சானே, நம்ம ராசாராணி ஆட்டம் பார்க்க என் நேச மச்சானே!

ராஜா : ஜார்ஜ் ஜோசப்

தோழன் : ஆமா! ஜார்ஜ் ஜோசப்

ராணி : சுதந்திர போராட்ட வீரர்

தோழி : அவரு யாரு?

தோழன் : அவரைப் பத்தி உங்களுக்கு எடுத்துச்சொல்லிக் கதை நடத்தப் போறோம்.

(பாடல்)

ராஜா : திருமங்கலத்திலே பிறந்தவரு
மதுரையிலே வக்கீலானார்

மதுரையிலே தொழிற்சங்கம்
முதன்முதலில் கண்டவரு
லண்டனில் பாரீஸ்டர் பட்டம் பெற்றவரு
இந்தியாவின் விடுதலைக்கு
நாளும் பாடுபட்டவரு.....

ராணி : ஆயிரத்துத் தொள்ளாயிரத்துப் பதினேழு.

திலகரின் சுயாட்சி இயக்கம். காந்தியின் அறை கூவலைக் கேட்டு ஜார்ஜ் ஜோசப் வீறுகொண்டு எழுந்து போராடினார்.

குரல் 1 : ஜார்ஜ் ஜோசப் யாரு?

குரல் 2 : நம்ம தேசிய விடுதலை வீரர்.

தோழி : ஜார்ஜ் ஜோசப் இலண்டனிலே படிச்சவருன்னு சொல்றாங்களே... அவரு அழகா இருப்பாரா மச்சான்?

(பாடல்)

ராஜா : உருண்டு தெரண்ட முகம் ரோசாப்பூ செவப்பு நெறம் தடித்து வளர்ந்த தோற்றம்-அறிவொளி யாலே இந்தியத் தலைவர்களைச் சேர்ந்திருந்தார் - தேசபக்தியாலே.

ராணி : அட வெள்ளைக்காரப் பயலுகளா.... நாங்கள்ளாம் கருத்த ஆளுக. இந்தியாவை விட்டுட்டுப்போங்க. நீங்க உங்க நாட்டுக்குப் போயி உங்க சோலியப் பாருங்க. நாங்க எங்க நாட்டுல இருந்து எங்க சோலியப் பாக்குறோம்.

(பெரிய மேளம்/திரை)

ராஜா : 1919 ரௌலட் சட்டம் ஆங்கிலேயர்களால் கொண்டு வரப்பட்டது. இச்சட்டத்தைப் பற்றி விவாதிக்க நமது தேசப்பிதா காந்தியடிகள் சென்னை வந்தார்.

பெண் 1 : மதுரையில் நம்ம ஜார்ஜ் ஜோசப் தலைமை யேற்று ரௌலட் சட்டத்தை எதிர்த்தார். இதனால் பஞ்சாலைகள், கடைகள் எல்லாம் மூடப்பட்டன. மதுரையே ஸ்தம்பித்தது.

நபர் 1 : (அறிவிப்பு-துடும்பு அடிக்கப்படுகிறது)

இதனால் அனைவருக்கும் அறிவிப்பது என்ன வென்றால் சுதந்திரப் போராட்டத்திற்கு ஆதரவு தெரிவிக்கறவங்க அரசாங்கத்த எதிர்த்துப் புரட்சி செய்றவங்க மேல ரௌலட் சட்டம் பாயும்.

தோழி : ஏய் மச்சான்! 1919 ரௌலட் சட்டம். அப்படின்னா என்ன மச்சான்?

தோழன் : ரௌலட் சட்டத்தைப் பத்திக் கொஞ்சம் சொல்லுங்க?

ராணி : நீதி விசாரணையின்றி யாரையும் எப்பவும் புடிச்சி ஜெயில்ல போடலாம்.

(துப்பாக்கி முனையில் ஒரு பெண்ணை இரண்டு ஆங்கிலேயக் காவலர்கள் அரெஸ்ட் செய்து ஜெயிலில் அடைக்கிற காட்சி நிகழ்த்திக் காட்டப்படுகிறது)

தோழி : அடி ஆத்தாடி, ரௌலட் சட்டமா? ரௌடி சட்டமா இருக்குதே.

(பெரிய மேளம்/திரை)

காட்சி-8

நபர் 1 : சுப்பிரமணிய சிவா.

குழு : சுப்பிரமணிய சிவா.

நபர் 1 : ஆம். சுப்பிரமணிய சிவா. இந்திய சுதந்திரப் போராட்டத்தில் இவரது பங்களிப்பு தனித்துவம் வாய்ந்தது. மற்ற தலைவர்களெல்லாம் சுதந்திரத் திற்காக மக்களைத் தட்டி எழுப்பி சிறையில் வாடித் துன்பப்பட்டார்கள். ஆனால் சுப்பிரமணிய சிவா முதலில் திடகாத்திர உடல் வாய்ந்தவராக, போர்க் கலைகளில் பயிற்சி பெற்றவராக விளங்கினார். காந்தியடிகளின் சத்தியாகிரக அணுகுமுறையைத் தழுவியதால் வன்முறையைக் கைவிட்டு தன்னையே வருத்திக்கொண்டு சுதந்திரத்திற்குப் போராடும்

சத்தியாக்கிரக அணுகுமுறையை அவர் பின் பற்றினார். தேச விடுதலைப்போராட்டத்தில் ஈடுபட்ட அவர் தொழிற்சங்கவாதியாகவும் நல்ல எழுத்தாளராகவும் விளங்கியதோடு ஆங்கிலேயர் அவருக்குச் சிறையில் இழைத்த கொடுமையால் தொழுநோயால் நெக்குருகி தொழுநோயாளியாக துன்பப்பட்டார். அந்நோயி னாலேயே விரைவில் மாண்டு போனார். இத்தகைய தியாகத்தை வேறு எவரும் செய்திருக்கவில்லை.

நபர் 1 : ஆமா அவர் எப்ப எங்க பிறந்தாரு? எப்படி யெல்லாம் போராடினாருனு கொஞ்சம் விளக்கமாச் சொல்லுங்க.

நபர் 2 : 1884இல் வத்தலகுண்டில் பிறந்தார். இளமைக் காலத்தில் திருவனந்தபுரத்திற்குச் சென்று கல்வி பயின்றார். அவர் தன் 15ஆம் வயதில் 1899இல் மீனாட்சி என்பவரை மணந்தார்.

நபர் 3 : திருவனந்தபுரத்தில் தேசப்பற்றுமிக்க அவரது பேச்சுகளைக் கேட்ட ஆங்கிலேய அரசு அவரை அங்கிருந்து வெளியேற்றியது.

நபர் 1 : சிவா சிறந்த சிலம்பாட்ட வீரர்.

நபர் 2 : சிவா சிறந்த சிலம்பாட்ட வீரர். மல்யுத்த வீரர்.

(நபர் 2 : உடன் திடீர் தாக்குதல் மற்போரில் ஈடுபடுகிறார்.

நபர் 1 எதிர்பாராமல் சிலம்பம் வழி தாக்குதல் நடத்துகிறார்.

நபர் 2 : தன் துண்டினை எடுத்து சிலம்புத் தாக்குதலைச் சமாளிக்கிறார். பின் நபர் 1 மற்றுமொரு சிலம்பக் கம்பினை எடுத்துக் கொடுத்து சண்டை செய்கிறார்)

குழு : எப்பா, என்னப்பா, சண்டைய நிறுத்துங்கப்பா, சமாதா னமாய்ப் போங்கப்பா

(நிறுத்துகிறார்கள் சண்டையை)

சிவா : விளையாட்டுக்காகத்தான் சண்டை போட்டுக் கொண்டோம்.

(நடந்த சண்டை விளையாட்டுக்காகச் செய்தது எனச் சொல்லி சிரிக்கிறார் சிவா)

நபர் 2 : சிவா, நீ என்னப்பா! திடீர்னு தாக்குறே! நான் பயந்தே போயிட்டேன்.

நபர் 1 : காரணமில்லாம நான் உன்னோட சண்டைக்கு வருவேனா! எனக்கு எதிரி அந்த வெள்ளையர்கள் தான். நம்மை அடக்கி ஆண்டு கொண்டிருக்கும் அவர்கள்தான் எனக்கு எதிரி. 4000 மைல்களுக்கு அப்பால் இருந்து வந்து நம்மை ஆள்கிறார்களோ அந்தப் பரங்கித்தலையர்கள் அவர்கள்தான் என் எதிரிகள். நீ என் நண்பன்.

சிவா : நாம் அனைவரும் இந்தியத் தாயின் ஒரு வயிற்றுப் பிள்ளைகள்.

சிவாவின் மொழிகளில் சொல்வதானால்,

நமது மதம் பாரதீயம். இந்தப் பாரதத்தின் தெய்வம் பாரத மாதா. நமது சாதி பாரத சாதி.

(பாடல்)

ராணி : சாதியை யாரு கண்டார்
மதத்தை யாரு கண்டார்
தேசத்தின் விடுதலையில்
சிந்தை கொண்டார்கள்
போராட்ட வாழ்க்கையிலே
ஈடுபட்டார்கள்

நபர் 3 : (பார்வையாளர்களைப் பார்த்து).... சிவா ஒரு தொழிற்சங்கவாதி. தூத்துக்குடி கோரல் ஆலை. மதுரை ஆர்.வி. மில், சென்னை மின்னூர்தி (Tram) ஆகியவற்றில் நடந்த தொழிலாளர் போராட்டங் களில் இவர் கலந்துகொண்டு வழி நடத்தினார்.

(பாடல்)

குழுவினர் : உழைக்கும் தொழிலாளர் ஒன்று சேருவோம்
ஒற்றுமை காத்திடுவோம் - தேசம்
காத்திடப் போராடுவோம்
தொழிலாளர்களுக்குப் போனஸ் கொடு
மருத்துவ வசதி செய்துகொடு

கல்விச் சலுகைகள் குழந்தைகள் பெறணும்
தொழிற்சங்கம் கண்டு தோல்வியை விரட்டணும்!

நபர் 4 : சிவா பல சிறந்த நூல்களை எழுதியவர். சச்சிதானந்த சிவம் எனும் தத்துவ நூல் இராமக்கிருட்டிணர், விவேகானந்தர், சங்கரர், இராமானுசர் ஆகியோரைப் பற்றி வரலாற்று நூல்கள் எழுதியவர். நளினசுந்தரி எனும் நாவல் ஒன்றும் எழுதி யிருக்கிறார்.

நபர் 3 : அது சரி அவர் எந்த மொழியிலே எழுதினாரு?

நபர் 4 : தனித்தமிழில் எழுதினாரு. ஆங்கிலம் கலவாத் தனித் தமிழ் மொழியிலே யாரு தரமான கட்டுரை எழுது கிறார்களோ அவர்களுக்குப் பரிசளிக்கப்படும்னு இவர் நடத்திய ஞானபாநு என்கிற இதழில் விளம்பரப்படுத்தினார். இப்ப புரியுதா?

நபர் 3 : இவர் ஒரு நல்ல பேச்சாளர். அவரது மேடைப் பேச்சுகளைக் கேட்க மக்கள் பெருந்திரளாகத் திரண்டனர்.

(பாடல்)

நபர் 5 : பாருக்குள்ளே நல்ல நாடு எங்கள் பாரத நாடு
நீரதன் புதல்வர் இந்நினை வகற்றாதீர் (பாருக் குள்ளே)

நபர் 2 : தன்பேச்சுத் திறனால் மக்களைத் தட்டி எழுப்பினார் சிவா. அதனால் ஆங்கிலேய அரசு இவர் மீது பலமுறை வழக்குத் தொடுத்தது. ஜெயிலில் அடைத்தது.

நபர் 4 : பாட்டுத் திறத்தாலே இவ்வையத்தை உயர்த்துவேன் எனப் பாடினார் சுப்பிரமணிய பாரதி. நம் சிவாவோ தன் பேச்சுத் திறத்தாலே பாரத மக்களை ஆங்கிலேய அரசுக்கு எதிராக ஒன்று திரட்டினார்.

நபர் 2 : மது அருந்தக் கூடாது என்று தன் பேச்சாலும் எழுத்தாலும் மக்களுக்குப் பிரச்சாரம் செய்தார் சிவா.

நபர் 4 : சுதந்திரப் போர் நடத்திய இவரைப் போன்ற தலைவர்கள் மக்களை நல்வழிப்படுத்திடவும் அக்கறை கொண்டனர்.

நபர் 3 : உலகின் பல நாட்டுத் தலைவர்களின் சுதந்திரப் போராட்ட வரலாறுகளை நான் படித்திருக்கிறேன். விடுதலைக்காகப் போராடிய மற்ற நாட்டுத் தலைவர்கள் தங்கள் நாட்டுச் சுதந்திரத்தை மட்டுமே தங்கள் குறிக்கோளாகக் கொண்டு போராடினார்கள். ஆனால் நமது இந்திய தேச விடுதலைப் போராட்டத்தில் பங்கெடுத்த நமது தலைவர்கள் மக்களிடம் சுதந்திர வேட்கையை ஊட்டுவதோடு நின்றுவிடாமல் அவர்தம் வாழ்க்கையில் கடைப் பிடிக்க வேண்டிய நல்லொழுக்கங்களையும் நல்லறங் களையும் போதித்தார்கள்.

(சுதந்திரப் போராட்ட நடவடிக்கைகளைப் பொறுத்துக் கொள்ளாத ஆங்கிலேயர்கள், கப்பலோட்டிய வ.உ.சி. மீதும் சிவா மீதும் தேசத் துரோகக் குற்றஞ்சாட்டிச் சிவாவுக்குப் பத்தாண்டுக் காலம் நாடு கடத்தல் தண்டனை தரப்பட்டது. பிறகு அவர்களாக மனம் திருந்தி 6 ஆண்டுக்காலச் சிறைத்தண்டனை வழங் கினார்கள்.)

பெண் 1: சுப்பிரமணிய சிவா சிறையில் என்னென்ன கொடுமைகளை அனுபவித்தார் தெரியுமா?

நபர் 2 : கேழ்வரகு அரைத்துக் கொடுக்கும் வேலை

நபர் 4 : மாட்டினும் கேடாகச் செக்கிழுக்கும் வேலை

நபர் 3 : கம்பளியை நெய்து கொடுக்கும் வேலை

நபர்4 : இப்படி பல வேலைகளைச் சிறையிலே கொடுத்து ஆங்கிலேயர்கள் சுப்பிரமணிய சிவாவைச் சித்திர வதை செய்தார்கள்.

நபர் 3 : தண்டனையை முடித்து சிறையைவிட்டு வெளியே வந்த சிவாவை யாரும் எளிதில் கண்டுகொள்ள முடியவில்லை.

நபர் 2 : ஏன்?

நபர் 4 : சிறைக்கு செல்லுமுன் வாட்டசாட்டமாக ஜெயிலுக்குப் போனவர வெள்ளைக்காரப் பயலுக படுத்தினப் பாட்டிலே பாவம் அவர் தொழு நோயாளியாக

வெளியிலே வந்தாரு. வெளியிலே வந்த தியாகி சிவா, 1912இல் விடுதலை பெற்று வெளியில் வந்தார். அவங்க மனைவி மீனாட்சியைப் பொறுப்பாசிரியரா வச்சு ஞானபாநு பத்திரிகையை நடத்தினாரு. அவருக்கு மேலும் ஒரு அடி காத்திருந்தது.

நபர் 2 : என்ன அது?

நபர் 4 : ஞானபாநு பத்திரிகையை ஆசிரியராக இருந்து நடத்திய சிவாவின் மனைவி 1915இல் இறந்துட்டாங்க. ஞானபாநு இதழும் நின்னுபோச்சு

(புல்லாங்குழல் இசை)

நபர் 3 : சும்மா இருப்பாரா நம்ம சிவா, உடனே பிரபஞ்ச மித்திரன்னு ஒரு வார இதழ் தொடங்கினாரு.

நபர் 4 : தருமபுரியை அடுத்த பாப்பாரப்பட்டியில் சிவா அவர்கள் பாரத மாதாவுக்குத் திருக்கோயில் கட்ட சித்தரஞ்சதாசரைக் கொண்டு அடிக்கல் நாட்டினார். அர்ச்சகர் யாரும் கிடையாது. எல்லாச் சாதிக்காரங்களும் கருவறைக்குள் சென்று வழிபடலாம் என்றார். கோயிலில் கிடைக்கும் வருமானத்தைக்கொண்டு தொழிற்சாலைகள் தொடங்க வேண்டும் என அறிவித்தார். கோயில் கட்டி முடிக்கப்படவில்லை. தொழுநோய் முற்றியது. 1925இல் சிவா உயிர் நீத்தார்.

(பெரிய மேளம்/திரை)

காட்சி-9

(குதிரை வீரன் ஒருவன் குதிரையில் பயணம் செய்து கொண்டிருக்கிறான். குதிரை வீரனின் அருகே ஓர் இளைஞர் ஒரு தடிக் கம்புடன் தொடர்ந்து ஓடிக் கொண்டிருக்கிறார். குதிரை வீரனின் கையில் கத்தி உள்ளது. குதிரை வீரனின் காலில் கெண்டை (காலில் அணியும் அணிகலன்) அணியப்பட்டுள்ளது. தலைப்பாகை அணிந்த குதிரை வீரனின் மீசை முறுக்கிய நிலையில் உள்ளது. இவ்விரு வீரர்களையும் கவனித்த ஒரு பெண்மணி தன் தோழியிடம் பின்வருமாறு கூறுகிறாள்).

தோழி :	குதிரையில் போகிறாரே அவர் யாரு?
தலைவி :	அவர்தான் தீரன் சின்னமலை.
தோழி :	அவரைப் பத்திச் சனங்கள் சொல்லக் கேள்விப் பட்டிருக்கிறேன். இன்னக்கித்தான் நான் என் கண்ணாலே நேரில் பார்த்தேன்.
தலைவி :	தீரன் சின்னமலையின் இன்னொரு பெயர் தீர்த்தகிரி. இவரோட பிறந்தவர்கள் நான்குபேர். சகோதரி மயிலாத்தாள், மூத்த அண்ணன் குழந்தைசாமி, தம்பிகள் கிலோதார், குட்டிசாமி. இப்பொழுது குதிரையின் கூடவே ஓடிக்கொண்டிருந்தாரே அவர்தான் சின்னமலையின் தம்பி கிலோதார். அவர் சின்னமலைக்குப் பாதுகாப்பாக எப்பொழுதும் அவருடனேயே இருப்பார்.
ஒருவர் :	சுதந்திரம், சமத்துவம், சகோதரத்துவம் போன்ற கொள்கைகளை இந்திய மண்ணில் முதன்முதலாக அறிவித்தவர் வீரன் திப்புசுல்தான் ஆவார். அவருக்கு நெருக்கமான நண்பராகத் தீரன் சின்னமலை இருந்தார். வெள்ளையர்களை எதிர்க்க, பிரெஞ்சு போர் முறை உத்திகளை முறையே கற்றிருந்தனர் தீரன் சின்னமலையும் அவரது தம்பிமார்களும். அதனால்தான் தீரன் சின்னமலையை நேரடியாகப் போரிட்டு வெல்லமுடியாத ஆங்கிலேயர்கள், நய வஞ்சகமாக அவரைச் சிறைப்படுத்த முயன்றார்கள்.
குழு :	ஜெனரல் ஹாரீஸ் என்ற வெள்ளைக்காரத் தளபதி, அவனோட ஒற்றன் கைக்கூலி ஆரியப்பட்டி ஆறுமுகம்.

காட்சி-10

(கள் குடித்துக்கொண்டிருக்கிற கைக்கூலி ஆரியப்பட்டி ஆறுமுகத்திடம் வேடமணிந்திருக்கும் ஒருவர் கேட்கிறார்)

ஒருவர் :	நீங்க யாரு?
ஆரியப் :	வெள்ளையர் தளபதி ஜெனரல் ஹாரீஸ் அவர்களது ஒற்றன். என் பேரு ஆரியப்பட்டி

ஆறுமுகம். சென்னிமலை முத்துவேலப்பக் கவுண்டர். கொல்லப்பட்டதும் அவரது மகள் தெய்வானை தலைமறைவானதும் என்னால் தான்.

ஒருவர் : எப்படி?

ஆரியப் : நான் தான் அவர்களை ஆங்கிலேயரிடம் காட்டிக் கொடுத்தேன். நான் மட்டும் காட்டிக் கொடுக்கலைன்னா வெள்ளைக்காரங்க இலகுவா அந்தக் காரியத்தை இந்த மண்ணிலே செய்ய முடியுமா? இப்ப சின்னமலையைப் பற்றி அறிந்து ஜெனரல் ஹாரீஸ்ஸிடம் காட்டிக் கொடுக்கத்தான் வந்துள்ளேன். உனக்கு நெறையப் பொன் பொருள் கொடுக்கிறேன். சின்னமலை எங்கிருக்கிறான்னு சொல்ல முடியுமா?

சின்ன : உன் கண்முன்னேதானடா உள்ளான் சின்ன மலை. கைக்கூலிகள் எட்டப்பன், புதுக்கோட்டை தொண்டைமான் போல எனது கொங்குநாட்டில் எவனும் இருக்கக்கூடாது. தொலைந்துபோ.

(வாளை எடுத்து அவன் தலையைக் கொய்கிறான்.)

இந்தத் தலையை மக்கள் கூடும் இடமான கோயில் வாசல்களில் மரத்தில் வைத்துக் கட்டித் தொங்க விடவேண்டும்.

(துண்டித்தத் தலையைத் தட்டில் வைத்துக் காட்டி வரப் படுகிறது)

நாட்டை அந்நியருக்குக் காட்டிக்கொடுக்கும் கைக்கூலிகள் இனி இந்த மண்ணில் உருவாகக்கூடாது. - இது எச்சரிக்கை

(எனத் தண்டோரா போடப்பட்டுத் தலையை எடுத்துக் காட்டி வருகின்றனர்.)

(பெண் அவலக் குரல் கேட்கிறது)

பெண் : அய்யோ என்னை விட்டுடு வெள்ளைக்கார நாயே!

கர்னல் : கர்னல் மார்க்ஸ் வெல் கையிலே மாட்டுன யாரும் தப்பிச்சுப் போனதா வரலாறு இல்லை. சும்மா கத்தாதே லேடி. கொஞ்ச நேரந்தான் இணங்கிப் போயிரு. சும்மா கத்தாதே.

(கீற்றுக் கொட்டகையைக் கத்தியால் கீறி உள்ளே செல்கிறான் சின்னமலை)

சின்ன : எங்கள் குலப்பெண்கள் பலரை இப்படி நாசப் படுத்திவரும் வெள்ளைக்கார நாய் யாருன்னு தான் தேடி வாறேன். அந்த நாய் நீதானா?

கர்னல் : நான் யார் தெரியுமா? சின்னமலையைக் கைது செய்ய வந்துள்ள கர்னல் மார்க்ஸ் வெல்.

சின்ன : வந்த வேலையை விட்டுட்டு இந்த வேலை ஏண்டா உனக்கு. உன் பரங்கித் தலையைக் கொய்து இந்த நாட்டு மக்கள் அனைவரும் கண்டு காரித் துப்பச் செய்கிறேன் பார்.

கர்னல் : நோ.

(மார்க்ஸ்வெல் 'நோ' எனக் கத்தி முடிக்க தலை சின்னமலையால் கொய்யப்படுகிறது.)

(சின்னமலை உணவு அருந்தும் காட்சி)

இலோதார்: நல்லான்! அந்த ஆங்கிலப்படைகள் ஒற்றர் களைக் கொண்டு அண்ணனை எப்படியேனும் கைது செய்யத் துடித்துக்கொண்டுள்ளனர். வேறு யாராவது இந்தப் பகுதியில் உலவு கிறார்களா?

நல்லான் : இல்லை. சாப்பிடுங்கள். சாப்பிடும் போதாவது ஆயுதங்களைத் தள்ளி வைக்கக்கூடாதா?

(ஆயுதங்களைத் தங்கள் தோள்களிலிருந்து கழற்றிக் கீழே வைத்துவிட்டுச் சாப்பிடுகிறார்கள்)

(கண் இமைக்கும் நேரத்தில் மூவர் துப்பாக்கி களை நீட்டி 'யூ ஆர் அண்டர் அர்ரஸ்ட்' எனத் துப்பாக்கி முனையில் வெளிப்படுகிறார்கள்.

(கைகளைத் தூக்கியவாறு சின்னமலையும் இலோதாரும் எழுந்து நிற்கின்றனர்.)

சின்ன : காட்டிக் கொடுக்கும் கைக்கூலிகள் நம் நாட்டில் இருக்கக்கூடாது என்பதற்காகத்தான் ஆரியப் பட்டி ஆறுமுகத்தின் தலையைக் கொய்து பாடம் புகட்டும் நோக்கில் தெருதெருவாகத் தலையைத் தட்டில் வைத்துக் காட்டி வரச் செய்து மக்கள் கண்டு காரித்துப்பியபின் அவனது தலையை மரத்தில் கட்டித் தொங்க விடச் செய்தேன். எட்டப்பன் பரம்பரை இந்த நாட்டில் இன்னும் ஒழிந்த பாடில்லை.

இலோதார் : நல்லான்! உனக்குப் போய் நல்லான் எனப் பெயர் வைத்துள்ளார்களே ச்சீ...ச்சீ...

கேவலம் பணத்துக்காகக் காட்டிக்கொடுக்கும் இந்த ஈனச் செயலுக்குப் பதிலாகச் சமையல் காரனான நீ நாங்கள் உண்ணும் உணவில் விசம் வைத்துக் கொடுத்து எங்களைக் கொன்றிருக் கலாமே.

ஆங்கிலப் படை வீரர் : போதும் மேன். நடங்க இருவரும்.

(பாடல்)

பெண் 1 : தீரன் சின்ன மலை கொங்கு மன்னன்
வீரன் புகழ்பாடும் இந்த மண்தான்
போரில் பொழுதுகண்ட வெற்றி வீரன்
தியாகியான அவர் புகழ் வாழ்க.
தீரன் சின்னமலை புகழ் வாழ்க!

(பெரிய மேளம் /திரை)

காட்சி-11

நபர் 1 : என்ன நடக்குது இங்கே?

நபர் 2 : ஆமா என்ன நடக்குது?

நபர் 1 : கம்ப்யூட்டர் இன்ஜினியர் படிப்புப் படிக்கிறான். ஒரு இளைஞன். இந்திய அரசு தரும் ஸ்காலர்ஷிப் உதவிப் பணத்தை வாங்கிப் படிக்கிறான்.

நபர் 2 : ஆமா?

நபர் 1 : நம்ம நாட்டுக் கல்வித்திட்டத்தில் படிச்சுப் பட்டம் பெறுகிறான்.

நபர் 2 : ஆமா?

நபர் 1 : நம்ம தண்ணியக்குடிச்சு, நம்ம கஞ்சியக்குடிச்சு, நம்ம நாட்டுக் காத்தைக் குடிச்சு, பட்டம் வாங்குன இளைஞன்.... பறந்து போயி மேலை நாடுகள்ள வாழ ஆசைப்படுறானுக. பணம் சம்பாதிக்கப் பாக்கறாங்க. நம்ம நாட்டை வல்லரசாக ஆக்கிட இந்திய நாட்டுல சர்வீஸ் பண்ணலாமுல?

நபர் 2 : இந்த இளைஞர்கள் நம் நாட்டில சர்வீஸ் பண்ணா நல்ல சொர்க்க பூமியா இந்தியாவை உருவாக்கலாம்னு ஏன் இவங்களுக்குப் புரிய மாட்டேங்குது?

நபர் 2 : இந்திய நாட்டை

நபர் 1 : சொர்க்கப் பூமியாக்குவோம்.

நபர் 2 : இந்திய நாட்டை

நபர் 1 : வல்லரசாக்குவோம்

நபர் 1 : பாரததேசம் வாழ்க

நபர் 2 : பாரததேசம் வாழ்க

(பெரிய மேளம் முழக்கம் /திரை)

காட்சி-12

பஞ்சாயத்துத்திடல் அருகே அரசு வழங்கியுள்ள தொலைக் காட்சிப் பெட்டி ஓடிக்கொண்டிருக்கிறது. மரத்தடி திண்டு ஒன்று உள்ளது. அதில் அமர்ந்து சிலர் நாளிதழ்களைக் காலை வேளையில் படித்துக் கொண்டிருக்கின்றனர்)

நபர் 1 : ராத்திரி அந்த ராஜாராணி ஆட்டக்காரங்க ரொம்ப நல்லா கலை நிகழ்ச்சி பண்ணுனாங்கப்பா? எனக்கு ரொம்பப் புடிச்சிருந்தது.

நபர் 2 : இந்த மாதிரி கலை நிகழ்ச்சிகள் வழியாத்தான் நம்ம நாட்டு இளைஞர்களுக்கு நம்ம கலாசாரம். நம்ம வரலாறு, நம்ம நாட்டுப்பற்று இதுகள உணர்த்த வேணும்.

நபர் 3 : (நாளிதழைப் படித்துக்கொண்டிருப்பவர் திடீரென உற்சாகத்துடன்)

எப்பா! எப்பா! இந்தப் பேப்பர்ல பாரு! நம்ம ஊருப் பையனப் பத்திப் படம் போட்டு எழுதியிருக் காங்கய்யா.

நபர் 4 : (மூச்சிரைக்க ஓடிவந்து)

அய்யா நம்ம ஊருல அந்தத் தெருவுப்புள்ளைய இழுத்துக் கிட்டு ஓடிப்போனானே அவனப்பத்தி டிவியிலே காட்டுறாங்க.

நபர் 2 : பத்திரிகையிலும் அவனத்தான் போட்டுருக்காங்க.

நபர் 1 : டிவி.பெட்டில கொஞ்சம் சவுண்டக் கூட்டி வைங்க. என்னன்னு கவனிப்போம்.

டி.வி.செய்தி

செய்தி
வாசிப்பவர்: வேலூர் அருகே ஒரு கிராமத்தில் 300 குடும்பங்கள் உள்ளன. 300 குடும்பங்களிலுமே இந்திய இராணுவத்தில் வீட்டுக்கு ஒருவர் இருவர் எனப் பணிகள் உள்ளனர்.

அரசம்பட்டி இளைஞரின் சாதனை. தேசப் பாதுகாப்பில் இந்தியா தலைநிமிர்ந்துள்ளது.

இளைஞர் 1: டேய் நம்மூரப் பத்தி செய்தி.

இளைஞர் 2: நம்ம ஊருப்பையன் இன்ஜினியருக்குப் படிச்சு தெற்குத்தெரு பொம்பளப் புள்ளையக் காதல் பண்ணி கூட்டிட்டுப் போயிட்டானே சரவணன், அவனப் பத்தித்தான் சொல்றாங்க.

(டி.வி. செய்தி தொடர்கிறது)

செய்தி வாசிப்பவர்: திருச்சி மாவட்டம் அரசம்பட்டியைச் சேர்ந்த கம்ப்யூட்டர் இன்ஜினியர் சரவணன் இந்தியப் பாதுகாப்பிற்காக ஒரு அரிய கம்ப்யூட்டர் மென்பொருளை உருவாக்கிச் சாதனை படைத்துள்ளார். இந்தியாவை நோக்கி ஏவப்படும் எந்தநாட்டு ஏவுகணைகளையும் இதைக் கொண்டு வழிமறித்துச் செயல் இழக்கச் செய்திட முடியும். இதை இந்திய விண்வெளி ஆராய்ச்சி மையம் பெருமையுடன் உறுதி செய்துள்ளது. இச்செயலை நவீனப் போர்த்தளவாடங்களை உருவாக்கும் அறிவியல் உலகமே வியந்து பாராட்டியுள்ளது. திரு. சரவணன் அவர்களது சாதனையை நமது குடியரசுத் தலைவரும் பிரதமரும் பாராட்டியுள்ளனர். இதனால் இந்தியப் பாதுகாப்பு மேலும் வலுப்பெற்றுள்ளது. இப்போது இளைஞர் திரு. சரவணனுடன் ஒரு நேர்காணல்.

பேட்டி

செய்தி வாசிப்பவர்: வாருங்கள் சரவணன். வணக்கம் பெருமைக் குரியது உங்க கண்டுபிடிப்பு. உங்களப் பத்தி நாடே தெரிஞ்சுக்கிறணும். கொஞ்சம் சொல்லுங்க.

சரவணன் : வணக்கம். நான் கண்டுபிடிச்ச கம்ப்யூட்டர் மென் பொருள் இந்த அளவுக்கு நாட்டுக்குத் தேவையானதுன்னு நெனைக்கியிலே எனக்கும் பெருமையா இருக்குது. நான் பிறந்தது திருச்சி மாவட்டம் அரசம்பட்டி.

(டி.வியில் செய்தி கேட்போர் விசில் அடித்துக் கைதட்டி ஆர்ப்பரிக்கின்றனர்)

இந்தச் சாதனை நிகழ்த்த அரசம்பட்டியைச் சேர்ந்த என் மனைவி செண்பகம் ரொம்பத் துணையாக இருந்தாங்க.

(ஊர் மக்கள் ஒருவரை ஒருவர் பார்த்துக் கொள்கின்றனர்)

நிருபர் : உங்க கண்டுபிடிப்பான ஏவுகணைக்கு உதவும் மென் பொருள் பற்றிச் சொல்லுங்கள்.

சரவணன் : இன்றைய அறிவியல் உலகில் ஒரு நாட்டுக்கு அச்சுறுத்தலே ஏவுகணைத்தாக்குதல்தான். கண்டம் விட்டுக் கண்டம் பாயும் ஏவுகணைகள் இன்று எல்லா நாடுகளிலும் உள்ளன. இந்தியாவை நோக்கி ஏவப்படும் ஒரு எவுகணை யையும் செயற்கைக் கோள் தொடர்பு மூலம் நமக்கு முன் கூட்டியே தெரிவித்து அதனைச் செயலிழக்கச் செய்யும் மென்பொருள் நான் கண்டுபிடிச்சிருக் கேன்.

நிருபர் : நீங்க இந்தக் கண்டுபிடிப்பை அதாவது இந்த மென்பொருள் உரிமையை வளர்ந்த நாடுகள் ஒன்றுக்கு வழங்கியிருந்தால் அந்த நாட்டுல போயி வாழ்ந்திருக்கலாம். உலகப் பணக்காரர் களில் ஒருவராக ஆகியிருக்கலாமே.

சரவணன் : எனது கண்டுபிடிப்பின் பயன் நான் பிறந்த நாட்டுக்கே பயன்படவேண்டும். என் தாய் நாட்டுக்கு நான் செய்யும் கைம்மாறு இது.

(டி.வி.பார்ப்போர் ஒரு சிலர் கைதட்டுகின்றனர்)

நிருபர் : ஒவ்வொரு குடிமகனும் இந்தியாவில் உங்கள மாதிரி தாய்நாட்டுப் பற்று வைத்திருந்தால் நம் நாடு பல முன்னேறிய நாடுகளில் ஒன்றாக முன் மாதிரியா ஆயிடும். உங்களுக்கு யாரை முன் மாதிரியாகக் கொண்டுள்ளீர்கள்.

சரவணன்	:	நமது முன்னாள் குடியரசுத் தலைவர் டாக்டர் ஏ.பி.ஜெ. அப்துல் கலாம்.
நிருபர்	:	உங்கள் ஊருக்கும் நாட்டுக்கும் பெருமை சேர்த்திருக்கீங்க. உங்களுக்கு எங்கள் பாராட்டுக்கள்.

(டி.வி செய்தி முடிகிறது)

பெரியவர்	:	கண்டுபிடிச்சது நம்ம ஊருப் பையன், நம்ம மாரிமுத்துப் பையன் சரவணன்.
இளைஞர்	:	சாதி மறுப்புத் திருமணம் செஞ்சதாலே ஊருக்குப் பயந்து அவன் போன பிறகு நீங்கள்ளாம் எப்படிப் பேசுனீங்க. இப்ப மட்டும் நம்ம சரவணன்.
பெரியவர்	:	நான் மட்டுமா சொன்னேன். இவனும்தான் கேவலமா பேசினான்.
இளைஞர்1	:	சரி அதெல்லாம் விடுங்க. நாம் அனைவரும் இந்தியர் ஒருதாய் வயிற்றுப் பிள்ளைகள். நமக்குள் மொழி, சாதி, மதம் என்று எந்த பேதமும் இருக்கக்கூடாது. சரவணன் நமது நாட்டுக்கு ஓர் அரிய கண்டுபிடிப்பைத் தந்திருக்கிறார். நம்ம மாதிரி பத்தாம் பசலிகளுக்கு இந்தியத் தாயின் ஒரு தாய் வயிற்றுப் பிள்ளை கள்னு நமக்கு நல்ல பாடமும் தந்திருக்கிறான்.
இளைஞர்2	:	வரும் முழு நிலவிலே நம்ம ஊருத் திருவிழாவில் நம்ம ஊரு சரவணனுக்கும் அவனது மனைவி செண்பகத்துக்கும் பாராட்டு விழா எடுக்கணும்.

(மக்கள் இசைக்கருவிகளின் முழக்கத்திற்கு இயைந் தாடுகின்றனர்)

12. பலி ஆடுகள்

மணி அடித்து முடிந்ததும் நாடகம் தொடங்குவதற்கு முன் மேடையில் இருள் கவ்வுகிறது. ஒலிப்பதிவு நாடாவில் பதிவு செய்யப்பட்டிருக்கும் நேர்முகப் பேட்டி ஒலிபரப்பப் படுகிறது. 1950 மே மாதத்தின் ஒரு மாலைப்பொழுதில் பம்பாயில் உள்ள கஃபே பாரேடில் எழுத்தாளர் முல்க்ராஜ் ஆனந்துடன் அம்பேத்கர் உரையாடிய சில பகுதிகள் மட்டும் அவ்வப்போது நாடகத்தின் இடையிடையே ஒலிபரப்பப் படுகின்றன. இருவர் இதனைப் பேசவும் செய்யலாம். அவ்வாறு இருவர் பேசும்போது ஒளி மங்கிய நிலையில் உருவங்கள் மட்டும் மங்கலாய்த் தெரியுமாறு (அமர்ந்த நிலையில்) அமைக்கலாம். அல்லது மேடையில் பேசும் ஒலிகள் மட்டும் கேட்குமாறு செய்யலாம்.

உரையாடல்

முல்க்ராஜ் : நமஸ்காரம் டாக்டர் அம்பேத்கர்!

அம்பேத்கர் : நமஸ்காரம் என்பதை விடப் புத்தமதத்தின் வாழ்த்து முறையான ஓம் மணி பத்மாயே-தாமரைகள் விழித்தெழட்டும் என்பதையே நான் விரும்புகிறேன்.

முல்க்ராஜ் : சரிதான். எவ்வளவு தூரம் நாம் சிந்தனை செய்யாமல் இருக்கிறோம்! வார்த்தைகளின்

அர்த்தங்களைப் பற்றி கேள்வி ஏதும் எழுப்பாமலேயே நாம் அவற்றை சுவீகரித்துக் கொள்கிறோம். நமஸ்காரம் என்றால் நான் உங்கள் முன் பணிகிறேன் என்று ஆகிறது.

அம்பேத்கர் : அது அடிமைத்தனத்தைக் காப்பாற்றுகிறது. தாமரைகள் விழித்தெழட்டும்-என்பதோ புத்தொளி பெறுவதற்கான வழிபாடு.

முல்க்ராஜ் : பழைய வழக்கங்கள் சாதாரணமாக ஒழிந்து விடுவதில்லை. நாம் அவற்றை யோசனை செய்யாமல் பின்பற்றி விடுகிறோம்.

அம்பேத்கர் : எல்லாவற்றிலுமே அப்படித்தான். எல்லா விதமான பழைய கருத்துகளையும் பழக்க வழக்கங்களையும் நடைமுறைகளையும் ஒருவர் கேள்வி கேட்டாக வேண்டும். ஆசிரியர்களைப் பார்த்துத் தினமும் ஒரு புதிய கேள்வியைக் கேட்கும்படி இளைஞர்களைக் கல்வி முறையானது ஊக்குவிக்க வேண்டும்.

ஆனந்த் : ஆசிரியர்களுக்குப் பாடம் கற்பிக்கச் சரியான வழி பாடப்புத்தகத்தில் என்ன இல்லை என்பது அவர்களுக்குத் தெரியவில்லை. உண்மையில், ஒருவர் தொடர்ந்து கேள்வி கேட்பதன் மூலம்தான் வளர்ச்சியடைய முடியும். இதை ஹென்றி பெர்க்சனின் கிரியேடிவ் எவலூசன் என்ற நூலிலிருந்து தான் நான் தெரிந்துகொண்டேன். ஹெகல், கான்ட், தெகார்த் முதலானோரை வாசித்த பின்பு எனக்குப் பலவிதமான தத்துவார்த்தப் பிரச்சினைகள் தோன்றின. எல்லாவித தத்துவ ஆய்வுகளையும் கேள்விக்கு உட்படுத்துவதன் மூலமே ஒருவர் தனது பிரக்ஞையை உயர்த்திக் கொள்ள முடியும்' என்பார் பெர்க்சன்.

அம்பேத்கர் : பிராமணர்களோடு அவர்களது நம்பிக்கை ஒவ்வொன்றைப் பற்றியும் புத்தர் விவாதித்தார். பிராமணர்கள் எல்லா மக்களையும் ஒதுக்கி

வைத்து விட்டார்கள். கடவுள்தான் நான்கு வர்ணங்களை விதித்தார் என அவர்கள் சொல்கிறார்கள். மனிதன் என்பவனைப் பற்றி என்ன சொல்கிறீர்கள் என்று அவர்களிடம் புத்தர் கேட்டார். செத்த மாட்டைப் புதைக்கும் குடும்பத்தில் ஒரு மனிதன் பிறந்து விட்டதாலேயே அவன் தீண்டத்தகாதவன் ஆகிவிடுகிறான். இந்துக்களைப் பொறுத்த வரை மலையின மக்கள் யாவருமே காட்டு மிராண்டிகள்தான்.

(அரங்கில் இடது மேல்தளத்தில் கூம்பு வடிவில் ஒரு தேர் செய்யப்பட்டுள்ளது. அதன் உச்சியில் பெரிய பூதம் ஒன்றின் முகம் அல்லது தலை உள்ளது. கம்பின் (தேர்) பக்கங்களில் கொடூர (பொய்) முகங்கள் வைக்கப்பட்டுள்ளன. தேரின் முப்பகுதி களிலும் பற்கள் தெரிய நாக்கு நீண்ட பெரிய கண்ணுள்ள அம்மன் உருவம் தெரிகிறது. இத்தேரினை மனிதர்களே நின்று அல்லது, கம்புகளை நிறுத்திப் பாய் அல்லது துணி கொண்டும் உண்டாக்கலாம். ஒரு பறையன் தன் பறையை அதிர அதிர ஒலிக்கச் செய்து கொண்டே வட்டமேடையின் மையம் வருகிறான். பறை ஒலி நிற்கிறது. ஒரு குழு கொண்டாட்டச் சிரிப்பில் கத்துகின்றது. இந்தக்குழு பூணூலிட்ட மேனிகள் கொண்ட தாகும். இவர்கள் இடுப்பில் மஞ்சள் துணி அல்லது காவி அல்லது சிவப்புத்துணி கட்டியுள்ளனர். கத்தலின் முடிவில் கயிறு களால் கட்டுண்ட மறுகுழுவின் ஈனக்குரல் (கோவணங்கட்டிய கருத்தமேனியர்) ஒலிக் கின்றது. மீண்டும் பறை ஒலிக்கிறது, பறை முடிவில் பூணூல் குழுவின் கொடூரச் சிரிப்பு. சிரிப்பின் முடிவில் ஈனக்குரல் என முறையே ஓரிருமுறை தொடர்கிறது. பறையனின் பறை

ஒலி குறையப் பறையன் ஒரு மூலையில் போய் மண்டி நிலையுடன் அமர்ந்து விடுகிறான்.

உரையாடல்

ஆனந்த் : ஒதுக்கித் தள்ளப்பட்டவர்கள்.

அம்பேத்கர் : உண்மைதான். கைகளைக் கொண்டு உழைக்கும் யாவருமே ஒதுக்கித் தள்ளப்பட்டவர்கள் தான். மாடு உரிப்பவர்கள், மலம் சுமப்பவர்கள், நிலத்தில் உழுபவர்கள், எல்லோருமே இப்படி முத்திரை குத்தப்பட்டவர்கள். காலகாலத்துக்கும் அடிமைப்படுத்தப்பட்டார்கள், ஐயாயிரம் ஆண்டுகள் முடிந்த பின்னும் அது இன்னும் மோசமாகத்தான் ஆகியிருக்கிறது. ஒரு தீண்டப்படாதவன் குளித்துச் சுத்தமாக இருந்தாலும் கோயிலுக்குள் நுழைய முடியாது. பண்ணையாரின் நிலத்தின் வழியே தனது கால்நடைகளை அவன் ஓட்டிச் செல்ல முடியாது. அழுக்கைச் சுத்தப்படுத்தும் வேலையைச் செய்வதால் அவன் அழுக்கானவன். எப்போதுமே அசுத்தமானவனாக அவன் கருதப்படுகிறான். ஒரு மிருகத்தைக் கூடத் தொடலாம். ஆனால் ஒரு தீண்டப்படாதவனைத் தொடக் கூடாது.

(கட்டுண்ட கருமேனிக் குழுவினர் படுத்துருண்டு வர ஆதிக்கம் செலுத்தும் வகையில் பூணூல் குழுவினர் உதைப்பதாக பாவனை செய்கின்றனர். வட்ட மேடையில் இந்நிகழ்வு நிகழ்கையில் பாட்டுக் குழுவின் சோக இசை ஒப்பாரி போல அமைகிறது. குரலில் ஆதிக்க ஒலி செய்து மீண்டும் பூணூல் குழுவினர் கட்டுண்ட குழுவினரை உதைக்கின்றனர். இந்நிகழ்வு நடக்கையில் மீண்டும் சோக இசை பாட்டுக்குழுவினால் இசைக்கப் படுகிறது. அவர்கள் முதுகில் கை வைத்துக் குதித்துத் தாண்டுகின்றனர். ஆபியம், மனியா

பியம், இஸ்தாபியம், லாகிர்தம், லாகிர்தம் கொக்கு (குனிந்தோரைத் தொட்டுத் தாண்டும் போது பூணூலார் கூறும் வார்த்தைகள் இவை). கட்டுண்டோர் முதுகில் பூணூலார் ஏறி வட்டத்தை வலம் வருகின்றனர். குதிரை ஏறி வருவோர் முகத்தில் சிரிப்பு. குதிரையாய்ச் சுமந்து வலம் வரும் கட்டுண்டோர் முகத்தில் சோகம். சோக இசை கலந்து நிகழ்வு வெளிப்படுகிறது.)

பாடல்

நாலு வர்ண சாதியிலே
நாங்க மனுசர் இல்லே
நாயினும் கேடானோம்
வாழ்க்கை இங்க இல்லே
ஊருக்கு வெளியானோம்
உரிமை மண்ணில் இல்லே
கரிசனம் எமக்கில்லை
அரிசனங்களானோம்(நாலு)

கட்டுண்டோர் குனிந்து விலங்குகள் போல, அதாவது ஆடு மாடுகள் போல நடந்து வர, பூணூல் குழுவினர் அவர்களை ஆளுமை செய்து மேடையில் அங்குமிங்கும் ஒரு சாட்டையை வைத்து அடிப்பது போல் பாவனை செய்கின்றனர். பின்னர் இரண்டு பேர் வெள்ளை வேட்டி ஒன்றைப் பிடித்துத் திரை போலச் செய்து பகுதி பகுதியாய்க் கட்டுண்டோரை மேடையின் விளிம்புகளில் மண்டி நிலையில் அமரச் செய்து வட்டத்தின் திசையாகவும் அவர்களைப் பரந்து அமரச் (மண்டி நிலை) செய்கின்றனர். இவ்வாறு ஆதிக்கம் செய்யும் போது அதட்டிய குரல் கொடுக்கலாம். கட்டுண்டோர் தங்கள் வேதனையைக் குரல்களில் தரலாம். இந்தக் குரல்களில் ஒரு தாளத்தையும் ஏற்ற இறக்க முறையான இசைத் தன்மையும் அமையக் கவனம் செலுத்தலாம்.

பூணூலார் ஆளுக்கொரு கம்புகளைக் கொண்டு வந்து மேடையில் கோப நடை கொள்கின்றனர். பின்னர்க் கட்டுண்

டோரை ஏவல் செய்து வடக் கயிறு (தடிப்பான நீண்ட கயிறு) தூக்கி வரச்செய்து நான்கு திசைகளுக்குமாக மேடையிலிருந்து இழுத்துப் போடச் செய்கின்றனர். நான்கு வருணத்தைக் குறிக்குமாறு இக்கயிறுகள் கிடத்தி அமைக்க வேண்டும். சூத்திரன், பிராமணர் ஆகியோருடைய குலங்களைக் குறிக்கும் கயிறுகள் தனித்தும் சத்திரியர், வைசியர் ஆகியோருடைய கயிறுகள் இணைவாகவும் கிடக்குமாறு செய்வதில் கவனம் கொள்ள வேண்டும்.

பாடல் (இசைக்குழு பாடுகிறது)

நாலுவர்ண சாதியிலே நாங்க
மனுசர் இல்லே
நாயினும் கேடானோம் வாழ்க்கை
இங்கு இல்லே (நாலு)
சமயங்களின் சாட்டையாக
சாதி ஆகக் கண்டோம்
நாடு பூராவும் நாங்க இருந்தும்
நாதியத்துப் போனோம்
காலம் மாறிக் காலம் வரினும்
கதவு மூடக் கண்டோம்
ஆதி சாதியான சரித்திரத்தில்
அடக்கு முறைக்கு ஆனோம் (நாலுவர்ண)

உரையாடல்

அம்பேத்கர் : நமது அரசியலமைப்புச் சட்டத்தில் மதச் சார்பற்ற சோசலிச ஜனநாயகம் என்பதையே குறிக்கோளாக நாங்கள் முன் வைத்திருக் கிறோம். ஒவ்வொருவரும் சொத்துரிமை மூலமாக நிலத்தை உழுது பயிரிடும் உரிமையைப் பெற்றுவிட்டால் சமத்துவம் உத்தரவாதம் செய்யப்பட்டு விடும். பிறகு சுரண்டலும் இருக்க முடியாது. இதுவரையிலும் தீண்டப் படாதவர்களுக்கும், முஸ்லீம்களுக்கும் சாதி இந்துக்கள் பலருக்கும்கூடச் சொத்துரிமை கிடையாது. நிலமற்ற இந்த விவசாயச்

கூலிகள் யாருக்குமே இருப்பவை வெறும் கைகள்தான்.

ஆனந்த் : அப்படியானால் வேலை செய்வதற்கான உரிமையும் அடிப்படை உரிமைகளில் ஒன்றாக ஆக்கப்பட்டிருக்க வேண்டும்.

அம்பேத்கர் : அரசியலமைப்பு சட்ட வரைவுக்கமிட்டியில் நான் ஒரு உறுப்பினன்; அவ்வளவுதான்.

ஆனந்த் : ஆக, நீங்கள் சிங்கங்களின் முன்னால் ஒரு ஆடாக இருந்தீர்கள்.

அம்பேத்கர் : ஆடாக இருந்தாலும் என் பங்குக்கு நன்றாகவே கத்தியிருக்கிறேன். இப்போது நான் கர்ஜித்துக் கொண்டிருக்கிறேன்..

பறை அறிவிப்பு

நம்ம ஊரு அம்மன் தேரு இந்த வருசம் ஓடாம, சக்கரம் ஒடஞ்சு போச்சுன்னு ஊரு சனங்களுக்கெல்லாம் தெரிஞ்ச சேதி. அது என்ன ஏதுன்னு தெரியல. ஏன்அப்படி சக்கரத்தோட தேரு ஒடஞ்சதுன்னு பேசவும் தேரு சக்கரம் செஞ்சு மறுபடியும் ஓட வைக்க என்ன சடங்கு சமாச்சாரம் செய்யணும்னு கூடிப்பேசவும், நம்மூருக் கோயிலு வாசலிலே ஊர்க்கூட்டம் நடக்கப் போகுது. அம்புட்டுப் பேரும் வந்து சேர்ந்திருங்கோய்.

சஞ்சனக்
சஞ்சனக்
சஞ்சனக் சனக் சனக்
சஞ்சனக்
சஞ்சனக்
சஞ்சனக் சனக் சனக்

பறையறிவித்த கட்டுண்டவன் வட்டத்தின் ஒரு விளிம்பில் சென்று மண்டி நிலையில் அமர்கிறான்.

திருடுவதற்குச் செல்வது போல் ஒவ்வொருவராய்ச் சென்று பூணூலால் தேரில் பொருத்தி வைக்கப்பட்டிருக்கும் பொய்

முகங்களை ஆளுக்கொன்றாய் எடுத்துக் கொண்டு வட்டத்தின் மையம் வந்து ஒருவர் பின் ஒருவராய் நின்று அவரவர் தலைகள் வரிசையாய்ப் படிநிலையில் (Steps) நிற்கின்றனர்.

உரையாடல்

அம்பேத்கர் : சோஷலிஸ்டுகள் ஒருநாள் பெரும் பான்மை பெறலாம். இவற்றையெல்லாம் மாற்றியமைக்கும்படி கோரலாம். எப்படியோ தீண்டப்படாதவர்களும் ஆதிவாசிகளும், அட்டவணை இனத் தவர் என அறிவிக்கப்பட்டு விட்டார்கள். தங்களை உயர்த்திக்கொள்ள அவர் களுக்கு இதனால் சில சலுகைகள் தரப்படும். கல்லூரிகளிலும் பள்ளி களிலும் சேர்வதில்கூட ஒதுக்கீடு, உதவித் தொகை போன்ற விதங்களில்......

ஆனந்த் : சாதி இந்துக்கள் எப்போதுமே இட ஒதுக்கீட்டை எதிர்க்கத்தான் செய் வார்கள்...

அம்பேத்கர் : நாம் ஒன்று திரள வேண்டும். சொத்து ஏதுமற்றவர்களைப் போராடத் தூண்ட வேண்டும். எண்ணிக்கையளவில் பார்த் தால் சாதி இந்துக்களைவிடத் தீண்டப் படாதவர்கள் அதிகம் இருப்பார்கள். நாம் ஆதிவாசிகளையும், சோஷலிஸ்டு களையும் தீண்டப்படாதவர்களைப் போலவே நடத்தப்படும் முஸ்லீம் களையும் ஒன்று திரட்டி விட்டால் அவர்கள் யாவரும் சேர்ந்து தனிச் சொத்துரிமையை நிர்மூலம் செய் வார்கள். நிலவுடமையாளர்கள் இல்லையென்று ஆகிவிட்டால் குத்தகை தாரர்களும் இல்லையென்று அர்த்தம்.

நிலமற்ற கூலிகளும் இல்லையென்று அர்த்தம்.

வரிசையில் உயர்ந்த பெருந்தலைவர் பேசுகிறார் : இன்னும் யோசிச்சிண்டே இருந்தா எப்படி?

பூணூல் குழு 2 நபர் : தேர்ச்சக்கரம் ஏன் ஒடஞ்சுது?

பூணூல் குழு 3 நபர் : வருசா வருசம் தேரு ஓடி, ஓடி, நனைஞ்சு நனைஞ்சு வெயில்ல காஞ்சு காஞ்சு காஞ்சு காத்தில பட்டு பட்டு பட்டு இத்துப்போச்சு.... அதனாலே தான்.

கட்டுண்டோர் குழு : *சிரிப்பு ஒலி தருகின்றனர் (கிண்டலாய்)*

பூ. குழு 3 நபர் : *தன் பூணூலைக் கழற்றிப் பளார் எனச் சிரித்தோரை அறைகிறார்.*

க. குழு : *வாயைக் கையால் பொத்திக் கொள் கின்றனர்.*

பெருந்தலை : நடந்ததப்பத்தி வீண் வம்பளக்காதீங்கோ. நடக்க வேண்டியதைப் பத்திப் பேசுங்கோ. சும்மா மசமசன்னு இருக்காதீங்கோ.

பூ. குழு 2 : சாமிக்கு ஊருமேல கோபம் இருக்கு. அதுக்கான பரிகாரம் என்னன்னு பேசுங்கோ.

பூ. குழு 1 : பெரியவாள்தான் சாஸ்திரப்படி ஏதாச்சும் நல்லவாக்கு சொல்லணும்.

(வரிசை கலைந்து பெரியவர்கள் தலை உயருமாறு மற்றோர் வளைந்த நிலையில் கையேந்தி நிற்கின்றனர்)

பெருந்தலைவர் : லோகத்திலே சடங்கு சம்பிரதாயப்படி பெரியவாள்ளாம் நடந்திருக்காங்கோ. சாமி விசயத்திலே குத்தங்குறை நடக்

காம பாத்துக்கோணும் தவறக்கூடாது. தவறேதும் நடந்ததோ சாமி நிந்திக்கும். அந்த நேரத்திலே லோகத்திலே உள்ளவா நன்னா யோசிச்சிப் பரிகாரம் செஞ்சிருக்கா. சின்னத் தப்புன்னா ஒரு எலுமிச்சம் பழத்தை வெட்டிப் பலி கொடுத்தா தீட்டுப் போயிரும். ஊருல சின்னச் சாதிப்பயலுவோ செஞ்ச பெரிய தப்பா இருக்கும் போலிருக்கு. அதனாலத் தான் இவ்வளவு பெரிய சங்கடம், இன்னிக்கி நமக்குச் சோதனையா வந்திருக்கு. வேதங்கள் படி மனிசர்கள் நடந்த விபரத்தைப் பார்த்தா... (தனக்குள் சிரித்தபடி....) ரொம்ப புத்திசாலித்தனத் தோட பல பலிகளைப் பெரியவாள் செஞ்சிருக்கா, ஏகலைவன்னு ஒரு கீழ்ச் சாதிக்காரன், நல்ல வில்வித்தைக்காரன், அவா மாதிரி ஆளுகோ பெரியாளா வந்துட்டா லோகம் என்ன அழிவுக்காகு மோன்னு பெரியவா யோசிச்சு ஏகலை வனோடப் பெரு விரலை வெட்டிட் டாங்கோ (எகத்தாளச் சிரிப்பு)

பூ. குழு 2 நபர் : ஏகலைவனோடப் பெருவிரல் மட்டுந் தானே வெட்டப்பட்டது. அவனப் பலி கொடுக்கலையே அப்படியிருக்க...

பெருந்தலைவர் : அப்படி இருக்கலே, ஏகலைவனப் பொறுத்தமட்டிலும் அவனோட ஆன்மாவே அந்தப்பெருவிரலில்தான் இருந்துச்சு. அந்தச் சூட்சுமத்தப் புரிஞ்ச தாலே அவா அப்படி செய்தா.

கட்டுண்டோர் குழு : தந்தனா தன தந்தனா-தன
தந்தனா தன தந்தனா
தந்தனா தன தந்தனா-தன
தந்தனா தன தந்தனா

எனச் சோக இசையோடு மேடையில் வலம் (குனிந்தவாறு) வந்து அவரவர் ஏலவே இந்த மண்டி நிலையில் அமர்கின்றனர்.

குழு 1 நபர் : *(மற்றவர்களையும், கட்டுண்டோரையும் சுட்டிக்காட்டியவாறு)* இவனுகளுக்கு இம்மாதிரியான யோசனைகள் சுட்டுப் போட்டாலும் வராது. அதனாலத்தான் நீங்க எங்களுக்கு வேண்டியிருக்கு *(இவ்வாறு கூறும்போது வெள்ளை வேட்டியை (குடை போல்) பெருந் தலைக்கு மேல் இருவர் பிடித்து நிற் கின்றனர். ஒருவர் கூற எதிர்நிற்பவர் பின்பாட்டுக்காரர் போல் முன்னவர் கூறியதைத் திரும்ப உரைக்கிறார். வசனத்தை மந்திரம் ஓதுவது போல் கூற வேண்டும்)*

முன்னவர் : வேதங்களையும்

பின்னவர் : வேதங்களையும்

முன்னவர் : வேத கால முதல் இன்றைய காலம் வரை

பின்னவர் : வேத கால முதல் இன்றைய காலம் வரை

முன்னவர் : ஆய்ந்தறிந்த பெரியவாள் நீங்கோ

பின்னவர் : ஆய்ந்தறிந்த பெரியவாள் நீங்கோ

முன்னவர் : அதனாலதான் நாங்க ஒங்ககிட்டே வழிகேட்டு நிக்கறோம்.

பின்னவர் : அதனாலதான் நாங்க ஒங்க கிட்டே வழிகேட்டு நிக்கறோம்.

பெருந்தலைவர் : காளி குடியேறி எவனோ ஒருத்தன் இங்கே சாமியாடி வரப்போறான் *(எல்லோரும் கண்மூடிக் கையேந்தி நிற்கின்றனர்)*

க. குழு	:	சிரிப்பை அடக்க முடியாமல் 'ப்பூ'... என வெளிப்படுத்துகின்றனர். உடனே வாயைப் பொத்திக் கொள்கின்றனர்.
பெரியவாள்	:	யார் சிரிச்சது? இந்த மாதிரிச் சின்னத் தனமான சேஸ்டைகள்தான் ஆத்தா வோட கோபத்துக்குக் காரணம்.....
பூ. குழு	:	இருவர் ஒரு கட்டுண்டோனைத் தூக்கி வந்து சாட்டையால் அடிக்கின்றனர். வாயில் சாணிப்பாலை ஊற்றுகின்றனர்.
பா. குழு	:	தந்தன தன தந்தனா - தன தந்தனா தன தந்தனா
பா. குழு	:	பாட, கட்டுண்டோர் குழு அடிபட்டு மயங்கிய அவனைத் தம் வரிசையுடன் இணைத்துக் கொண்டு ஏலவே இருந்த இடத்துக்கு வந்த மர்கின்றனர்.
பெண்சாமியாடி	:	டேய், நாந்தாண்டா... அம்மன் வந்திருக் கேன். என்னங்கடா பேசுறீங்க, எவ்வளவு நேரண்டா பேசுறீங்க, இப்பச் சொல்லு றேந்... நீங்க என்ன செஞ்சாலும் தேரோட சக்கரம் ஓடாதுடா... டேய், (உடம்பை முறித்து நாக்கைத் துறுத்திக் கொண்டு நாலா திசைகளிலும் ஓடப் பூணூலார் ஓடி ஓடிப் பிடித்து அமர்த்து கின்றனர்)
பூ. குழு 1 நபர்	:	ஆத்தா, ஆத்திரம் அடங்க அடியார் நாங்க என்ன செய்யணும் தாயே....! சாமி மலையேறுறதுக்குள்ளே சொல்லிப் புடணும்.
சாமியாடி	:	வெட்டு ஒன்று, துண்டு ரெண்டுடா. நரபலியத் தவிர வேறு பலி எனக்கு வேண்டாம்டா. இன்னக்கோட எட்டு நாளைக்குள்ளே எனக்குப் பலி செஞ் சாகணும். சாமி மலையேறுதடா..

மலையேறப்போறேண்டா போறேன். (மயங்கி விழ அவரைத் திருநீறு தூவிப் பூசித் தூக்கி வட்டத்தின் விளிம்பில் உட்கார வைக்கின்றனர்.)

2

விளிம்புப் பறையர் தெருவில் நிகழ்ச்சி நடைபெறுகிறது. பறையர் தெரு பறை வாசிக்கப்படுகிறது ஒரு தீப்பந்தம் கொண்டு வந்து வைக்கத் தெருக்கூட்டம் நடைபெறுகிறது. கூச்சல் குழப்பம் நிலவுகிறது.

உடுமன் : (உரத்த குரலில்) டேய் ஙொப்பன ஒதைக்கிற பயலுகளா. ஒங்க பறப் புத்தியக் காட்டலைனா தலை வெடிச் சிருமே. கூட்டம் நடக்கப் போகுது. சும்மா சத்தம் போடாம கொஞ்ச நேரத்துக்கு இருப்பானுகளா....

கட்டுண்டோர் குழு 2 : ஆமா வந்துட்டாரு பெரிய மசுரு கணக்கா.... நீ யென்ன பறையனில்லாம பாப்பானா?

உடுமன் : டேய்! சும்மா இப்படிக் கத்திக்கிட்டே இருந்தாக் கூட்டம் எப்படி நடத்துற தாம்? அப்புறம் வாயில வராத வார்த்தை யெல்லாம், சூனா பூனான்னு வந்துடும்.

கண்டோர்குழு 1 : மண்டி வெளக்கெண்ணைகளா? சூத்தையும், வாயையும் பொத்திக் கிட்டுச் சும்மா கொஞ்ச நேரம் இருக்க முடியாது?

க.குழு 2 : சும்மா இருங்கடா வெண்ணைகளா? சோத்தத் திங்கிறீயளா? பீயத் திங்கிறீங் களா? கொஞ்ச நேரம் சும்மா இருங் கடான்னா...?

(அமைதி நிலவுகிறது)

உடுமன் : ஏப்பா! இந்தச் சின்னாண்டி மாமா வுலாம் வந்தாச்சா!

கட்டு. குழு 2 : சின்னாண்டி பெரியாண்டி எல்லா ஆண்டிகளும் வந்தாச்சு, சேதி என்னான்னு சொல்லுங்க....

உடுமன் : நம்மாளுக இல்லாம இந்த ஊரே இல்ல.... ஊருல ஒரு நல்லது கெட்ட துன்னா நாம இல்லாம மேல்சாதி ஆளுங்க ஏதாச்சும் நடத்திட முடியுமா? ஊருக்காவல் நாமதான். ஊருக்குப் பறை சொல்லுற மொத ஆளுக நாம தான். இதுபோலப் பல இதுகள் நம்மூரு ஆண்டைமாருக நமக்குத் தந்த சலுகைகள்.

க. குழு 2 : நாம படிக்கக் கூடாது. அவுங்க செய்யுற தப்பைப் பறையன் சுட்டிக்காட்டுனா நம்ம காதுகள்ளயும், வாய்கள்ளயும் கொதிக்கிற எண்ணையை ஊத்து வானுங்க...

நம்ம பொண்ணுகள அவ்க தொடலாம். நாம அவுக வந்தா பத்தடி தள்ளி நிக்கணும். நாம பறையடிக்கலாம். கோயிலுக்குள்ளே போகக்கூடாது. இம்மாத்திரம் வெவகாரங்கள் வச்சுருக்கிற மேல் சாதி ஆளுகளுக்கு நீ வக்காலத்து வாங்கிறியாக்கும்.

பெண்குரல் : எடுபட்ட பயகா (எனும் குரல் எங் கிருந்தோ வந்து விழுகிறது...) 'வீட்டுக் குள்ளே எதுக்கு வாறே!' என்னும் இக்குரல் எங்கிருந்தோ தேய்ந்து வருகிறது.

க.குழு 2 : நாய், கீய், பண்ணி கிண்ணிய யாரோ திட்டுறாங்க... நம்ம தெருவுல

இதெல்லாம் உள்ளதுதான்... நீ சங்கதிக்கு வா.

க. குழு 3 : சங்கதி என்னன்னு எங்களுக்கு நல்லாப் புரியுது. முன்ன வச்சு மூக்கறுக்கிற கதை எங்களுக்குப் புரியாமலில்லே... உடுமா? நம்ம சாதியாளுக... செத்தா, செத்த பொ்ணத்தைப் புதைக்கப் பாதை ஒழுங்கா இல்லே..... நீ வக்காலத்து வாங்கறியே அந்த மேல்சாதிக்காரப் பயலுகதான் நம்ம சுடுகாட்டுக்குப் பாதை விட மாட்டேங்கிறாக...

க. குழு 1 : செத்த பொணத்த மறுபடிக்கும் சாகடிக்கிற பயலுக அவனுக... அட அவங்க பேச்ச விட்டுட்டு நம்ம பேச்சுப் பேசுங்கப்பா...

க. குழு பெண் 1 : ஆண்டைக்குக் கள வெட்டப் போயி முதுகெல்லாம் வலிக்குது. நாளைக்கு பவளத்தார் அய்யா வூட்டுக்கு நாத்து நடப் போகணும். கோழி கூப்பிட எந்திருக்கணும். இன்னைக்காவது காலா காலத்திலே போய்த் தூங்கலாம்னா இந்தத் தொலைஞ்சு போன உடுமன் தெருசனத்தைக் கூட்டி வச்சுச் சங்கதி என்னன்னு இன்னும் சொல்லாம பூடகம் பண்ணுறாரு பூடகம்...

க. குழு பெண் 2 : சொல்லாமக் கொள்ளாம
மாலையிட்டு வந்தவ தான்
பொல்லாத சீமையிலே-எம்
புருசனுக்குப் பொல்லாப்பு வந்ததென்ன
பொல்லாப்பு வந்ததென்ன...

(ஒப்பாரி வைத்து அழுதபடி வந்து விழுகிறாள், மண்ணை அடித்துத்

தூத்துகிறாள், தலையில் அடித்துக் கொள்கிறாள்)

பா. குழு : தந்தனா தன தந்தனா - தன
தந்தனா தன தந்தனா

என்று குழு பாடி வலம் வந்து மண்டி நிலையில் உட்கார்ந்து ம்..ம்..ம்..! என இசை எழுப்புகிறது.

சின்னாண்டி : அவள என்னால எழுப்ப முடியும். ஒங்கள யாரால எழுப்ப முடியும்?

(வட்டமிட்டமர்ந்த குழு சின்னாண்டியை நோக்கித் திரும்பி அமர்கிறது)

காலங்காலமா மேல்சாதிக்காரங்களுக்குக் கட்டுப்பட்டுக் கெடக்கிறோம். இந்தக் கட்டுகளை, அடிமைச்சங்கிலியை அறுத் தெறியணும்னு நான் அப்ப இருந்தே சொல்லி வர்றேன்.. இன்னக்கி ஆட்டக் கடிச்சு மாட்டக்கடிச்சு இப்போ மனுசனைக் கடிக்க வந்திருக்கு.

க. குழு 2 : எங்களுக்குப் புரியறாப்பல பேசு, என்ன சேதின்னு நல்லா சொல்லுப்பா....?

சின்னாண்டி : எனக்கு மேல்சாதிக்காரங்க பண்ணுற தெல்லாம் புரிஞ்சுது... அதனாலத்தான் அவுங்க என்மேலே குறி வச்சிருக்காங்க என்னையும் பலிவாங்க அவுங்க நாள் குறிச்சிட்டாங்க.

உடுமன் : (மேல்சாதிக்காரர்களுக்குச் சாதக மானவனாகக்காட்டி) ஆமா பலி பண்ணுறாங்க, எதுக்கு? யாருக்கு? எல்லாம் நம்மூரு அம்மனுக்குத்தான்... சாமியே ஒன்னைய விரும்புது. இந்தக் குடியில நாங்கல்லாம் சாமியோட சாபத்துக்கு உள்ளானவுக...

சின்னாண்டி	:	ஒன்ன மாதிரி இன்னும் ரெண்டு பேரு இருந்தா நம்மூருல மட்டுமல்ல நாட்டுல உள்ள எல்லாப் பறையனுகளையும் அம்மன் பேரால பலி பண்ணிப் போடு வானுங்க அந்த மேல்சாதிப்பயலுக.
சின்னாண்டி மனைவி:		அய்யா! என் புருசன அம்மன் கோயிலுத் தேரு ஓடுறதுக்கு நரபலி கொடுக்கப் போறாங்கய்யா... இதக் கேக்க இந்தக் குடியில நாதி இல்லையா?

(ஒப்பாரி வைக்கிறாள்)

நாதியத்த ஊருல
நாங்க இனி இருந்தா
நாசமத்த ஊருல
நாங்க இனி இருந்தா
நாங்க இனி இருந்தா

சின்னாண்டி	:	இன்னக்கி என்னையக் குறிவச்சவுக நாளைக்கு ஒங்களைக் குறிவைக்க மாட்டாகன்னு என்ன நிச்சயம்? நாம எல்லோரும் ஒன்னாச் சேர்ந்து மேல் சாதிக்காரங்க இப்படி பறையனைப் பலிகொடுக்க முடிவெடுத்தது தப்புன்னு போய்ச் சொல்வோம். வாங்க!
உடுமன்	:	பஞ்சாயத்தார் எடுத்த முடிவு இல்லே... இது! அம்மன் சொன்ன முடிவு. சாமி முடிவுல மனுசங்க நாம குத்தஞ் சொல்லலாமா? ஒன்னையப் பலி கொடுத்தா நீ சாமியோட சாமியா ஆயிடுவே. எங்களுக்கு அதனால ஊருக்குள்ள ரொம்ப மதிப்பும் மரியாதையும் கெடைக்கும். (கட்டுண்டோரிடம் அமைதி நிலவுகிறது)
பாட்டுக் குழு	:	சதியால் பயணப்பட்டோம் விதியாலே தொல்லைப்பட்டோம்

சண்டாளச் சாதியிலே-அய்யோ
சொந்த மண்ணில் சூழ்ச்சிகள் தான்
வாழ்நாளில் வாடிக்கை தான்
சண்டாளச் சாதியிலே-அய்யோ
சாமி செஞ்ச சோதனையோ
சாதி செஞ்ச வேதனையோ
சண்டாளச் சாதியிலே - அய்யோ

(சின்னாண்டி இரவில் தப்பிச்செல்லும் காட்சி நிகழ்கிறது) பாடல் பாடும் போது குழுவாக நின்று அசைகின்ற வேளையில் சின்னாண்டியும், அவனது மனைவியும் வட்டத்துள்ளிருந்து வெளியில் தப்பித்து வர ஒருவர் அவர்களிருவரோடு கூட வந்து தப்பிக்க உதவுகிறார். தப்பிக்க உதவும் இந்த நபர் ஒரு அலி போல இருக்கவேண்டும். பாவம் கொள்ள வேண்டும்.

உரையாடல்

அம்பேத்கர் : ஒரு தனிநபரின் உரிமை பிறரால் அபகரிக்கப் படுவதைத் தடுத்தாக வேண்டும். ஒரு மனிதனின் சுதந்திரம் என்பதுதான் நமக்கு முக்கியம். அடிப் படை உரிமைகள் பற்றி நான் வலி யுறுத்தியபோது இதுதான் என் மனதில் இருந்தது.

ஆனந்த் : உங்கள் எண்ணம் இதுவாக இருக்கும் பட்சத்தில் அடிப்படை உரிமைகளை மாற்றி அமைக்கும்படி நாம் பாராளு மன்றத்தை வலியுறுத்த வேண்டும். முதலாளித் துவத்துக்கும் எதிராக நாம் ஒரே சமயத்தில் போராடியாக வேண்டும். நாடு முழுவதும் ஒரு மிகப் பெரிய மக்கள் கூட்டம் எப்படி தங்களது

எஜமானர்களின் விருப்பத்துக்கு ஏற்ற படி அடிமையாக்கப்பட்டுள்ளது என்பது உங்களுக்குத் தெரியாதா?

அம்பேத்கர் : உண்மைதான். சுதந்திரம் என்பது இதுவரைக்கும் குத்தகையைத் தனது விருப்பத்திற்கு ஏற்றபடி உயர்த்திக் கொள்ளும் நிலவுடமையாளனின் சுதந்திரமாகவே இருந்து வருகிறது. முதலாளிகளோ எப்போதுமே சம்பளத்தைக் குறைப்பதையும், வேலை நேரத்தை உயர்த்துவதையும் விரும்பு கிறார்கள். முதலாளித்துவம் என்பது உண்மையில் முதலாளியின் சர்வாதி காரம்தான்.

ஆனந்த் : உயிர்வாழும் உரிமை, சுதந்திரம், சந்தோஷம் போன்ற அடிப்படை உரிமைகள் யாவும் வெறும் கனவு களாகவே எஞ்சியுள்ளன.

அம்பேத்கர் : இளைஞர்கள் தொடர்ந்து போராட வேண்டும். இந்த அரசியல் அமைப்புச் சட்டத்தை மாற்றியமைக்க அவர் களால் முடியும்.

ஆனந்த் : 1789-இல் பிரான்சில் நடந்த புரட்சியைப் போல ஒன்று இல்லாமல் இது சாத்தியப் படாது.

* * *

(இடம் : தேரடி)

பெண்கள் குலவையிடுகின்றனர். உடுமனின் கட்டுண்ட கயிறுகளை மேலும் சில கயிறுகளால் கட்டி விடுகின்றனர். உடுமன் பறையனுக்குப் பூசாரி மஞ்சள் துணி கொடுத்து இடுப்பில் கட்டிவிடுகிறார். ஒரு கம்பினைக் கொடுத்துப் பிடிக்கச்

செய்து வட்டத்தில் வலம் வருகின்றனர். உடுமனை முன்னுக்கு நிறுத்தி அழைத்து வரச் செய்யலாம். வெள்ளைத் துணியை மையப்பகுதியில் கம்பு கொண்டு குத்திக் குடைபோல் செய்து வலம் வரக் கூட்டி வரலாம்.

பூ. குழு

ஒரு பகுதியினர் : அன்னையே

மறு பகுதியினர் : ஆத்தா

ஒரு பகுதி : அம்மா

மறு பகுதி : தாயே

(குலவை செய்தல்)

உடுமன் மனைவி : (உடுமனைக் கட்டிப் பிடித்து) எஞ்சாமி, எஞ்சாமி... இந்தக் கொடுமையைப் பார்த்துப்புட்டு உசுரோட இருக்கலாமா?

பூணூலார் பெருந்தலை : இந்தாப் புள்ளே... ஒம் புருசனைக் கொலையா பண்ணப் போறோம். ஆத்தாவோட ஐக்கியமாக்கப் போறோம். இந்தப் பெருமை ஒம் பரம் பரைக்குக் கிடைச்சதே அப்படின்னு பெருமைப் படணும்டீ.....

உடுமன் மனைவி : கும்பியிலே பூத்த நான்
கொம்பிலே பூத்திருந்தா
கொம்பிலே பூத்திருந்தா
கொண்டையிலே சூடுவாங்க
கொண்டையிலே சூடுவாங்க
ம்... ம்... ம்... கூம்...
பறச்சின்னு பொறந்ததாலே
பறச்சின்னு பொறந்ததாலே
பாதரவக் கேப்பாரில்லே...
எஞ்சாமி... எஞ்சாமி...

பூ. குழு 2 : ஏடி...! உடுமன் பொண்டாட்டி... நீ ஒப்பாரி வைக்கிறதைப் பார்த்தா

நாங்கள்ளாம் ஒன்னு கூடிப் பேசி என்னமோ ஒன் புருசனைக் கொலை பண்ணப் போறது போலப் பேசுறீயே...

பூ. குழு 3 : ஆத்தா கடைக்கண் பார்வை பறையன் வீட்டுல போய் விழுந்திருக்கு. ஆத்தா பார்வையிலே மேல்சாதி கீழ்ச்சாதின்னு பேதம் இல்லை.

பூ. குழு 2 : நல்லா வெளையற இரண்டு காணி நிலம்.

பூ. குழு 3 : வெளஞ்சாலும் வெளையாட்டாலும் ஆத்தா பேரால ஒன் குடும்பத்துக்கு வருசத்துக்கு 5 மூட்டை நெல்.

பூ. குழு 2 : இன்னாரு மவன் இன்னாரு உடுமன் பறையன் இந்தச் சேதியிலே ஆத்தா மனுசுப்படி சாமியோட சாமியா ஆயிட்டான் அப்படின்னு கோயில் செவத்திலே கல்லில எழுதி ஒலகமறிய வெச்சிடுவோம்ல.

உடுமன் மனைவி : எஞ்சாமி...எஞ்சாமி...எஞ்சாமி..எஞ்சாமி

பூ. குழு : (சேர்ந்த குரலில்)... யேய் அபத்தம் பண்ணாதே. ஆத்தாவுக்குக் கோபம் வந்தா ஒன்னையும் பலிகேக்கும்.

உடுமன் : சாமிமார்களே! ஒரு சந்தேகம் கேக்கலாமா?

பெருந்தலை : பேஷா...கேளேன். (அமைதி நிலவுகிறது)

உடுமன் : ஆத்தாவுக்கு உயிர்ப்பலிதானே கொடுக்கணும்.

பெருந்தலை : ஆமா...

உடுமன் : சாதி வேறுபாடு இல்லாத நம்ம ஆத்தாவுக்கு ஆம்பள பொம்பளன்னு வேறுபாடு இருக்கா..

பெருந்தலை : (யோசித்து... உடுமன் மனைவியைப் பார்த்துவிட்டு...) அப்படி ஒன்னும் இல்லியே..ஆத்தாவுக்கு நரபலி, அம்புட்டுத்தான்.

உடுமன் : எனக்கு வர்ற பெருமை எம் பொண்டாட்டிக்குப் போகட்டும் சாமிமார்களே... எம்பொண்டாட்டிய ஆத்தாவுக்குப் பலி செஞ்சிடுங்களேன்.

அலி-நபர் : ஆம்பளைங்கல்லாம் சேர்ந்து இப்படி ஒரு பொம்பளையப் பலி செய்யப் பாக்கறீங்களே... பொம்பளைங்க என்ன பாவம் பண்ணுனாங்க... பறச்சாதியிலும், கேவலப்பட்ட சாதிய இந்தப் பெண் சாதி...பொம்பளைங்கள ஏந்தான் இப்படி கிள்ளுக்கீரையா நெனைச்சிருக்கீக. பெண் பாவம் உங்களைச் சும்மா விடாது.

பா. குழு : எந்தவகையிலும் பாவிகள் -
பெண்கள் எந்த வகையிலும் பாவிகள்
என்றுமே பலி ஆடுகள் - பெண்கள்
எங்குமே பலி ஆடுகள்
தந்தனா தன தந்தனா - தன
தந்தனா தன தந்தனா

உடுமன் மனைவி : (ஓங்கிய குரலில்)...மாட்டேன்...நான் சாக மாட்டேன். அம்மன் கோயிலுக்குள்ளே நாங்க நுழைய முடியுமா!

பூ. குழு : முடியவே முடியாது... மீறி நொழைஞ்சா பறையன் பலி ஆடுதான்.

உடுமன் மனைவி : காலங்காலமா ஒங்களுக்கு அடிமைப் பட்டுள்ள எங்க சாதியில மட்டுந்தான் ஒங்கசாமி பலி கேக்குதா?

பூ. குழு 2 : அபிஷ்டு... அபிஷ்டு... ஒங்கசாமி, எங்கசாமின்னு சாமி விசயத்தில பேதம் பண்ணக் கூடாதடி....

பூ. குழு 3 : உடுமன் பெண்டாட்டிக்கு என்ன புத்தி பேதலிச்சுடுச்சா...

உடுமன் மனைவி : இல்ல இப்பத்தான் புத்தி வந்திருக்கு

க. குழு : விலங்குகள்ள ஆடுகள்தான் அசந்த பிராணி. சாதிகள்ள பறையன் தான் அசந்த சாதி.

உடுமன் மனைவி : ஆமா... இப்பதான் எங்களுக்குப் புத்தி வந்திருக்கு.

பெருந்தலை : கொஞ்ச நேரம் வாயை மூடிண்டு சும்மாருங்கோ... சாமிக்கான காரியம் ஆகோணும். அவா அவா வாய்க்கு வந்ததெல்லாம் பேசுவாங்க...பெரியவா நாமதான் நிதானமா யோசிச்சு சாமிக் கேத்த முடிவு எடுக்கோணும். அவா பொம்மனாட்டி எதையாச்சும் ஒளருவா. நாமதான் இந்த மாதிரி நேரத்துல புத்தியோட செயல்படணும்.

க. குழு : கந்தனுக்குப் புத்தி கவட்டுக்குள்ளே
கந்தனுக்குப் புத்தி கவட்டுக்குள்ளே

பூ. குழு 2 : சரி...

எப்படியோ அம்மனோட கோபம் தீரணும். உடுமன் ஆனாலும் சரி. உடுமன் பொண்டாட்டி ஆனாலும் சரி. நரபலி ஒண்ணுதான்....

பூ. குழு 3 : அப்புறம் என்னப்பா யோசிக்கிறீங்க...?

பூ. குழு 2 : உடுமன் பறையன் பொண்டாட்டிய பலி பண்ணிட வேண்டியதுதான்.

பூ. குழு 3 : அவ சாமியாகப் போறாள்.

பூ. குழு 1	:	அவ இந்த ஊர்க்காவல் தெய்வமாகப் போறாள்.
உடுமன் மனைவி	:	எனக்கு எந்தச்சாமியும் வேணாம். நான் சாமியாகவும் வேணாம்...
பூ. குழு 2	:	அம்மனுக்கு ஆசையிருக்கே..
உடுமன் மனைவி	:	அம்மன் ஆசைக்கு நாங்கதான் கெடச்சமா? இல்ல நான்தான் கெடச்சனா?
க. குழு	:	அம்மன் ஆசைக்கு நாங்கதான் கெடச்சமா? இல்ல நான்தான் கெடச்சனா?
உடுமன் மனைவி	:	அம்மனுக்கு ஒங்க உயிருன்னா கசக்கும்மா? ஒங்க பெண்டாட்டிமார்களோட உசுருன்னா கசக்குமா?
க. குழு	:	அம்மனுக்கு ஒங்க உயிருன்னா கசக்குமா? ஒங்க பெண்டாட்டிமார்களோட உசுருன்னா கசக்குமா?
உடுமன் மனைவி	:	சாமி பலி கேக்குதா-இல்லே ஆசாமிகள் பலிகேக்குதுகளா?
		(ஆஹ்... ஆஹ்.... என உரத்த குரலில் கத்தியவாறு ஒருவன் ஓடிவருகிறான்... அம்மன் கையில் உள்ள சூலாயுதத்தை எடுத்த நிலையில் (உடுமன் மனைவியைச் சாமியாடி குத்தி கொலை செய்கிறான்)
பா. குழு	:	என்றுமே பலிஆடுகள் - பெண்கள் எங்குமே பலி ஆடுகள் எந்த நிலையிலும் பாவிகள்... பெண்கள் எந்த வகையிலும் பாவிகள்... தந்தனா தன தந்தனா தன தந்தனா தன தந்தனா தந்தனா தன தந்தனா தன் தந்தனா தன தந்தனா

பாட்டுக்குழு பாடி வருகிறது. குனிந்த நிலையில் இறந்துவிட்ட உடுமன் மனைவி அருகே வந்தமர்கின்றனர். பூணூல் குழுவினர் பயந்து ஒளிந்து பொய்முகங்களைக் கழற்றித் தேரில் முன்பிருந்த இடங்களில் பொருத்தி வைத்துவிட்டுச் சோக முகங்களுடன் நிற்கின்றனர். பறை ஒலி உரத்து வாசிக்க கட்டுண்டோர் தங்கள் கட்டுகளைப் பிரித்தெறிந்து விட்டுக் கோப முகங்களுடன் நிமிர்ந்து திசைகளில் நடக்கின்றனர்.

இறந்துள்ள பெண்ணைச் சுற்றி வட்ட வளையமாய்க் கட்டுண்டவர்கள் வந்து நிற்கத் தொடர்ந்து பெண்கள் வெளி வட்டத்தில் நிற்க....பின்னர்ப் பறை ஒலி உரத்து ஒலிப்பது கேட்ட நிலையில் பெண்கள் உள்வட்டத்திற்கு வரப் பறையர்கள் வெளிவட்டத்துக்கு வருகின்றனர்.

பெண்பாட்டுக்குழு : என்றுமே பலி ஆடுகள் - பெண்கள்
எங்குமே பலி ஆடுகள்
எந்த நிலையிலும் பாவிகள் - பெண்கள்
எந்த வகையிலும் பாவிகள் (தந்தனா)
தாலிகள் எங்கள் வேலிகள் - எந்தச்
சாதியிலும் பெண்கள் அடிமைகள்
குடும்பச் சுமையின் கைதிகள் - பெண்கள்
கூலி இல்லா அடிமைகள் (தந்தனா)
கோவிலில் பெண் தெய்வங்கள்...
குப்பைத் தொட்டியில் பெண் குழந்தைகள்
அவலங்கள் இங்குத் தொடர்வகை...
இன்னும்
பேருக்குத்தான் பெண் நிலை.

உரையாடல்

ஆனந்த் : ஒதுக்கித் தள்ளப்பட்டுள்ள இந்த மக்களுக்கு நீங்கள் சொல்லும் செய்தி என்ன?

அம்பேத்கர் : தீண்டத்தகாதவர்களாக ஆக்கப் பட்டிருக்கும் இந்த மக்களுக்குக் கூறுவ தெல்லாம் இது ஒன்றுதான்... சிங்கமாக இருங்கள்! இந்துக்கள் தங்களுக்கு அதிகாரம் வேண்டுமென்பதற்காகச் சாமிக்கு ஆடுகளைத்தான் பலியிடு கிறார்கள்... சிங்கங்களை அல்ல....!

* * *

(இந்த நாடகம் ஒரு கல்வெட்டுச் செய்தியின் அடிப் படையில் எழுதப்பட்டது. கல்வெட்டுச் செய்தியைத் தந்து உதவியவர் பொ.வேல்சாமி. இடையிடையே எடுத்தாளப் பட்டுள்ள டாக்டர் அம்பேத்கர்-முல்க்ராஜ் ஆனந்த் உரையாடல் ஆங்கிலத்திலிருந்து ரவிக்குமார் மொழிபெயர்த்தது.)

விமர்சனக் கட்டுரை
பலியாடுகள்

நவீனக் கலை வடிவம் என்றாலே அது அலுப்பூட்டுவதாகவும் புரியாததாகவும் இருக்க வேண்டும் என்ற ஒரு கருத்து நிலவுகிறது. உதாரணமாக ஒருவர் தேநீர் அருந்துவதையே ஒரு ஐந்து நிமிடம் காண்பித்துக்கொண்டிருப்பது! இந்த வகையில் நவீன நாடகங்களுக்கு இருக்கும் ஒரு பிரச்சினை-நாட்டார் கலை ஒன்றை அல்லது பலவற்றை கட்டாயமாக பயன்படுத்திக் கொண்டிருக்க வேண்டும் என்கிற விதி! இதன்படி, நடிகர்கள் பார்வையாளர்களுக்குப் புரியாத-ஒருக்கால் அவர்களுக்கும் புரியாத ஒரு கடுமையான மொழிபெயர்ப்பு தமிழில் பேசிக் கொண்டிருக்க, நான்கு ஐந்து நிமிடங்களுக்கு ஒரு முறை ஏதேனும் ஒரு நாட்டார் கலை சார்ந்த நடனம் ஒன்று-எல்லா நடிகர்களும் கைகளை கோர்த்துக்கொண்டு மேடையில் முன்னும் பின்னுமாக ஆடி வருதல் அல்லது மேடையைச் சுற்றிச் சுற்றி வருதல் என்பதாக நாடகம் முடியும் வரை வந்துகொண்டே யிருக்கும்.

இம்மாதிரியான பிரச்சினைகள் ஏதுமின்றி மிக இயல்பான எளிமையான ஆனால் எல்லா விதத்திலும் ஒரு நவீன நாடகம் என்று சொல்லக்கூடிய நாடகமாக இருந்தது பலியாடுகள். அறுபது நிமிடங்கள் நிகழ்த்தப்பட்ட இந்த நாடகத்தில் முதலில்

பத்து நிமிடங்கள் உடல் அரங்கு (Body Theatre) தொடர்புடைய நிகழ்வுகள் உடலை மையப்படுத்தும் இந்த நாடகத்தின் அடிப் படைக் கருத்தோடு மிகவும் தொடர்புடையதாக இருந்தது. இந்த உடல் அசைவுகள் குரூ அரங்கு சார்ந்த நாடகமொன்று நிகழப் போவதை முன்கூட்டியே அறிவிப்பதாய் அமைகின்றது. நாடக வெளிக்கும் (space) உடலுக்கும் இடையேயான இயங்கியல் செயல்பாட்டின் உக்கிரத்தை அடிப்படையாக கொண்டதே உடல் அரங்கம் மற்றும் சொற்களற்ற அரங்கம் (Non Verbal Theatre), அந்த உக்கிரத்துடன் பல நூறு ஆண்டுகளாக மனித உடலுக்கு நேர்ந்த அவலங்கள் உடல் அசைவுகள் மூலம்-பின்னணியில் ஒரு தீவிரமான இசையுடன்-பார்வையாளர் களுக்கு உணர்த்தப்படுகிறது. பின்னணியில் அம்பேத்கரும் முல்க்ராஜ் ஆனந்தும் உரையாடிக்கொண் டிருக்கிறார்கள். 1950-இல் மே மாதத்தில் ஒரு மாலைப் பொழுதில் பம்பாயில் உள்ள கஃப் பாரேட்டில் அம்பேத்கர் முல்க்ராஜ் ஆனந்துடன் நிகழ்த்திய உரையாடல் அது.

மாடு உரிப்பவர்களும், மலம் சுமப்பவர்களும், நிலத்தில் வேலை செய்பவர்களும், மலையின மக்களும்-பொதுவாக கைகளைக் கொண்டு உழைக்கும் அத்தனை பேருமே காட்டு மிராண்டிகளாகவும் ஒதுக்கித் தள்ளப்பட்டவர்களாகவும் முத்திரை குத்தப்பட்டார்கள். காலாகாலத்துக்கும் அடிமைப்படுத்தப் பட்டார்கள். ஐயாயிரம் ஆண்டுகள் முடிந்த பின்னும் நிலமை இன்னும் மோசமாகத்தான் ஆகியிருக்கிறது. அழுக்கை சுத்தப் படுத்தும் வேலையைச் செய்வதால் அவன் எப்பொழுதுமே அழுக்கானவனாக, அசுத்தமானவனாகக் கருதப்படுகிறான். ஒரு மிருகத்தைக் கூடத் தொடலாம். ஆனால் ஒரு தீண்டப்படாதவனை தொடக்கூடாது என்கிற நிலமை! என்று முல்க்ராஜ் ஆனந்திடம் சொல்கிறார் அம்பேத்கர்.

இந்த உரையாடலைக் காட்சி ரூபத்தில் மாற்றும் விதத்தில் நாடக நிகழ்வு தொடர்கிறது. ஒரு கல்வெட்டுக் குறிப்பை அடிப்படையாகக் கொண்டிருக்கிறது கதை. ஒரு கிராமத்தில்

ஓடாத தேர் ஓடுவதற்காக வேண்டிக் கடவுளுக்கு நரபலி கொடுக்கிறார்கள். பலியிடப்படுவது தாழ்த்தப்பட்ட சாதியைச் சேர்ந்த ஒருவன். இதுதான் கல்வெட்டுக்குச் செய்தி. இதை அடிப்படையாகக் கொண்டு நாடகம் நிகழ்த்தப்படுகிறது.

நரபலி வேண்டுமென்று சாமியாடியின் மூலம் கடவுள் கேட்கிறது. வெறியுடன் ஓடும் சாமியாடியின் ஆட்டம் முடிந்ததும் நரபலியின் தேவையைப் பற்றி அவன் பேச ஆரம்பிக்கிறான். உடனே அதுவரை அடித்து வந்த பறையும் மேளமும் நிற்கின்றன. பேசிக்கொண்டிருக்கும் போதே திடீரென்று பேச்சை நிறுத்திவிட்டு 'அடிங்கடா' என்று பறை, மேளம் அடிப்பவர்களைக் கத்துகிறான். பிறகு சாமியாட்டம் தொடர்கிறது. ஒரு கட்டத்தில் 'நிறுத்துங்கடா' என்று கத்திவிட்டுத் தொடர்ந்து பேச ஆரம்பிக்கிறான். இப்படியே 'அடிங்கடா' 'நிறுத்துங்கடா' என்று மாற்றி மாற்றிச் சொல்வது ஒரு சோகமான நிகழ்வையே கிண்டலாக (Parody) மாற்றி விடுகிறது. இதே ரீதியில் சோகத்தை (Parody)யாக மாற்றுவதும், Parody சோகமாக மாறுவதும் நாடகம் முழுவதும் தொடர்ந்து நிகழ்ந்து கொண்டிருக்கிறது.

சின்னாண்டி என்கிற ஒருவனைப் பலியிடலாம் என்று முடிவு செய்யப்படுகிறது. அவன் கதறி அழுகிறான். அவன் மனைவியும் வந்து புலம்புகிறாள். இந்த இருவரையும் அந்த ஊரில் உள்ள ஒரு அலி ஊரை விட்டுத் தப்பித்துப் போகச் செய்து விடுகிறார். தேர் ஓடுவதற்காகக் கடவுளுக்குத் தரப்படும் பலிதானே தவிர நாம் என்ன அவனைக் கொல்லவா போகிறோம்? என்பதாக மேல் சாதிக்காரர்களெல்லாம் பலியை நியாயப்படுத்திக் கொண்டிருந்த நிலையில் ஒரு அலி இவர்களை தப்பிக்கச் சொல்வதன் காரணம் நாடகத்தில் முடிவில் விளங்குகிறது.

பலி ஆள் தப்பித்து விட்டதால் வேறு ஒருவன் தாழ்த்தப் பட்ட சாதியைச் சேர்ந்தவன் தான்-பலிக்கு தேர்ந்தெடுக்கப் படுகிறான். அவனும் கதறி அழுகிறான். சாமிக்குதான் ஆண்

பெண் என்கிற வேறுபாடெல்லாம் கிடையாதே.என் மனைவியைப் பலியிடுங்கள் என்று கேட்டுக்கொள்கிறான். மனைவி வந்து கதறுகிறாள்.

இடையிடையே மேடை நிகழ்வு இருளில் உரைப் பின்னணியிலிருந்து அம்பேத்கர்-முல்க்ராஜ் ஆனந்த் உரையாடல் தொடங்குகிறது. அந்த உரையாடலுக்கும் காட்சி நிகழ்வுக்கும் இடையேயான பொருத்தம் ஆச்சரியம் கொள்ளச் செய்வதாய் இருக்கிறது. அமைப்பியல் கூறும் Intertextuality கதைக்குள் கதை, நாடகத்துள் நாடகம், மற்றும் வாசித்தல் என்கிற விஷயம் நிகழ்த்துதல் என்பதாக மாறும் தன்மை என்றெல்லாம் பல வித சாத்தியக் கூறுகளைத் தருவதாக ஒரு பன்முகத் தன்மையை நாடகம் இதற்குள் சாதித்து விடுகிறது.

நடப்பதெல்லாம் நாடகம் இல்லை-வரலாறு என்பதாகவும், காலம் (Time) நிகழ்காலத்தில் நின்று கொண்டிருக்க, வெளி பின்னோக்கிச் சென்று வரலாறு முழுமையும், வரலாற்றின் இருண்மைகளையும், மௌனங்களையும் உடைப்பதாக அர்த்த மாகிறது. தொப்பூழ்க் கொடியாக அந்த மனிதர்களின் உடலில் கிடக்கும் வைக்கோற் பிரியை ஒரு கட்டத்தில் அவர்கள் பார்வை யாளர் பகுதியில் கொண்டு வந்து கிடத்தும் பொழுது ஐயாயிரம் ஆண்டுகளாக அடிமைப் படுத்தப்பட்டிருக்கும் அவர்களின் உடல்களாகவே அவை மாறி விடுகின்றன. வைக்கோற் பிரிகளாக அவர்கள் தங்கள் உடலையே பார்வையாளர்களிடம் கிடத்து கிறார்கள்.

இறுதியில் பெண் பலியிடப்படும் காட்சி, முதலில் அவள் கதறி அழுகிறாள், பிறகு எதிர்த்துப் போராடுகிறாள். ஆனால் அவளை ஓட ஓட விரட்டிப் பூசாரி சூலாயுதத்தால் குத்த அவள் அலறிச் சாகிறாள். அவள் உடலைச் சுற்றி அனைவரும் அழுகையோடு நிற்கிறார்கள். ஒளி மங்குகிறது. அப்போது கூட்டத்திலிருந்து அலி மட்டும் முன்னே வந்து இத்தனை நாள் கடவுள் படைப்பிலேயே மட்டமானது பறைச் சாதி தான் என்று

நினைத்துக்கொண்டிருந்தேன். இப்போதுதான் பறையனை விட பறைச்சி மட்டமானவள் என்று தெரிகிறது என்று கூறி அழுகிறார்..

இந்த இடத்தில்தான் நாடகத்தின் அத்தனை சொல்லாடல்களையும் வேறொரு சொல்லாடல் (discourse) வந்து கட்டுடைப்பைச் (deconstruct) செய்கிறது. பிரதிக்குள் பிரதி (text within the text) என்பது இங்குத் தன் இயங்கியல் செயல்பாட்டை நிகழ்த்துகிறது. வேறு வார்த்தைகளில் சொன்னால் தலித் பிரச்சினையைப் பேச வந்ததாகத் துவங்கும் நாடகம், தன் போக்கில் பெண் நிலைவாதம் பேசுவதாக மாறிப் பிறகு இறுதியில் விளிம்பு நிலையில் வாழும் மனிதப்பகுதியையும் (marginal sector) விலக்கப்பட்ட பகுதியையும் பேசுவதாக நாடகம் இறுதியிலிருந்து மறுபடியும் துவங்குகிறது. ஆக உண்மையில் நாடகம் முடியும் போதுதான் நாடகம் துவங்குவதாக அர்த்தமாகிறது. இயங்கியல் ரீதியான சொல்லாடலைப் பார்வையாளர்களுக்குள் துவக்குவதற்காகவே இந்த 45 நிமிட நிகழ்வுகளும் நகர்த்தப் பட்டிருக்கின்றன என்று புரிகிறது.

இன்றைக்குப் பெண் நிலைவாதம் தொடர்பான விவாதங்களில் மிக முக்கியமான பெயர்களாகக் குறிப்பிடப்படுவது Helen cixous மற்றும் Luce Iriguarady என்ற இருவர், இந்த இருவரும் பெண் நிலைவாதத்தை bisexuality என்ற தளத்துக்கு நகர்த்தியிருக்கிறார்கள். ஒரு ஆண் தன்னை ஆணாகவும் பெண்ணாகவும், ஒரு பெண் தன்னைப் பெண்ணாகவும் ஆணாகவும் உணர்கிற ஒரு நிலையை இவர்கள் பேசுகிறார்கள். இந்த நாடகத்தில் அலியின் சொல்லாடலில் பெண் நிலைவாதம் என்பது bisexuality யாக மாறிப் போகிறது.

நாடகத்தின் பல கட்டங்களில் ரெம்ப்ராண்ட்டின் ஓவியத்தை நினைவூட்டுவதாக இருந்த ஒளியமைப்பைப் பற்றிக் குறிப்பிட்டாக வேண்டும். பாண்டிச்சேரி பல்கலைக் கழகத்தின் சங்கரதாஸ் சுவாமிகள் நாடகப் பள்ளியில் பயின்றுகொண்டிருக்கும் மாணவரான பால சரவணனின் ஒளியமைப்பு

இந்நாடகத்தைக் காலம்-வெளி-உடல் என்கிற முப்பரிமாண அளவில் செயல்படவைத்த முக்கிய காரணிகளுள் ஒன்று.

மொத்தத்தில் டாக்டர் கே.ஏ.குணசேகரன் இயக்கிய பலி யாடுகள் என்ற இந்த நாடகம் தமிழ் நாடக உலகில் ஒரு திருப்புமுனையாக இருக்கலாம் என்று தோன்றுகிறது.

சாரு நிவேதிதா
நன்றி : சுபமங்களா

Scapegoats has been translated by Dr.S.Armstrong Prof.&Head, English Department, Madras University and it will be published by orient block Swarn in 2013, Chennai.

13. அறிகுறி

ஒரு கிடுகட்டி, 3 வட்டத்தப்பு கொண்ட பறைகொட்டும் குழு நிற்கிறது. மேடையில் இக்குழுவே பாட்டுக் குழுவாகவும், பறைகொட்டும் குழுவாகவும் அமைகிறது. அந்தந்த வட்டாரங்களுக்கேற்ப உள்ள பறைக் குழுவினரைப் பயன்படுத்தலாம். பாட்டுக்குழு தனியே தயார் செய்தும் அமர்த்திக் கொள்ளலாம். இக்குழுவினர் துணியில் தைத்தத் தொள தொள டிரவுசர் ஒன்று மட்டும் அணிந்துள்ளனர். தேவையெனில் இக்குழு தம் கால்களில் கால்மணிக் கச்சம் கட்டிக்கொண்டு சிறு சிறு காலடி வைப்பு முறைகளை நின்ற இடத்திலேயே நிகழ்த்தலாம்.

பஞ்சாயத்து நடைபெறவுள்ள அமைப்பு உள்ளது. ஒரு திண்டு 3 பேர் அமர்வதானது. இத்திண்டு ஒரு மரத்தடியில் அமைந்துள்ளது. திண்டுக்கு எதிரே வேட்டி கட்டிய கருத்தமேனிக்காரர் ஒருவர் கட்டப்பட்டுள்ளார்.

மேடையின் ஒருபுறம் நின்றுபாடும் இப்பாட்டுக்குழு திண்டுதனைப் பயன்படுத்திக் கொள்ளலாம். கட்டப்பட்டுள்ள நபரைச் சுற்றியோ, பக்கமோ வந்து சுட்டிக்காட்டியவாறும் பாடலாம். பறை கொட்டலாம். தலைப்பாகை கட்டிப் பாடும் இக்குழுவினர் அவ்வப்போது கைகளை நீட்டியும், தலைகளை ஆட்டிக்கொண்டும் பின்பாட்டுப் பாடிக்கொண்டும் சுதந்திரமாகச் செயல்பட வேண்டும். மாடு போலி உருவம் மேடையின் பின்னே உறைந்த நிலையில் அமர்த்தப்பட்டிருக்க வேண்டும்.

பாட்டுக்குழு : அய்யோ !
நீதி வரும் என்று சொல்லிப்
பார்த்திருந்தோம் பலநாளு

பறை : சஞ்சனக்குஞ் சனக் சக்
சாதிப்போம் தேசமடா
சண்டாளர் ஆனோம்டா

பறை : சஞ்சனக்குஞ் சனக் சக்

பா. குழு : மாட்டோட மூத்திரத்தை
மடக்கினு குடிச்சவுங்க (சஞ்சனக்)
மனுசரோட ஆத்திரத்தை
மண்ணாக்கிப் போட்டவுங்க

பறை : சஞ்சனக்குஞ் சனக் சக்

பா.குழு : பறையன்னு சொன்னாக்கா
பாவம்னு தள்ளினாக (சஞ்சனக்)
பாடுபட்ட பொருளமட்டும்
வேணுமின்னு சொன்னாக

பறை : சஞ்சனக்குஞ் சனக் சக்

பா. குழு : ஆடு மாடு மேய்ச்சவுங்க
அதிகாரம் பண்ணுவாக - நம்மள
(சஞ்சனக்)
ஆடுமாடு தின்ன வச்சார்
அடங்கியே வாழ வச்சார்
சஞ்சனக்குஞ் சனக் சக்
கூலிபேசக் கூடாதென்றார்
குடுத்ததை வாங்கச் சொன்னார்-
நம்ம (சஞ்சனக்)
குடியிருப்பை ஒதுக்கிவச்சார்
கூடாத தீட்டு வச்சார்
சஞ்சனக்குஞ் சனக் சனக்
சஞ்சனக்குஞ் சனக் சனக்
சஞ்சனக் சஞ்சனக்
சஞ்சனக் சக் சக் சக்

பா.குழு : நாலு வர்ணம் என்று சொன்னார்
நாம அதில் இல்லையென்றார் (சஞ்)

நாய்ப் பொறப்பு நாம என்றார்
நாதியத்த சாதி என்றார்

பறை : சஞ்சனக்குஞ் சனக் சக்

பா. குழு : சூது வாது இல்லைய்யா
சாதி கெட்ட சாதியிலே - (சஞ்ச)
நீதி கிட்ட வில்லையம்மா
நீதி கிட்ட வில்லையம்மா

பறை : சஞ்சனக்குஞ் சனக் சக்

பா.குழு : மனுதர்மம் பேசுறாங்க
மங்கலம் பாடுறாங்க-நாங்க
(சஞ்சன)
அமங்கலம் பாடிவாறோம்
ஆதரிப்போர் அவையோரே
சஞ்சனக்குஞ் சனக் சனக்
சஞ்சனக்குஞ் சனக் சனக்
சஞ்சனக் சஞ்சனக்
சஞ்சனக் சனக் சனக் சக்
சனக் சனக் சக்.

பா.குழு ஒருவர் : பஞ்சாயத்து நடக்கப் போவுது. பஞ்சாயத்தார், நாட்டாண்மைக்காரவுங்க... டேய் தலைப்பாக்கட்டை அவுருங்கடோய் (அனைவரும் தலைப்பாகையை அவிழ்த்து இடுப்பிலும் கை இடுக்குக்குள்ளும் வைத்துக் கொள்கின்றனர்.)

நாட்டாண்மைக்காரர் வருவதைப் பார்த்துச் சாமியை வணங்குவதுபோல் மண்டியிட்டு வணங்குகின்றனர்.

அனைவரும் : கும்புடுறோம் சாமியோவ் ஊராரக்
கும்பிடுறோமுங்க ஆண்டைமார்களே.

அனைவரும் வந்து அவரவர் இருக்கைகளில் (திண்டு) அமரும்வரை பறைக்குழு வணக்கம் தொடர்கிறது. நாட்டாண் மைக்காரர் பஞ்சாயத்து நடக்குமிடத்தை அமர்ந்த

இடத்திலேயே நோட்டம் விடுகிறார். அவரது பார்வை கம்பத்தில் கட்டப்பட்டு நிற்கும் பறையன் மேல் படுகிறது. பறைக்குழு கம்பத்தில் கட்டப்பட்டுள்ள இடத்தருகே கைகட்டி ஓரமாய் நிற்பது நல்லது. கட்டப்பட்டுள்ள நபரின் கழுத்தில் சிலுவை மாலை (சிறிய கயிறு) தொங்குகிறது. நடிகர்கள் கிடைக்கும் வாய்ப்பைப் பொறுத்து நாட்டாண்மைக்காரர், பஞ்சாயத்தார் எண்ணிக்கைகளைக் கூட்டலாம், குறைக்கலாம். கட்டப்பட்டுள்ள சிலுவைக் காரரின் பார்வை இப்போது ஊராரைப் பார்த்து உள்ளது.

நாட்டாண்மை: அப்புறம் என்னப்பா எல்லாப்பேரும் வந்தாச்சுல.

அய்யர் : (வேகமான நடையில் வந்து) வந்துட்டேன், வந்துட்டேன், ஸ்நானம் பண்ணிட்டு வரக் கொஞ்சம் நேரமாயிட்டது.

நபர் 1 : பஞ்சாயத்து என்னத்துக்குக் கூடியிருக்கு விபரம் சொல்லுங்க நாட்டாண்மை.

நபர் 2 : அந்தா கட்டப்பட்டு நிக்கறானே... அவன்

அய்யர் : நம்மூருப் பறப்பயதானே.... இவன்

நபர் 2 : நம்மூருப் பறையன்தான். பேரு ‘லூசு’

நாட்டாண்மை: (நக்கலாய்...) லூசுன்னே பேரு வச்சிருக்கானுங்களா?

நபர் 1 : ‘லூர்துசாமி’ன்னு பறப்பயலுக நல்லபேரு வெச்சா... நாம அப்படியே கூப்பிடுர முடியுமா? அழகன்னு பேருவச்சா கருப்பான்னுதானே நாம கூப்பிடுறோம். பேரு வைக்கறதுல கூட இப்ப வரவரப் பள்ளு பறைகளுக்குக் கொழுப்பு ரொம்பக் கூடிப்போச்சு. நாம அவனுகள அப்படியே கூப்பிட் டோமின்னா அப்புறம் நாமல்லாம் வேட்டி கீட்டி கட்டுறதா... இல்லே....

அய்யர் : ஏசு சாமின்னு மதம் மாறிட்டா மட்டும் பறச் சாதிங்கறது போயிடாதுடா. பரலோகத்தில் ஒஞ்சாமீ இருந்தாலும் பறச்சாதியிலேதான் நீ இருந்திண்டிருக்கே அத மொதல்ல மறந்துடாதே.

நபர் 2 : ஏண்டா கோவணம் கட்டின பயகள்லாம் இன்னக்கி கெரண்டக்காலு வரைக்கும் வெள்ள வேட்டி கட்டுனதுனால வந்த திமிர்டா. இந்தப் பறப்பயலுக்கு என்ன கொழுப்புன்னு பாருங்க... நம்ம ராமகிருஷ்ணன் அய்யரு சம்சாரம் ஒன்னுக்கிருக்க அவுங்க வீட்டுக் கொல்லப் பக்கம் ஒதுங்கி யிருக்காங்க... அந்த நேரம் பார்த்து இந்தப் பறநாயி அந்தப் பக்கமா போயிருக்கான்.

நபர் 1 : பறையடிக்கிற பயகள்லாம் பள்ளிக்கூடம் போயி நாலு எழுத்துக் கத்துக்கிட்டானு களாம்... அதுதான் இப்படி பண்ணச் சொல்லுது...

அய்யர் : செத்த மாடு தூக்குற பயகளப்போயி பள்ளிக் கூடத்திலே வாத்தியான் வேலைக்குக் கூப்பிட்டா இதுவுஞ் செய்வானுக இதுக்கு மேலேயும் செய்வானுக.

வாத்தியார்
கட்டுண்ட பறை : சாமிமார்களே! ஏசுசாமி மேலே சத்தியமாச் சொல்றேன். அய்யர் அம்மா அந்தப் பக்கம் வந்தது எனக்குத் தெரியாது. நான் அவுங்களப் பாக்கவே இல்ல.. நான் பள்ளிக்கூடம் முடிச் சிட்டுக் குறுக்குப் பாதையிலே வீடுபோயிச் சேரலாம்னு வேகமாப் போனேன். வேற ஒன்னும் எனக்குத் தெரியாதுங்க... அய்யா, நான் வாத்தியார் வேலைக்கு வேட்டிக்கட்டிப் போறதைக்கண்டு பொறுக்கமாட்டாமத் தான் இப்படி என்மேலே பழி போட்டுருக் காங்க. நாட்டாண்மைக்காரங்களே...

நபர் 1 : நாய்களே... நீங்கள்ளாம் பேச நாங்கள்ளாம் கேட்டுக்கிட்டு இருக்கிற அளவுக்கு நாடு கெட்டுப் போச்சுடா (எனச் சொல்லிக் கொண்டே கட்டுண்ட பறைவாத்தியாரின் பேச்சை மேலும் பேசவிடாமல் தடுக்கும் பொருட்டுத்தாவிச்சென்று ஒரு மிதி மிதிக்கிறார்.) (அம்மா! என அலறியவாறு வாத்தியார் துடிக்கிறார்).

அய்யர் : (வாத்தியார் பக்கம் கிடக்கும் சாட்டையை எடுத்து அய்யர் வாத்தியாரை ஒரு அடி அடிக்கிறார்) சரிங்கப்பா இனி அக்ரகாரத்து ஆம்படையாளுகள்லாம் வந்து சாட்டையடி கொடுக்கலாம்.

வாத்தியாரின் அலறல் சப்தமும், சாட்டை யடியும் தொடர்ந்து கேட்கின்றன. பாட்டுக் குழு இந்நிகழ்வைப் பார்வையாளர்களிட மிருந்து மறைத்தவாறு அமையப் படர்ந்து நின்று பாடுகின்றனர்.

பா. குழு : அய்யய்யோ!
பச்சை பச்சை ஒடம்பாம்
சாட்டை அடிப்படுகளாம் (சஞ்சனக்)
பாதரவப் பாத்தவுக
பாவமின்னு சொல்லலியே

பறை : சஞ்சன்குஞ் சனக் சக்

பா. குழு : பொல்லாப்பு சொன்னவுக
பொய்வார்த்தை சொன்னவுக (சஞ்ச)
மனுசன்னு பாக்கலியே
மனமிறக்கம் கொள்ளலியே!

பறை : சஞ்சனக்குஞ் சனக் சக்

பா. குழு : நீலப் பளிங்கு அய்யா
நீதியெல்லாம் சாதி அய்யா (சஞ்சனக்)
பாலடஞ்ச தேசத்திலே
பட்டிருச்சோ தீ நாக்கு

பறை	: சஞ்சனக்குஞ் சனக் சக்
	சஞ்சனக்குஞ் சனக் சனக்
	சஞ்சனக் சஞ்சனக்
	சஞ்சனக் சனக் சனக் சக்
	சனக் சனக் சக்
பா. குழு	: நின்னாக் குத்தமென்பார்
	நிமிர்ந்தா குத்தமென்பார் (சஞ்ச)
	பலசாதிச் சீமையிலே
	பலநாளா தொல்லதானே
பறை	: சஞ்சனக் சனக் சனக் சக்
பா. குழு	: பார்த்தாலே தீட்டு என்பார்
	தொட்டாலே தீட்டு என்பார்
	(சஞ்சனக்) பறையன் காத்து
	பட்டாலே தீட்டு என்பார் - பறையனப்
	பாத்தாலே தோசமென்பார்
பறை	: சஞ்சனக்குஞ் சனக் சனக் சக்
பா. குழு	: மேல்சாதி கீழ்ச்சாதி
	மேலக்குடி கீழக்குடி - இந்த
	(சஞ்சனக்)
	உருப்படாத தேசத்திலே - பள்ளுபறை
	ஊருக்கொரு தீட்டானோம்
பறை	: சஞ்சனக்குஞ் சனக் சக்
	சஞ்சனக்குஞ் சனக் சனக்
	சஞ்சனக் சஞ்சனக்
	சஞ்சனக் சனக் சனக் சக்
	சனக் சனக் சக்

(ஆடு மேய்ப்பவன் தன் ஆடுகளுடனும் தன் தோளில் நீண்ட வாங்கருவாள் (சோறடு) ஒன்றுடனும் தன் உடன் வரும் தன் ஆடு களுக்கு ஏதாவது கொய்து போடப் பச்சை இலை தழைகள் ஏதாவது கண்ணில் படுமோ எனக்கவனித்துக் கொண்டு நடந்து வருகிறான்.) குடிசை அமைப்பு மாடு போலி உருவம் காட்சியில் இடம் பெற்றிருக்க வேண்டும்.

ஆட்டுக்காரன் : தை... தை... ட்ரிய்யோ... ட்ரிய்யோ... ஆமா வரும்போதே அங்கே என்ன மசுறா இருக்கு... ஏ மூளி ஆடு செமய்யா எங்கிட்ட அடி வாங்கப் போற... ஒழுங்காப் போ... வெட்டியா அடிவாங்காதே...

(எதிர்பார்த்தது கிடைத்து விட்ட மகிழ்ச்சியில்)

ம்பா... பா... பா... என்கிறான். ஆடுகள் அவனைச் சுற்றி ஆவலுடன் நெருங்கி நிற் கின்றன. ஒரு குடிசை அருகே வளர்ந்து நிற்கும் முருங்கை மரம். அதில் பழைய ஒரு செருப்பும், பிய்ந்து போயுள்ள ஒரு வெளக்குமாறும் (துடைப்பம்) கட்டித் தொங்க விடப் பட்டுள்ளன. அவனை அவமானப்படுத்தி விட்டதாக எண்ணி ஆத்திரம் கொள்கிறான்.

ஆட்டுக்காரன் : பிஞ்ச வெளக்குமாத்தையும், பழைய செருப் பையும் கட்டி வச்சிருக்கான் பறையன். நம்மூருலே ரெண்டே ரெண்டு பறப்பய குடும்பம்தான் இருக்கு. மத்தசனம் பூரா வேறஜாதி. இந்தச் செருப்பும் வெளக்கு மாறும் என்னையத் தொட்டுருமா... இல்ல இந்த ஊர்ல உள்ள வேற எந்தச் சாதியை யாவது தொட்டுருமான்னு பாத்துட வேண்டியது தான்... (என்று கோபத்துடன் வாங்கருவாளைக் கொண்டு கொப்பு கொளைகள் அனைத் தையும் கொய்து ஆடுகளுக்குப் போடுகிறான். ஆங்காங்கே தொங்கும் முருங்கைக் காய் களையும் அறுத்துப் போடுகிறான். கீழே விழுந்த முருங்கைக் காய்களைப் பொறுக்கி எடுத்துக்கொண்டு ஆடுகளை அகட்டிக் கூட்டிச் செல்கிறான்.)

ஆட்டுக்காரன் : காணாததக் கண்டது மாதிரி ஈனப்பய ஆடுக மேயுதுக..ப்பா..ப்பா.. அதுதான் திண்டாச்சுல. வந்து தொலைங்க... ஊராம்புட்டு நெய்யே எம்பொண்டாட்டி கையே... தை... தை...

ட்ரிய்யோ... ட்ரிய்யோ... (ஆடுகள் பின் தொடருகின்றன. ஆட்டுக்காரன் பாட்டுப் பாடிச் சொல்கிறான்)

அடி ! ஊருக்கு ஒரு கெணராம்
ஒருத்தி மக கருத்தவளாம்-இந்த
கருத்தப் புள்ள கூட நானும்
சேருவது எந்த வெதம்
சேருவதும் எந்த வெதம்
தை..தை..ட்ரிய்யோ

(பறை மட்டும் வாசிக்கப்படுகிறது)
சஞ்சனக்குஞ் சனக் சக்
சஞ்சனக்குஞ் சனக் சனக்
சனக் சனக் சக்
சனக் சனக் சக்

குடிசைக்காரி : ஆத்திரப்பட்ட குரலில் - அடே எடுபட்ட பயகா... ஏழூரு நக்கிப் பயலே... இப்படி கொம்பும், கொளையுமா, பூவும் பிஞ்சுமா நின்ன முருங்க மரத்தை மொட்டையடிச் சுட்டுப்போயிட்டானே... அடே சின்னச் சாதிப்பயலே - எம்பூட்டு முருங்க மரத்தை மொட்டையடிச்ச ஈனப்பயமட்டும் இப்போ எங்கையில கெடச்சான் அவன் மசுரப் புடுங்கிக் கயிறு திரிச்சு அவன அந்தக் கயித்திலேயே தொங்கப் போட்டுருவேன். அவன் கைய வெட்டி அடுப்புல வைக்க. (மண்ணை வாரி இறைத்தவளாய்... அயர்ந்த குரலில்...)

ஒப்பாரி : சனிக்கெழமச் சந்தையிலே (சஞ்சன)
சட்டுமுட்டுச் சரக்கு வாங்க (சஞ்சன)
இந்தச் சண்டாளி
கணக்கோட வச்சிருந்தேன்-
சண்டாளி
கணக்கோட வச்சிருந்தேன்

பறை : சஞ்சனக்குஞ் சனக் சக்

கோப வசனம் : காயப் பறிச்சவன்
காணாமல் போயிடணும்
கட்டையிலே போயிடணும்

பா. குழு : தர்மம் தறி கெட்டதென்ன
தரித்திரங்கள் வந்ததென்ன
சாதிப்போம் சபைதனிலே-நமக்கு
நீதிபோன மாயமென்ன..
பட்டமரம் நிழலில்லே
ஒத்தமரம் என்றானோம்
பக்கமரம் இல்லாம-நாம
பதவி கொலையலாமா
நெருஞ்சிப் பூப்பூக்கும்
நெஞ்சுக்குள்ளே காய்காய்க்கும்
நெஞ்சவிட்டுச் சொல்லலாமா
நெஞ்சுருகி நிக்கலாமா
சஞ்சனக்குஞ் சனக்
தீண்டாமை தேசத்திலே நாங்க
திசைக்கொரு வகையானோம்
சஞ்சனக்கஞ் சனக்
உடலாலே தீட்டுவச்சார்-இப்ப
கருத்தாலே தீட்டு வச்சார்
சஞ்சனக்குஞ் சனக்
சனக் சனக் சக்

கல்லூரி விடுதியறையில் மேஜை நாற்காலிகள் உள்ளன. பின்னணியில் போலி மாட்டுத் தலை இருக்க வேண்டும். மாணவர்கள் சிலர் கூடியிருக்க ஒருமாணவர் கையில் ஒரு கடிதத்தை எடுத்துக் கொண்டு ஓடிவந்து மற்றொரு மாணவரின் காதுக்குள் கிசு கிசுக்கிறார். மாணவக் குழாமில் வேறொருவன் அதட்டிய குரலில்...

மாணவன் 1 : டேய் என்னடா கையிலே கடிதத்தை வச்சிக்கிட்டுக் காதுல கிசு கிசுக்கிறே... என்ன லவ் லெட்டரா... யாருக்கு வந்தது... படிச்சுப் பாத்துறவேண்டியதுதான். குடுடா அதை.

(சொல்லியவாறு கையிலுள்ள கடிதத்தைத் தட்டிப் பறித்து விடுகிறான்.)

டேய் எல்லாப்பேரும் கேளுங்கடா (சப்தமாக) முனியன்-பஸ்ட் இயர் பி.எஸ்.சி. சூவாலஜி கவர்ன்மெண்ட் ஹாஸ்டல். அடடே நம்ம எஸ்சி கேன்டிடேட் முனியன் சாருக்கு வந்திருக்கிற கடிதம்.

மாணவன் 2 : *டே டேய்... அடுத்தவன் கடிதத்தைப் படிக்கிறது தப்புடா... வேணாம்டா...*

மாணவன் 1 : *சார் என்ன எஸ்சிப் பயலுக்கு வக்காலத்து வாங்குறாரு..*

மாணவன் 2 : *எஸ்.சி என்ன பி.சி என்ன இன்னொருத்தவங்க கடிதத்தை படிக்கக் கூடாதுடா.*

மாணவன் 3 : *தலைவரே! நீங்க படிங்க... சத்தமா ஒரு மூடுக்கு வந்தாச்சு... இனி நிறுத்தறது பாவம்... படிங்க தலைவரே*

மாணவன் : *(படிக்கிறான்) முனியசாமி துணை.*

(பலமாக அனைவரும் சிரிக்கின்றனர்) எங்கண்ணுக்குள்ளே எப்பவும் நிக்கற முனியா நீ நல்லாயிருக்கிறயா..

மாணவன் 3 : *விவோக் டைப்பில ஒரு மாதிரி காதல் கடிதம்டா..இந்த மாதிரிக் காதல் கடிதத்தை நான் படிச்சதே இல்ல. மேலே படி...*

இந்த மாசம் ஒனக்குச் செலவுக்குப் பணம் அனுப்பலாம்னு... (தாழ்ந்த குரலில்) நெனச் சிருந்தேன். எந்த வட்டமும் இல்லாம இந்த வட்டம் நம்ம முருங்க மரத்தில நெறைய்யா முருங்கக்காய் வளர்ந்து இருந்துச்சு. இதவித்து ஒனக்குச் செலவுக்கு பணம் கொண்டுகிட்டு நேர பஸ் ஏறிவந்து ஒன் மொகத்தையும் ஒரு தரம் பார்த்துட்டு திரும்பிடலாம்னு இருந் தேன். இதப்பார்க்கப் பொறுக்காத நம்மூர் மேல்சாதிக்காரங்க பூவும் காயுமா கொப்பும்

கொளையுமா நின்ன மரத்தைத் தாறுமாறு பண்ணி ஆடு மாடுகளுக்கு வெட்டிப் போட்டுட்டானுக....ஒங்க அப்பா உசுரோட இருந்திருந்தா ஊருல பஞ்சாயம் வச்சி ஏதாவது நாயம் கேட்கலாம்... நான் என்ன பண்ணுவேன்... தலைவிதின்னு விட்டுட்டேன். வாயக்கட்டி, வயித்தக்கட்டி பொழக்கிற இந்த கைம்பெண்டாட்டி பாவம் அவனுகளச் சும்மா விடாது. நீ நல்லாப் படிச்சு ஒரு அரசாங்க வேலைக்கு வந்துட்டா நா நிம்மதியா கண்ணை மூடிருவேன். அடுத்த மாதம் ஏதாச்சம் பணங்காசு ஒனக்கு அனுப்பி வைக்கிறேன்.

இப்படிக்கு
ஒன் அம்மா
அஞ்சலை

மாணவன் 3 : போயும் போயும் இந்தக் கடிதத்தை எடுத்துக் கிட்டு வந்தானே இவனத்தான் சொல்லணும். தலைவரே அதக்கிழிச்சுப் போடுங்க அங்கிட்டு.

மாணவன் 2 : டேய் நான்தான் அப்பவே சொன்னேன்ல்ல அதப்படிச்சாச்சுல... திரும்ப ஒட்டிக்கொண்டு போயி நானே முனியன் கிட்டே குடுத்துடறேன்... குடுடா...

மாணவன் 1 : தலைவரே இங்க குடுங்க நான் கிழிச்சுப் போடுறேன். (பிடுங்கியவாறு) என்னுடைய எதிர்பார்ப்பையே வீணாக்குன இந்தக் கடிதத்தை... (கிழித்து விடுகிறான்)

முனியன் அந்தப் பக்கம் வருகிறான். மாணவர் குழாம் மௌனம் சாதிக்கிறது. அதில் ஒருவன்...

மாணவன் 4 : வாங்க மிஸ்டர் முனியன் பஸ்ட் இயர் பி.எஸ்.ஸி சூவாலஜி. மெஸ்ல இருந்து இப்பத்தான் வாறீங்களா...

முனியன் : ஆமா...

மாணவன் 5	:	இவ்வளவு நேரமா மெஸ்ஸிலே.....
மாணவன் 4	:	டேய் முனியன் சார் வீட்டுல இந்த மாதிரியா சாப்பாடு கிடைக்கும். மிஞ்சி மிஞ்சிப் போனா கூழோ கஞ்சியோதான் சார் வீட்டில கிடைக்கும்.
மாணவன் 5	:	பந்திக்குமுந்தணும் படைக்குப் பிந்தணும்னு பந்திக்கு முந்தி இப்பப் பிந்தி வாறாரு... (சிரிப்பு)
மாணவன் 4	:	ஆமா நம்ம ரூம்ல மூணு பேரு இருக்கோம். சாருக்கு மட்டும் தனி ரூம்மா.
மாணவன் 5	:	ஆமா. சார். எஸ்.சி
மாணவன் 6	:	சாருக்கு தனி படுக்கை, தனி அறை. சாருக்கு யோகம் அப்படி அடிச்சிருக்கு...
மாணவன் 5	:	ஆமா நம்ம மெஸ் சாப்பாடு இவனுகளுக்கு பிடிக்கலேங்கறானுங்க. ஒங்களுக்கு (முனியனைப் பார்த்து) பிடிச்சிருக்கா...

(முனியன் பிடித்திருப்பதாகத் தலையை ஆட்டுகிறான்)

மாணவன் 2	:	டேய் ஏண்டா இப்படி மனசு நோகும்படியா பேசுறீங்க..
மாணவன் 4	:	(சட்டையைக் காட்டி) சார் எப்பவுமே இந்த ஒரு சட்டை, இன்னொரு கருப்பா கோடு போட்ட சட்டை. சார் இரண்டுக்கு மேல் வேண்டவே வேண்டாம்னு இருப்பாரு போல..

(சிரிக்கிறார்கள்)

மாணவன் 5	:	அடுத்த வருசத்திலே இருந்து விதவிதமா சட்டை போடுவாரு..
மாணவன் 4	:	ஏன் அப்படி?
மாணவன் 5	:	அரசாங்கம் ஸ்காலர்சிப் கன்மா கொடுக்கும்ல...
மாணவன் 1	:	எனக்கு ஸ்காலர்சிப்னா... என்னன்னு அரசாங்கம் ஏன் கண்ணுல காட்டுனதே இல்ல (அழுது நடித்தல்)...

மாணவன் 3	: டேய்... டேய்... நேத்து ராத்திரி பாத்த சினிமாவுல பன்னியாட்டம் ஒருத்தன் வந்தானே அவனமாதிரியே சார் கரேர்ன்னு இருக்காருல...
மாணவன் 4	: கரெக்டா சொன்னே... *(சிரிப்பு ஒலி)*
மாணவன் 5	: சாருக்குப் பன்னிக்கறி ரொம்பப் பிடிக்கும்ல.
முனியன்	: *(சற்றுக்கோபமாக)*... பன்னிக்கறியும் புடிக்கும் மாட்டுக்கறியும் பிடிக்கும்.
மாணவன் 1	: இப்படிப் பேசுனாத்தான் எங்களுக்கும் பிடிக்கும் *(கிண்டலாக)* இல்லையா..?
குழு	: ஆமா மா...
மாணவன் 1	: டேய் இவனப்போயி மாமான்னு ஒறவு சொல்லிக் கூப்பிடுறீங்க... சே... அவன் எஸ்.சி.டா...
மாணவன் 2	: முனியா நீ போயிடு... டேய் அவனப் போகவிடுங்கடா... ஏண்டா வீணா வம்பு வளக்குறீங்க...
மாணவன் 5	: அஞ்சலைங்கிறது யாரு ஒங்கம்மாவா... *(கிண்டல் குரலில்)* இல்லே லவ்வரா...)
	(அனைவரும் சிரித்தல்)
	(கோபமாக மாணவன்-5 இன் சட்டையைப் பிடித்து முனியன் அடித்துக் கீழே தள்ளி விடுகிறான்)
மாணவன் 5	: டேய் பறத்தாயிழி என்னைய அடிச்சிட்டாண்டா... அடிங்கடா... *(அனைவரும் முனியனைப் பிடித்து அடிக்க முற்படுகின்றனர்)*
மாணவன் 2	: சண்டையை விலக்கி விடுகிறான். *(டேய் ரெண்டு பேருக்கு மட்டுமான பிரச்சினையா இருக்கட்டும்)*

மாணவன் 5 : அதுவும் சரிதான். ஒத்தைக்கு ஒத்தை வாடா..

தலைமை மாணவன் : டேய் நிறுத்துங்கடா... இவன் கருப்புத்தோலு நம்மாளு வெள்ளத்தோலு. எந்தத்தோலு செயிக்குதுன்னு பாத்துடுவோம். சரி ஒன்-டூ-திரி...

சண்டை நடந்து கொண்டிருக்கும் போது சப்தம்-விசில்-மேஜை-நாற்காலி தூக்கிப் போடும் சப்தம் கேட்கிறது. மாணவர் 5 கீழே கிடக்க மேலே முனியன் அமர்ந்து அவனைக் குத்திக் கொண்டிருக்கிற வேளையில்...

மாணவன் 5 : அம்மா....என் கை... என் கை... எங்கை போச்சே அம்மா...

மாணவன் 4 : டேய் டேய் வார்டன் வறாருடா (மெல்லிய குரலில்) சத்தம் போடாதே...

வார்டன் : (வார்டன் வருகிறார்) என்ன ஒரே சத்தம்... ஏன் இங்கே கூட்டம் போங்கப்பா போங்க அவுங்க அவுங்க ரூம்களுக்கு. அடுத்த ரூம்ல ஸ்டூடன்ட்ஸ் படிக்கிறத ஏன் தொந்தரவு பண்ணுறீங்க....

சம்பவ இடத்தை மறைத்தவாறு வார்டனைச் சுற்றியும் மேடையில் முக்கால் பகுதியை மறைத்தவாறும் நிற்கின்றனர். ஒன்றும் நடக்காதது போல் நிசப்தம் நிலவச் செய்கின்றனர்.

கல்லூரி வளாகத்தில் ஒரு பூந்தோட்டப் பகுதியில் முனியன் தன் சகவகுப்புப் பெண்ணோடு பேசிக்கொண்டிருக்கிறான்.

பெண் : ஹாஸ்டல்ல ஒங்களுக்கும் மத்தவங்களுக்கும் பெரிய சண்டையாமே...

முனியன் : ஒருத்தன் பெருவிரல ஒடச்சிட்டேன்ல... இனி என் வம்புக்கே வரமாட்டான்... அவன் மட்டு மில்ல மேச்சாதிக் காரன் எவனும் என்னோட

சாதியச் சொல்லிச் சேட்டை பண்ணவே வரமாட்டானுக... பொறந்ததிலே இருந்து இன்னைக்கு வரைக்கும் என் வாழ்க்கையே போராட்ட மாத்தான் இருக்கு.

பெண் : எல்லோருக்குமே வாழ்க்கை போராட்டந் தான்

முனியன் : எக்கனாம்மிக்கலா எல்லாருக்கும் வாழ்க்கை யிலே போராட்டந்தான்... ஆனா என்னைய மாதிரி ஒரு தாழ்த்தப் பட்டவனுக்கு சாதிய ரீதியிலும் போராட்டம்தான்.

பெண் : அய்யோ போரடிக்குது... வேற சப்ஜெக்டா பேசுவோம்.

முனியன் : அடுத்த மாதம் தேர்வு வரப்போகுது. நேத்துப் படிச்ச நோட்டை ஜெராக்ஸ் எடுத்துக்கிறணும். நாளைக்கு அதை எனக்குக் கொடுக்கறீயா?

பெண் : நாளைக்கு ஜெராக்ஸ் எடுக்கலாம். இன்னைக்கு என்ன செய்யலாம்? சினிமாவுக்குப் போகலாமா...

முனியன் : இல்லே. இன்னக்கி சாயந்திரம் எங்கம்மா வருவாங்கன்னு எதிர்பார்க்கிறேன். அதனால நான் வரல... (ஏதோ அவசரத்தை உணர்ந்த வனாக சரி நாம நாளைக்குச் சந்திக்கலாம்.. நான் வாறேன் என்று எழுந்துபோக எத்தனிக்கும் போதே அவள் அவனது கையைப் பிடித்துப் போக அனுமதிக்காதவளாக இழுக்கிறாள். முனியன் கையை உதறுகிறான். அப்போது மாணவர் குழாம் வந்து சேருகிறது.)

மாணவன் 1 : (அவளை அறைகிறான்) ஏன் நீங்கள்ளாம் நம்ம சாதிப் பேரைக் கெடுக்கிறதுக்குன்னு படிக்க வாறீங்க. ஒரு பறப்பயலைப் போய்க் காதல் பண்ணுறீயே. நம்ம காலேஜில நம்ம சாதிப் பயக ஒருத்தன் கூட கெடக்கலியா?

மாணவன் 4 : ஏன் எங்க மூஞ்சியிலாம் ஒனக்கு மூஞ்சியாத் தெரியலையோ?

மாணவன் 3 : கன்னங்கரேர்னு இருக்கிற பறப்பய இவளுக்கு மன்மதனாட்டும் தெரியறான். ஆமா இவளுக்குக் கண்ணு சரியில்லையா? இல்லே கருத்தே சரியில்லையா?

மாணவன் 5 : இவளே சரியில்லையடா...

பெண் : ஸ்டாப் இட். எனக்குப் புத்தி ஒண்ணும் பேதலிக்கல. மிஸ்டர் முனியன் படிப்புலயும் பழகுறதலயும் பண்புலயும் ஒங்களவிட எவ்வளவோ நல்லவரு...

மாணவன் 5 : சரிம்மா போ... அந்த மன்மதக் குஞ்சுக்கே மணமகளா ஆகுவாயாக. (கிண்டலாக) அப்படியே அவன் சாப்புடுற பண்ணிக் கறியையும், மாட்டுக்கறியையும் சாப்பிடு. நல்லா சாப்பிடும்மா...

பெண் : தாராளமா சாப்பிடலாமே... கொறஞ்ச வெலையிலே கூடுதலான புரோட்டீன் மாட்டுக்கறியிலயும் கெடைச்சா ஒதுக்கித் தள்ளுறதுக்கு நான் ஒண்ணும் பைத்தியக் காரியில்லே (என்று சொல்லியவாறு விறைத்த நடையில் சென்று திரும்பி) மிஸ்டர் முனியன் நீங்க போங்க... இது என்னுடைய மானப் பிரச்சினை. என்னை அடிச்சவனையும், அவமானப்படுத் தினவனையும் நானே பார்த்துக்கிறேன். (என்று நடந்து செல் கிறாள்).

மாணவன் 1 : போடி...போ... சாதிகெட்ட சிறுக்கி. நாளைக்கு நீ இந்த காலேஜில நுழைய மாட்டே...

(முனியனை அனைவரும் கோபத்துடன் பார்த்துக்கொண் டிருக்க அப்பார்வையைக் கணக்கிலெடுக்காமல் நடந்து செல்கிறான்).

மேஜை நிமிர்த்தி வைக்கப்பட்ட நிலை வழக்குமன்றக் கூண்டுபோல் அமைய அதற்குள் நின்று பேசுவதாக முனியன் கை நீட்டிப் பேசிக்கொண்டிருக்கிறான். நடுவில்

உள்ள நாற்காலியில் கோர்ட்டார் போல வார்டன் இருந்து விசாரித்துக் கொண்டிருக்கிறார். முனியனுக்கு எதிரில் உள்ள பெஞ்சில் மாணவர் குழாம் அமர்ந்து வாதிட்டுக் கொண்டிருக்கிறது. இச்செயல்கள் கோபத்துடன் நிகழக் கூடியதாகப் பேச்சற்ற ஊமை நடிப்பாக அமைகிறது.

பறை அதிரக் கொட்டப்படுகிறது. பறை கொட்டப்படும் காலத்திலேயே நடுவரை நோக்கிய கூச்சல் குழப்பம் போல மாணவர்கள் கத்துகின்றனர். முனியன் அமைதியாக நின்று கொண்டிருக்கிறான். வார்டன் மாணவர்களை நோக்கி அமைதிப்படுத்த முயல்கிறார்.

வார்டன் : சைலன்ஸ். சைலன்ஸ். இதை என்ன சந்தக் கடைன்னு நெனச்சுக்கறீங்களா...? முனியன் இவங்க ஒன்மேலே சுமத்திற குற்றச்சாட்டை நீ ஒத்துக்கறீயா...?

முனியன் : நான் எந்தத் தவறும் செய்யல... என் பக்கம் நியாயம் இருக்கு.

மாணவர் குழாம் சப்தமிடுவது போல் பெஞ்சைத் தட்டுகின்றனர். கைகளை உயர்த்தி அசைத்துப் பேசுவதுபோல் பாவனை செய்கின்றனர். பறை அதிர வாசிக்கப்படுகிறது.

நிசப்தம் காட்சி உறைகிறது.

வார்டன் பேசுவது போலப் பாவனை செய்கிறார். திரைக்கு பின்னிருந்து குரல் ஒலிக்கிறது. பாவனை செய்யலாம் அல்லது ஒருவருக்கு மட்டும் சிறப்பு ஒளி பாய்ச்சிடலாம்

குரல் ஒலி : இவர் உயர்சாதி வகுப்பைச் சார்ந்தவர். அதிலும் ஊரில் மிகப் பெரியவர். மக்கள் தலைவர். இதுபோன்ற சின்னத் தனமான செயல்கள் செய்வது இவருக்குத் தேவையற்றது. சந்தேகத்தின் பலனைக் குற்றவாளியாகக் கருதப்படும் இவருக்கு வழங்கி இவரை விடுதலை செய்கிறேன்.

முனியன் : நான் ஒரு தப்பும்செய்யலே. என் பக்கம் நியாயம் இருக்கு... (ஒளி மங்குகிறது... திரையின் பின்னிருந்து)

தாயின் குரல் : முனியா... (நான்கு திரைகளிலும் தேடல் உணர்வுடன்) முனியா முனியா நீ நல்லா யிருக்கியா... இந்தப் பாவம் அவனுங்களைச் சும்மா விடாது. முனியா... முனியா... (குரல் தேய்கிறது)

பறை ஒலிக்கிறது. சம காலத்தில் கொண்டாட்ட உணர்வு பொங்கி நடிப்பதான பாவனை மாணவர் குழாம் செய்கிறது.

நடுவர் முகத்தில் ஒளி பாய்கிறது...(முனியனைப் பார்த்து பாவனை மட்டும் அமைகிறது) திரைக்குப் பின் குரல் ஒலி...

கூலி போதாதுன்னு கும்பலாத் தகராறு பண்ணி நீங்களே ஒங்க குடிசைகளுக்குத் தீய வச்சுகிட்டு வம்பு விவகாரம் பண்ணுறீங்க...

முனியன் : நான் ஒரு தப்பும் செய்யல. என் பக்கம் நியாயமிருக்கு.

நடுவர் : மேல்சாதிக்காரங்க சாமி கும்பிடுற எடத்துல நீங்க போயி சாமி கும்பிடப்போயி வீண் வம்பு செய்து சட்டம் ஒழுங்குக்கு மாறா நடந்திருக்கீங்க (திரைக்குப் பின் இந்தக் குரல் ஒலி வருகிறது. நடுவர் பாவனை நிகழ்கிறது)

முனியன் : நான் ஒரு தப்பும் செய்யல... என் பக்கம் நியாயமிருக்கு

தாய்க்குரல் : திரையின்பின்னே... முனியா... முனியா... பூவும், காயுமா... கொப்பும் கொளையுமா நின்ன மரத்தைத் தாறுமாறு பண்ணி ஆடுமாடு களுக்கு வெட்டிப் போட்டுட்டானுக... இந்தப் பாவம் அவனுகளச் சும்மா விடாது... முனியா நீ நல்லாருக்கியா... முனியா!

மாணவர் குழாம் குதிபோடுகின்றனர். ஆர வாரம் செய்கின்றனர். பறை ஏக காலத்தில் ஒலிக்கிறது.

முனியன் : நான் ஒரு தப்பும் செய்யலே. என் பக்கம் நியாயமிருக்கு.

மாணவர் குழாம் சப்தமும், முனியன் சப்தமும் கலந்து ஒலிக்கின்றன. பறை நடை வேறு படுகிறது. ஜல்லிக்கட்டு நடை வாசிக்கப்படு கின்றது.

முதலிரண்டு காட்சிகளிலும் மேடையின் பின்னே நிறுத்தி வைக்கப்பட்டிருந்த மாடு போலி உருவம் தற்போது உயிர்பெற்று மேடையைத் தகர்க்கிறதுபோல வெறி யாட்டம். பறை வாசிப்புக்கு ஏற்ப ஆடுகிறது.

எல்லாக் காட்சிகளின்போதும் மாட்டுத்தலை மட்டும் மேடையில் எங்கேனும் காட்சிக்கு வைக்கப்பட்டிருக்க வேண்டும்.

14. கனவுலகவாசி

தனிநபர் நடிப்பதற்கென உருவாக்கப்பட்டது இந்த நாடகம். மேடையிலும், தெரு அரங்கிலும், இதனை நடிக்கலாம். இசைக்கருவியாளர்கள் பாடும் குழு இருக்கலாம். அல்லது ஒலிப்பதிவு செய்து தேவையான இடத்தில், இசை ஒலிக்கச் செய்யலாம். நடிகன் கோமாளி வேடம் அணிந்து வந்து நாடகம் நகர்தலுக்கேற்ப முகப்பூச்சுக்களையும், வண்ண, வண்ண உடை ஒப்பனைகளையும் களைந்து எறிந்து குறியீட்டுத் தனிமையில் நடிகன் பொருந்த முயற்சிக்கலாம். வசனமற்ற நடிப்பாலேயே இந்த நாடகத்தின் மையக்கரு வெளிப்பட ஒருவரே நடிக்கலாம். தேவைக்கேற்ப நாடகத்தில் கலைஞன் மற்றும் கலைஞர்கள் பலரையும் பயன்படுத்தி இதனை நடிக்கவும் செய்யலாம்.

பார்வையாளர்களைப் பந்து விளையாட அழைக்கும் போது அல்லது வெவ்வேறு வசனங்கள் பார்வையாளர்களைப் பார்த்துப் பேசும்போது பார்வையாளர் எதிர்வினை செய்ய நேரிடின் அதற்கேற்ப நாடகத்தைக் கொண்டு செல்லத்தக்க சமூகப் பொறுப்புணர்வு கொண்ட நடிகர்கள் அமைவது இதில் தவிர்க்க இயலாது.

முகமூடி அணிந்து கோமாளி வாசிக்கப்படும் இசைக்கேற்ப மேடை முழுவதும் குதித்தும், அமர்ந்தும், துள்ளியும் ஆடி வருகிறான்.

நான் ஒரு நாடோடி மனுஷன். எனக்குச் சொந்த ஊரு சொந்த வீடு ஏதுமில்லை. எனக்கு மனசுக்குப் பட்டதைப் பாட்டாப்பாடுவேன். எனக்குச் சந்தோஷம் வந்தா ஆட்டம் ஆடுவேன். (கையில் நிறையப் போலி முகங்கள் உள்ளன) எல்லோருக்கும் என்னைப் பிடிக்கும். (சிரித்த முகம் சுருங்கு கிறது). எனக்கு அப்பா இல்லை. (முகம் சற்று மகிழ்ச்சியாகிறது). ஆனால் நான் எங்க அப்பா அம்மாவுக்கு நிறைய முகங்கள் வச்சிருக்கேன். (யோசித்தவனாய்) அதெல்லாம் சிரிச்ச முகங்கள். எப்பவும் சந்தோஷம் தருகிற முகங்கள். சின்ன வயசிலே வச்சிருந்து அந்தச் சிரிச்ச முகங்களை இப்ப தொலைச்சிட்டேன். ஆமா அதெல்லாம் இப்பத் தொலைஞ்சுப்போச்சு. (வருத்தத் துடன் சிறிது நேரம் முகத்தை தொங்கப் போடுகிறான். (தாலாட்டு இசை சோகமாகப் பெண் குரலில் ஒலிக்கிறது). மெல்ல அமர்ந்து சுருண்டு படுக்கிறான். தன் கையில் உள்ள ஒவ்வொரு பொய் முகத்தையும் கீழே போடுகிறான். ஒவ்வொன்றாக முகத்தில் பொருத்திப் பார்த்து இது நான் தேடுகிற சிரிச்ச மொகமில்லை. இது... இது... முகத்தில் பொருத்திப் பார்த்தவனாய் இது.. இல்ல என்று திசைக்குத் திசை, வீசி எறிகிறான்.

சிறிது நேரம் கழித்துத் துள்ளி எழுகிறான். ஓரமாகக் கிடக்கும் பந்து ஒன்றினைப் பார்க்கிறான். பாய்ந்து சென்று எடுக்கிறான். தரையில் தட்டிக்கொண்டே மேடையின் முன் பகுதிக்கு வருகிறான். பார்வையாளர்களுக்கும் நடிகருக்கும் இடையே கட்டியுள்ள ஒரு சிறு கயிறு அவனைத் தடுக்கிறது. (பாவித்துக் கொண்டு நடிக்கலாம்). நான் இங்கே நீங்க அங்கே நாம விளையாட்டுக்காக ஏற்படுத்திய இந்த இடைவெளி நம்ம வாழ்க்கை வரைக்கும் வந்திருச்சு. எவ்வளவு திரைகள், எவ்வளவு இடைவெளிகள். இது நமக்கு நாமே விதித்த விதிகள். சரிவாங்க இப்போ நாம கொஞ்ச நேரமாவது விளையாடுவோம். வாங்க. (பார்வையாளர்களைப் பார்த்து) அண்ணே வாங்க விளை யாடலாம். அக்கா, தம்பி, வாங்க வெளையாடலாம்..ஏன் சும்மா உம்முனு இருக்கிறீங்க! வரமாட்டிங்களா? (யோசித்தவனாய்) ஆங்... ஆங்... தன்னைச் சுற்றிக் கிடக்கும் பொய் முகங்களை (முகப்போலிகள்) பார்த்து வாங்க நாம விளையாடலாம். (ஒவ்வொரு முகத்தையும் கையிலெடுத்துத் தன் முகத்தில்

வைத்துப் பார்த்து விட்டு வேறு வேறு நபர்களாக நடித்துப் பார்த்தவனாய்) மேடையில் ஆங்காங்கே பொருத்தி வைக்கிறான். அவற்றைப் பார்த்து விட்டுப் பந்தைத் தட்டித் தட்டி (அவற்றுடன் விளையாடுபவனாய் பாவித்து) ரெடி, ரெடி என்று பார்வையை உயர்த்திப் பார்க்கிறான். ஆமா...ஏன் உங்க மொகங்கஎெல்லாம் அசலா இல்லை...

சரி எப்பத்தான் நீங்கள் சிரிச்ச முகத்தை வச்சிருக்கிருவீங்க. (முகப்போலிகளுடன் பேசுகிறான்). நீங்களும் அந்தச் சிரிச்ச முகத்தை தொலைச்சிட்டீங்களா? நாம எல்லோரும் சேர்ந்து தேடினா அந்த சிரிச்ச முகத்தை, அசல் முகத்தை, உண்மையான முகத்தை எப்படியும் கண்டுபிடிக்க முடியும் (பார்வையாளர் களைப் பார்த்து) நான் ஒங்ககிட்ட நீங்க என் கிட்டே நிஜமா மனைவியிடம்-மனைவி கணவனிடம் பெற்றோர் பிள்ளை களிடம் - பிள்ளைகள் பெற்றோரிடம் - வாத்தியார் மாணவர் களிடம் - மாணவர் வாத்தியாரிடம் - மொதலாளி தொழிலாளி யிடம் - தொழிலாளி முதலாளியிடம் - காதலன் காதலியிடம் - காதலி காதலனிடம்-யாரும் நிஜமா இல்லே. ஆண்டி முதல் அரசியல்வாதிவரை எல்லோருமே அவரவர் தேவைக்கேற்ப நிஜத்தை மறச்சிட்டுப் போலி முகங்களோடுதான் வாழ்கிறோம்.

நெறைய்ய வேஷங்கள், நிமிசத்துக்கு நிமிஷம் விதவிதமான வேஷங்கள். நிஜம் தொலைஞ்சுபோச்சு. (மிகவும் கவலைப்பட் டவனாய் மிகுந்த கோபம் கொண்டவனாய் அதிர்ந்த குரலில் பேசி மெல்ல மெல்லத் தளர்ந்த குரலில்) அவுங்க அவுங்க தேவைக்கேற்ப முகங்களை மாத்திக்கிறாங்க (என முனகிய குரலோடு மேடையின் நடுவிலே சுருண்டு படுத்துக் கொள் கிறான்). (சில வினாடிகள் கழித்து) தலையை உயர்த்தி எழ முயற்சித்துப் பின் அமர்ந்து ஒரு மூலைப்பகுதியைப் பார்த்துக் கையைக் கொண்டு திசை இடத்தை நீட்டி) அதோ அங்கே பாருங்க! அந்த மூலையிலே சுருண்டு கிடக்கிற எனக்கு, இந்த ஆதிக்க சமூகத்தாலே. ஆதிக்கச் சாதியாலே, தூக்கி வீசி எறியப்பட்ட எனக்கு, நாடோடியான எனக்கு இந்தப் பொய்யான வாழ்க்கை கூடக் கிடைக்கலே.

(தான் அணிந்துள்ள பல வண்ண வண்ண உடைகளை ஒவ்வொன்றாகக் கழற்றி எறிந்துகொண்டே) இது என்னை நீங்க அவமதிப்பதாகும். ஒங்கள நான் அவமதிப்பதாகும். மொத்தத்திலே நமக்கு நாமே அவமானத்தைத் தேடிக்கிறதாக்கும்.

அவமானம், அவமானம். ரொம்ப அவமானமா இருக்கு. (கூனிக்குறுகிப் போய்க் கைகாட்டிய அந்தக் குறிப்பிட்ட இடத்தில் போய்ச் சுருண்டு படுத்துக் கொள்கிறான்.)

15. பாறையைப் பிளந்துகொண்டு

பூர்வ குடிகளை அழித்துப் பெருங்கலாசாரங்கள் பரவலாக்கப்படுவதும், பூர்வ குடிகள் அடிமையாக்கப்பட்டு வேறு கலாசாரத்தின்கீழ் நசுக்கப்படுவதும் உலக வரலாற்றை உருவாக்கிய வன்முறை. ஒடுக்கப்பட்ட மக்களின் வரலாற்றில் நிலம் பறிக்கப்படுவதும், கலாசாரமும் நம்பிக்கைகளும் பறிக்கப் படுவதும் ஒன்றாகவே நடந்து வந்திருக்கின்றன.

மாறாக, இதற்கு எதிரான எதிர்ப்புகளும் தொடர்ந்து செயற்பட்டபடியே உள்ளன. வெளியேறிவிட்டவர்களும் வெளியேற்றப்பட்டவர்களும் வேறு அடையாளத்துடன் உள்ளே நுழையும் பொழுது இரத்தப்பழி தீர்க்கப்படுகிறது. பாறைகளிலும், மரங்களிலும் மறைந்திருக்கிறது அழிக்கப் பட்டவர்களின் கோபமும் சாபமும். ஆட்டமும் பாட்டும் அழிக்கப்பட்ட சந்ததியினருக்கான வெறித்தீர்ப்பாக இருக்கலாம். ஆயுதங்களின் பாதுகாப்பையும், அரசியல் பேரதிகாரங்களையும் மீறி ஒரு பெண்ணின் பார்வை கூடத் தனது இன எதிரிகளைப் பொசுக்கிவிடலாம். எதிர்ப்புக்கு எத்தனையோ வடிவங்கள். கொடுமைக்கு எதிராகப் பிறக்கின்றன சாபங்கள். புதைக்கப் பட்டால் என்ன? சாகாத விதைகள் உயிர்த்துடிப்புடன் முளைக்கும் பாறைகளையும் பிளந்துகொண்டு...

நடிகர்கள்

1. மலைப்பாடகன்
2. பாட்டுக்குழுவினர்
   (உடுக்கு, மணி, பறை, பெரும்பறை, புல்லாங்குழல், பிற)

3. ஒருவன்
4. ஒருத்தி
5. ஒற்றன்
6. படைத்தலைவன்
7. ஆலோசகர்-1
8. ஆலோசகர்-2
9. பூர்வகுடிகள்-8 பேர் (தேவைக்கேற்பக் கூட்டவும் குறைக்கவும் செய்யலாம்)
10. பூர்வகுடிகள்-3 பெண்கள்
11. மலைப்பெண்
12. சிலம்பம், தீப்பந்தம், விளையாட்டுக்காரர்கள் (பூர்வகுடி யினராகவே உருமாறி இருக்கலாம்)

காட்சி-1

* (மலைப்பகுதி, மலையடிவாரம் வளமான நிலப்பகுதியைக் கொண்டுள்ளது).

* உயரமான கூர்மையான கழிகள் பிடித்தபடி பூர்வகுடிகள் வரிசையாக நடந்து செல்வது நிழல் தோற்றமாகத் தென்படுகிறது.

* வரிசையாகச் சென்றவர்கள் வட்டவடிவில் சுற்றி வந்து கழிகளின் முனைகள் ஒன்றாகத் தொடும்படி ஒரு கம்பு வடிவத்தை உருவாக்குகின்றனர். மெல்லிய பூர்வீக இசை எழுகிறது. சிறு தோற்கருவியின் தாளம் ஒலிக்கிறது. கழிகளின் கூர்முனைக்கு மேல் முழுநிலவு தோன்றுகிறது.

* மலையினப் பெண்ணொருத்தி நிலவைத் தொடுவது போல் முன்புறமிருந்து கைகளை உயர்த்தி விரல்களை அசைக்கிறாள்-வெளிச்சம் மெல்ல மங்குகிறது.

* மலைக்காட்டில் வாழும் பாடகன் ஒருவன் தோன்று கிறான். சுற்றிலும் ஒருமுறை பார்த்துவிட்டுப் பேசுகிறான். அவன் பேசும்பொழுது தூரத்திலிருந்து சடங்குகளின் தாளம் மெல்ல ஒலித்தபடி இருக்கிறது.

மலைப்பாடகன் : கைகளிலே வந்து விளையாடும் முழு நிலவு பற்றிக் கதை சொல்லிச் சென்றார்கள். எங்கள் கானகத்துப் பெண்கள். கதை மட்டும் மீந்து நிற்கக் கானகத்தில் மறைந்துபோனது எம் பெண் கூட்டம்

எங்கே மறைந்தார்கள் எந்தத் திசை போனார்கள்.

(மீண்டும் தோற்கருவிகளின் ஓசை எழுகிறது)

குழு-பாடல் : காடெல்லாம் எங்கள் பாட்டு
காற்றெல்லாம் எங்கள் வாடை
மரமெல்லாம் எங்கள் தூளி
மலையெல்லாம் உயிரின் ஈரம்

(ஒருவர் பின்பாட்டாகப் பலகுரல் ஒலித்துப் பாடல் குரல் தேய்கிறது)

மலைப்பாடகன் : அது ஒரு காலம்...
எங்கள் கானகம்தாயின் மார்வெம்மையுடன்
எங்களைத் தழுவிக்கொண்டிருந்த காலம்.
மண்விட்டு மரம்விட்டுக்
        காட்டோலைகளால்
பின்னப்பட்ட கூரைகளை விட்டு
எங்குபோய் மறைந்தார்கள்
எம்மக்கள் எந்த திசைபோனார்கள்

(காடுகளையும் மலையையும் பார்த்து நேரம் பொறுத்து) இன்னும் அங்கும் இங்கும் கேட்கிறது. கடந்து போன காலத்தின் முணுமுணுப்பு (அடையாளம் காட்டி) அதோ! தூரத்தில் வெகுதூரத்தில் மறதியின் குகைகளிலிருந்து கேட்கிறது எங்களின் மலைப் பாடல்.

பாட்டுக்குழு : மேகத்தைத் தொட்டுத் தொட்டு
விளையாடும் மரக்கூட்டம்
வானத்தைத் தாங்கி நிற்கும்
மலைப்பாறை எம் சொந்தம்
சுனை நீரில் அலையெழுப்பி
செடிப்பூவில் சிலுசிலுக்கும்
மாலைப்பாட்டு கேளுங்கள்
எங்கள் மலை எங்கள் மலை
பூர்வீகம் சொல்லும் மலை

(சில கழிகளை வைத்துக்கட்டி விதவிதமான தோற்றங்களை உருவாக்கிக்

	கொண்டிருக்கின்றனர் பூர்வகுடிகள். தூரத்தில் பெண் குழந்தையொன்று அழும்குரல் கேட்கிறது. எல்லோரும் அந்தத் திசையை நோக்கிப் பார்க்கின்றனர்).
ஒருவன் :	மலைத்தாயின் உருவப்பாறையருகே அந்தப் பாறையருகே பச்சைக் குழந்தை யொன்று அழுகிறது.
ஒருத்தி :	(ஓடிச்சென்று குழந்தையைத் தூக்கி வரச்செல்கிறாள்) அதோ! அங்கே குழந்தையின் குரல் கேட்கிறது.
தாலாட்டுப்பாடல் ஒலிக்கிறது :	பனி தேங்கும் பூவழகி பாறைபோல் நிறத்தழகி கொத்துப்பூ முகத்தழகி கோலமயில் கழுத்தழகி ஆரோரோ ஆரிரரோ-எங்கண்ணே ஆராரோ ஆரிரோ

(கையில் குழந்தையைத் தூக்கி வருகிறாள்) |
| ஒருத்தி : | குழந்தை நம் குடிகளுக்கு நமது மலைத் தாயால் தரப்பட்ட கொடை. காட்டுப் பூக்கள் காலம் தவறிப்பூத்து மணம் வீசுவதைப் பாருங்கள்.

(தாலாட்டுப்பாடல் தொடர்கிறது)

(சிலர் பாறை நோக்கிச் செல்வதான பாவனைகள். குழந்தை இலைதழைக் கொடிகளால் சுற்றப்பட்டு ஒருவர் கையிலிருந்து மற்றவர் கைகளுக்கு மாற்றித் தரப்படுகிறது) |
| தாலாட்டுப்பாடல் : | சிற்றோடை சிரிப்பழகி சின்னப்பூ உதட்டழகி கானகத்துச் சிறுகுடியைக் காக்க வந்த தாயழகி காட்டருவி ஓசையிலும் |

கலையாமல் நீ உறங்கு

(தாலாட்டு இசையைத் தழுவித்தாளம் ஆடுவதற்கேற்ப வாசிக்கப்படுகிறது. பூர்வகுடிகள் மெல்லிய அசைவுகளுடைய நடனம் ஆடுகின்றனர். மேடையில் ஒளிமாறி அமைய, மலைப் பாடகன் தோன்றுகிறான்.)

மலைப்பாடகன் : காடெங்கும் புதுமரங்கள்.
கிளையெல்லாம் தேன்கூடு.
பருவங்களின் விசித்திரங்கள்,
குறையான கனிகள், கிழங்குகள்,
மலையடிவாரத்தில்
    கண்டெடுக்கப்பட்ட குழந்தை
கால்வைத்து நடந்ததனால்
    காலம் புதுசாச்சு.
காடெல்லாம் மணமாச்சு.
புதிதாகப் பிறந்தவர்கள் அவளோடு
பொலிவாக வளர்ந்தார்கள்
எப்போதுமில்லாத குடிவாழ்க்கை
    செழிப்பானது.
எல்லாம் அவளாகவே என்றார்கள்
    எம் இனத்தார்.
மலைத்தாயின் குழந்தையவள்
எங்கள் இனத்திற்கு அன்னையவள்.

குழு பாட்டு : வனக்குடியைக் காக்க வந்த
மலைத்தாயின் மகளென்று
மனசார வளர்த்தார்கள்
மக்களெல்லாம் சீராட்டி

மலைப்பெண்ணை நடுவில் வைத்துத் தண்ணீரை எத்தி எத்திச் சிரித்து விளையாடுகின்றனர் பூர்வகுடிப் பெண்கள். சலங்கை ஒலிக்கப் பெண்கள் தண்ணீர்க் குடமெடுத்துச் செல்கின்ற காட்சி நிழல் போல் தோற்றம் கொள்கிறது. பெண்களின் சிரிப்பொலி கலகலத்து எதிரொலிக்கிறது. தண்ணீரின் ஓசையும் உடன் சேர்கிறது.

காட்சி-2

(ஓர் ஒற்றன் நாடோடி போன்ற தோற்றத்தில் மலைக் கிராமத்தின் வழியே செல்கிறான்)

ஒற்றன் : (தானாகப் பேசியபடி)

நம் மன்னன் தேடிக்கொண்டிருக்கும் இடம் போலவே தோன்றுகின்றது. மலையும் ஓடைகளும், மரங்களும் நிலப்பரப்பும் எவ்வளவு அழகாக இருக்கின்றன. இங்கிருந்து பார்த்தால் தொலைதூரம் தெரிகிறது. காட்டுக் குடிசைகளும் கண்ணில் படுகின்றன. வெற்றிச் சின்னத்தை எழுப்ப இடம் மட்டும் இல்லை. ஆட்களும் கிடைப் பார்கள். சில காலத்திற்கு முன்புவரை இந்த இடம் இவ்வளவு செழிப்பாக இருந்ததாகச் செய்தி இல்லையே. (மலைப்பாடகன் வருகிறான்)

மலைப்பாடகன் : பழகாத முகமாக உள்ளது
இந்த மலைக்கூட்டம் எதிலும் சேராத நிறமாக உள்ளது
யார் நீங்கள்?
எந்த நாடு?

ஒற்றன் : நானொரு (தயங்கியவாறு...) நாடோடி. அதிருக்கட்டும். இந்தக்காட்டுப்பகுதி சில காலத்திற்கு முன் இவ்வளவு வளமை யாக இருந்ததில்லையே. எப்படி வந்தது இந்தச் செழுமை. எப்போதிருந்து இந்த வளமை?....

மலைப்பாடகன் : மலைத்தாய் தந்த குழந்தை எங்கள் மண்ணில் தவழ்ந்த நாளிலிருந்து அவளின் ஒவ்வொரு சிரிப்பிலும் ஒரு மரம் பூத்தது. அவள் நிழல்பட்ட இடமெல்லாம் நீர்ச்சுனைகள் பிறந்தன. எப்போதும் இல்லாத வளம் வந்தது. எங்கள் குடி வாழ்க்கை பெருகியது. இது எங்கள் மலை. இது எங்கள் காடு.

கே.ஏ.குணசேகரனின் நாடகங்கள்

ஒற்றன்	:	மலைத்தாய் தந்த குழந்தை?.. விசித்திர மாக உள்ளது. கடுமையான உழைப்பின் அடையாளம் வளத்தின் ஒவ்வொரு அழகிலும் தெரிகிறது. அழகான இடம் கடுமையான உழைப்பாளிகள் (தனக்குள் பேசியபடி) இது எங்கள் மலை இனி இது எங்கள் காடு.
பாடல் குழு	:	யார் எனத்தெரியாமல் வந்தான்-விபரம் யாவும் அறிந்து சென்றான் அறிந்து வந்ததொரு கூட்டம்- எம்மை அடிமையாக்கியது மாற்றம். மண்ணுக்கு உறவே இல்லை. எம் மலைகளுக்கு உறவே இல்லை வந்தேறிகளுக்கு... மண்ணுக்கு உறவே இல்லை-எம் மலைகளுக்கு உறவே இல்லை மலை வளங்களை அழித்தார்-இந்த மனித உரிமைகளைப் பறித்தார்.

காட்சி-3

(படைத்தலைவன், ஒற்றன், அரசனின் ஆலோசகர்கள் சிலர், மலைப்பகுதியில் பெருங்கோயில் ஒன்று கட்டுவதற்காகத் திட்டமிடுவதன் நிகழ்ச்சிகள். பின்புலத்தில் குச்சிகள் வைத்துக் கட்டுவது இடங்களை அளப்பது போன்ற வேலைகள் நடைபெறுகின்றன)

படைத்தலைவன்	:	நாடுகள் வென்றதன் நினைவுச்சின்னமாக இங்கு எழுப்பப் போகும் கோயில் நம் நாகரிகத்தின் சின்னமாகவும் இருக்க வேண்டும்.
ஒற்றன்	:	இந்த மலைப்பகுதி-மற்ற நாடுகளின் எல்லைப்பகுதிகளுக்கு நெருக்கமாகவும் இருப்பதால் படைகளை நிறுத்தி வைக்கவும் வசதியாக இருக்கும்..
ஆலோசகர்-1	:	இங்குள்ள பாறைகளும், மரங்களும் கொண்டு உலக அதிசயத்தையே உரு

வாக்கலாம். விவரிக்க முடியாத அளவுக்கு மிகவும் அழகான இந்த மலையிலிருந்து வரும் சுனைநீர் மிகவும் தித்திப்பாக உள்ளது. இங்குள்ள மலைக்குடிகளை அடிமைகளாக்கினால் எல்லாம் நமக்குச் சொந்தமாகும். நினைத்ததை விட இலகு வாக அரிய பெரிய சாதனைகளைச் செய்யலாம்.

ஆலோசகர்-2 : இங்குள்ள காட்டு வளங்களையும் நம் நாட்டுக்குக் கொண்டு செல்லச் சரியான பாதைகளும் அமைக்க வேண்டும். நறு மணமும் சுவையும் உள்ள செடிகொடிகள் தரமான வாசனைத்தைலங்கள் தயாரிக்க உதவும். தோலும் தந்தமும் அழகிய வேலைப்பாட்டுப் பொருள்கள் செய்திட ஏதுவாகும். அடடா! என்ன ஒரு வளமை இந்தப் பகுதி.

ஆலோசகர்-1 : இந்தக் குடிகளின் ஊர்ப்பகுதிகளைக் காணும்போது இந்தப் பூர்வ குடிகளின் கடுமையான உழைப்பை உணர முடிகிறது. இந்தக் கருமலைப்பாறையும் இந்தக் கருத்த மனிதர்களின் உடல் வாகும் ஒன்றாகவே தோற்றம் தருகின்றன.

ஆலோசகர்-2 : மரங்களை வெட்டவும், மலைகளை உடைக்கவும் இந்த மலைப்பகுதி வாழ் விலங்குகளையும் இந்தப் பூர்வ குடி களையும் பயன்படுத்திக் கொள்ளலாம்.

ஒற்றன் : காட்டின் வளத்தையும், மிருகங்களையும் மிகவும் நேசிப்பவர்கள் இந்த மலைக் குடிகள். மலைமீது வீசும் ஒவ்வொரு காற்றையும் தமது குல தேவதையின் மூச்சாக வணங்குபவர்கள். பாறைகளை உடைக்கவும், மரங்களை வெட்டவும் அவர்கள் மிகவும் எதிர்ப்பார்கள்.

படைத்தலைவன் : ஆயுதங்களையும் போர்க்கலைகளையும் கொண்டுள்ள போது எதிர்ப்பு என்ன செய்யும்? அடிமைப்படுவது அல்லது அழிந்து போவது இரண்டில் ஏதோ ஒன்றைத்தான் அவர்கள் தேர்வு செய்ய முடியும். படை வீரர்களை இன்னும் கொண்டுவரவேண்டும். சென்றவர்கள் எங்கே? காட்டுக்குடிகளைக் கட்டியாவது இழுத்துவர வேண்டாமா?

(படைவீரர்கள் பூர்வகுடிகளை அழைத்து வருகின்றனர். குனிந்த நிலையில் ஒருவர் பின் ஒருவராகப் பயந்த நிலையில் பூர்வ குடிகள் விருப்பமில்லாத நிலையில் நடந்து வருகின்றனர்)

வேலையிடத்திற்குக் கூட்டிச் செல்கின்றனர்.

பாட்டுக்குழு
பாடல் : பூர்வ குடிக்குத் துன்ப காலம் நேர்ந்தது.

ஒரு போதாத காலம் வந்து புலம்பலுக்கு ஆனது
கனவுகளும் தொலைந்து போக நேருமோ - எம்
கரும்பாறை சொந்தமின்றி அந்நியனுகாகுமோ (பூர்வ)
காற்று திசைமாறி இன்று வீசுது
விலங்குகள் அலைமோதி குரல் எழுப்புது (பூர்வ)

பாடல் பாடிக்கொண்டிருக்கும் சம காலத்திலேயே ஆயுதங்களுடன் பூர்வகுடிகளைச் சுற்றி வளைத்து வேலையிடத்திற்குக் கூட்டிச் செல்கின்றனர்.

மேளதாளம் ஆட்டம் ஆடுவதற்கேற்ப வெறியுடன் வாசிக்கப்படுகிறது. பூர்வ குடியினர் தடதடவென ஒரு நடன அசைவுடன் அங்கிருந்து வெளியேறுகின்றனர்.

'காற்று திசை மாறி இன்று வீசுது
விலங்குகள் அலைமோதி குரல் எழுப்புது'

எனும் பாடலடிகள் நடன சுதிக்கேற்ப வெறியுடன் பாடப் படுகின்றன.

காட்சி-4

(பூர்வ குடிகள் தமது மலைப்பகுதியில் வெவ்வேறு இடங்களிலிருந்து தமது காடும் மலையும் அழியப்போகிறதோ எனப் பேசுகின்றனர். தமது சமூகம் படப்போகும் பாடுகள் பற்றிப் புலம்புகின்றனர்)

பூர்வகுடிப்பெண்-1 : *பழகாத மனித வாடையால் இந்தக் காட்டுப்பூக்கள் வாடிப்போகின்றன.*

பூர்வகுடிப்பெண்-2 : *ஆயுதங்களின் ஒலிகளையும் மலையைப் பிளக்கும் சத்தங்களையும் கேட்டு நம் காட்டுப் பறவைகள் வேறிடத்திற்குப் பறந்து போகின்றன.*

பூர்வகுடிப்பெண்-3 : *மலை உடைப்புச் சத்தங்களையும் வெடிக்கும் ஓசைகளையும் கேட்டு மருண்டுபோய் நமது காட்டு விலங்குகள் நம் கருமலைக்கு மறுபுறம் நோக்கி ஓடுகின்றன.*

பூர்வகுடிஆண்-1 : *நம் காட்டு மரங்களை நம் கையாலேயே வெட்ட வேண்டுமாம். நம்ம கைகளை நாமே வெட்டிக்கொள்வது போல இருக்கிறது.*

பூர்வகுடிஆண்-2 : *நமது தெய்வம் குடிகொண்டுள்ள நம்ம மலையை நம்ம கையாலேயே பிளக்க வேண்டுமாம். நம்ம நெஞ்சைப் பிளப்பது போல இருக்கு...*

பூர்வகுடிஆண்-3 : *நீரோடைகளைத் திசைமாற்றி அனுப்பணுமாம்.*

பூர்வகுடிப்பெண்-1 : *மரங்கள் அழிந்து போனால் நம்ம குடி அழிஞ்சு போயிடாதா?*

பூர்வகுடிப்பெண்-2 : *மலையை ஒடச்சு அழிச்சோம்னா நம்ம இனமே அழிஞ்சிபோயிடாதா?*

பூர்வகுடிப்பெண்-3 : *நம்ம காடுகள்ல வாழும் விலங்குகள் நம்மள விட்டுப் போயிட்டா நம்ம துணையிழந்து நிக்கிறதா?*

பூர்வகுடிப் பெண்-1 : நம்ம வம்சம் அழிஞ்சு போக வழியாகிப் போயிடுமே?

பூர்வகுடி ஆண்-1 : அழிவுக்காலம் வரப்போகுதோ? எதிர்த்து நிக்க வழியே இல்லையா?

பூர்வகுடிப் பெண்-2 : (ஒப்பாரி வைக்கும் குரலில் தரையில் அமர்ந்த நிலையில் கோலம் கை விரல்களால் போட்டபடி...)

மலைத்தாய்க்குப் பொறுக்காது
மழை நமக்கு வாராது-இந்தக்
காற்று அடிக்காது
கருமேகம் திரளாது

பூர்வகுடிப் பெண்-3 : (தொடர்ச்சியாக)

யாருக்குப் பழி செஞ்சோம்
எவருக்குச் சதி செஞ்சோம்
வாராத கொடுங்கோலம்
வந்து இங்கு சேர்ந்ததென்ன

பூர்வகுடி ஆண் ஒருவர் வயதானவர் ஒரு மண் சட்டியில் வெள்ளை நிறக் குழம்பு வைத்து எடுத்து வந்து கைகளிரண்டிலும் பிடித்து தலைக்கு உயரே வைத்துள்ளார். பூர்வகுடியினர் மனதைத் தேற்றிக்கொண்ட நம்பிக்கையில் அனைவரும் வட்டமாய் வந்து விரலை நனைத்து-தமது முகத்தில் கண்களுக்குக் கீழே கோடாக வரைந்து தமது முகத்தின் முழுத்தோற்றம் தெரியாதபடி மாற்றிக்கொள்கின்றனர்) இந்தச் செயல் நடந்துகொண்டிருக்கும் சம காலத்திலேயே பாடல் ஒலிக்கிறது.

பாட்டுக்குழு பாடல்: ஓகோ ஓகோ ஓகோகோ கோய் - ஓய்
ஓகோ ஓகோ ஓகோகோ கோய்
தேக்குமரம் எங்கள் குடிசையிலே - நல்ல
தூணாக இருக்கின்றது
பூக்களெல்லாம் பூக்கும் சிரிப்பினிலே
- எங்கள்

பூர்வீகம் சொல்கின்றது
விலங்குகளின் பல ஒலிகளிலே-மனம்
வீராப்புக் கொள்கின்றது
மலைத் தொடர்ச்சி உள்ள
அமைப்பினிலே-குடி
உறவுகள் பலம் கொண்டது
ஓகோ ஓகோ ஓகோகோ கோய் - ஓய்

காட்சி-5

கட்டடங்கள் எழும்பும் தோற்றங்கள், பாறைகளை நகர்த்தும் சப்தங்கள், கடுமையான வேலைகள் நடைபெறுகின்றன.

ஒரு சாரார் : ஏலமாலி அய்லசா

மறுசாரார் : ஏலமாலி ஏலேலோ - அய்லசா

வேலையை அதிகமாக்குவது பற்றிப் படைத்தலைவனும் ஆலோசகர்களும் பேசுகின்றனர்.

படைத்தலைவன் : வேலை நடப்பது போல் இருந்தாலும் வடிவம் தோன்றும்படி எதுவும் முழுமை யடையவில்லை. இந்தப் பூர்வகுடிகளான அடிமைகள் அமைதியாக இருந்தாலும் வேறு ஏதோ திட்டம் வைத்திருப்பது போல் தோன்றுகிறது.

ஒற்றன் : இவர்களின் முகங்களைப் பார்த்தால் சில சமயம் பயமாய் இருக்கிறது. முன்புபோல் இல்லை. இப்பொழுதெல்லாம் அவ்வப் போது முணுமுணுப்புச் செய்கின்றனர். இவர்களது முணுமுணுப்புகள் ஏதோ பயங்கரம் மறைந்திருக்கிறது போல் உணர்கிறேன்.

சிலர் பாறையைத் தள்ளிவர அது படைத் தலைவனை நோக்கி வருவதுபோல் தோன்றுகிறது. ஒற்றன் திடீரெனப் பார்த்து விட ஏதேச்சையாக நடந்தது போலப் பூர்வகுடிகள் அதை வேறு பக்கம் புரட்டிச் செல்கின்றனர்.

படைத்தலைவன் : இனிமேல் இரவிலும் வேலையை நடத்தினால்தான் திட்டமிட்டபடி வேலை முழுமை பெறும்.

(பூர்வ குடிகளின் உழைப்போசை கேட்கிறது)

ஒற்றன் : படைவீரர்கள் பூர்வகுடிப் பெண்களிடம் நடந்து கொள்ளும் முறை சரியில்லை.

படைத்தலைவன் : அடிமைகள் உழைப்பு மட்டுமா நமக்குச் சொந்தம். உடலும் நமக்காகத்தான் உள்ளது. படைவீரர்கள் தமக்குத் தேவையானதை எடுத்துக்கொள்ளட்டும்.

ஒற்றன் : என்ன அங்கே! ஏதோ சலசலப்புத் தோன்றுகிறது.

(படைவீரர்கள் சிலர் பூர்வ குடி இளைஞர்கள் இருவரைக் கட்டி இழுத்து வருகின்றனர்)

படைவீரன் : தெற்குத் திசைப்பாறையை உடைக்க அழைத்துச் சென்ற வீரனின் கண்களை ஏதோ பச்சிலை மூலிகைகளால் இவர்கள் குருடாக்கி விட்டார்கள்.

படைத்தலைவன் : இந்த இருவர்க்குத்தரும் தண்டனை அடிமைகள் மற்ற அனைவருக்கும் பாடமாக அமைய வேண்டும்.

பாட்டுக்குழு : சிதைக்கப்பட்டால் என்ன - நாம் புதைக்கப்பட்டால் என்ன விதைக்கப்படுவன எல்லாம் - மண்ணில் விளைவு நிச்சயம்ஆகும்.

காட்சி-6

மலைப்பெண் சிறிய தீப்பந்தத்துடன் யாரையோ தேடி வருகிறாள். வழியில் மலைப்பாடகன் தோன்றுகிறான்.

மலைப்பெண் : போன கூட்டத்திலே ரெண்டுபேரைக் காணவில்லை. உடன்பிறந்த அண்ணன்

	மார்கள் ஊடு அழுகிறது. ஊர்க்குடி யெல்லாம் தவிக்கிறது. காட்டுக்குள் தேடிப்போவோம். கரும்பாறை பக்கம் போய்ப் பார்க்க வேணும்.
மலைப்பாடகன் :	அடிபட்டுக்கிடப்பாரோ இல்லே அழுது கிடப்பாரோ. அந்தப்பக்கம் நீ போனா அடுத்த பக்கம் நான் போறேன் (மலைப் பெண் செல்கிறாள்... மலைப்பெண்ணின் கூவியழைக்கும் குரல் கேட்கிறது)
	ஏ! சின்னண்ணே...
	ஏ! பெரியண்ணே...
	(அவலமான ஒரு இசை)
பாட்டுக்குழு :	காடு இருட்டாச்சு
	கருமலையும் இருட்டாச்சு
	வானம் கருப்பாச்சு
	வழியெல்லாம் மறஞ்சாச்சு
மலைப்பாடகன் :	கொஞ்சம் அசந்திருந்தா எம் குலக்குடியின் கொழுந்து வாடி வதங்கியிருக்கும். அடிமை செய்ய வந்தவர்கள் தலை முடியப் புடிச்ச தென்ன? போட்டிருந்த ஆடையைப் பிடிச்சு இழுத்ததென்ன? நெஞ்சம் பதைக்கிறது. நினைத்தாலே கொதிக்கிறது. தேடிப் போன அண்ணன்மாரைக் கட்டி வச்சிருந்த கொடு மையை அங்கே பார்த்தவளின் கண்ணீரை நான் அளந்து சொல்ல முடியலே... தங்கை உயிர் காப்பதற்கு அண்ணன்மார் உயிர் கொடுத்தனர். கொடுமையின் உச்சத்தை நான் விளக்கிச் சொல்ல நா வரலே..
	(அவலமான குரல்கள் அங்குமிங்கும் ஒலிக் கின்றன. குடியிருப்புக்குத் தனியே வந்த மலைப்பெண்ணைச் சுற்றிப் பெண்கள் விபரம் அறிகின்றனர்)
பாட்டுக்குழு :	எத்தனைபேர் மறைந்தார்கள்
	எத்தனைபேர் தொலைந்தார்கள்
	எத்தனை காலங்கள் இப்படி

எத்தனை இனங்கள் இப்படி
எத்தனை மொழிகள் இப்படி
அழிப்புக்கு ஆளாகும் போது-அங்கு
ஆத்திரம் வேராகும் - அது
ஆரம்பம் என்றாகும்

இரவு. சடங்கு மேளம் ஒலிக்கிறது. தீப் பந்தங்கள் ஏந்திய உருவங்கள் ஆங்காங்குக் கலந்து ஆலோசிக்கின்றன. நாய்கள் குரைக் கின்றன. கோழிகள் கொக்கரிக்கின்றன. ஆடுமாடுகள் கதறுகின்றன. குடிசைகளுக்குத் தீ வைக்கப்படுகின்றது. அவசரம் கலந்த ஆத்திரம் கலந்த குரல்கள் அங்குமிங்கும் ஒலிக்கின்றன.

மலைப்பாடகன் : அந்த இரவு எல்லாம் போயாச்சு
எதுவுமற்ற இடமாச்சு
மழை இழந்தோம். மண்ணிழந்தோம்
எம் மரங்களை இழந்தோம்
நம்பிக்கை வைத்திருந்த
மலைத்தாயின்
மகள்மீது களங்கம் விழுந்தது
திசைமாறிப் போனார்கள்
எம்மக்கள் எங்கே போனார்கள்?
புகைமட்டும் மீந்து இருக்கிறது

பாட்டுக்குழு : நெருப்புக்கு வரலாறு தெரியும்-இந்த
நீருக்கும் பல கதை தெரியும்
அழிப்புக்கு ஆளாகும்போது-அங்கு
ஆத்திரம் வேராகும். அது
ஆரம்பம் என்றாகும்.

காட்சி-7

(வேலையிடத்தில் ஆட்கள் இல்லாமல் படைவீரர்களும், அரசின் ஆலோசகர்களும் மட்டும் இருக்கின்றனர். படைத் தலைவன் நின்றுபோன வேலையை மீண்டும் தொடருவது பற்றி ஆலோசிக்கின்றான்).

படைத்தலைவன் : ஊரையே எரித்துவிட்டு இந்த அடிமைகள் தொலைந்து போவார்கள் என்று நினைக்கவே இல்லை. எங்கே போயிருப்பார்கள்? அந்தப் பெண்ணைத் தப்பிக்க விட்டது தவறு. அவள் அழகுக்குத் தலைநகரத் திற்கே அடிமையாகக் கொண்டு போயிருக் கலாம்.

ஒற்றன் : அந்தப் பெண்ணைத் துன்பப்படுத்தி யிருக்கக் கூடாது. இந்த மலைக் குடிகளின் கடைசி நம்பிக்கையும் களங்கப்பட்டுப் போனதாக நினைத்ததால்தான் தமது ஊரையே எரித்துவிட்டு அவர்கள் போயிருக் கிறார்கள். எப்படியோ அவர்கள் அழிந்து போகட்டும். வேலை குறித்த காலத்தில் முடியவேண்டும்.

படைத்தலைவன் : சிறிய கால தாமதம்தான். ஆயுத பலமும் படைபலமும் இருக்கும் வரை, அடிமை களுக்கா குறைச்சல். மலையின் வேறு பக்கங்களில் வாழும் குடிகளை இழுத்து வரப் படைபோயிருக்கிறது. வேலை குறித்த காலத்தில் முடிய இரண்டு மடங்கு ஆட்கள் வேண்டும். இன்னும் கடுமையாக வேலை வாங்க வேண்டும்.

ஒற்றன் : இப்படி நடந்தது ஏதோ தீய சகுனமாகத் தான் உள்ளது. இப்படி ஒரு இரவிலேயே ஊரைக்காலி செய்து போயிருப்பது அவர் களது எதிர்ப்பை நமக்குக் காட்டுவதாகவே படுகிறது. காட்டின் உட்பகுதியில் மறைந்த வர்கள் என்ன திட்டமிட்டுச் சென்றனர். என்ன திட்டமிடுகின்றனர் என ஒன்றும் ஊகிக்க முடியவில்லை. என்ன சதி செய் கிறார்களோ? பூர்வகுடிகளின் தந்திரம் நம்மால் சில சமயம் புரிந்து கொள்ள முடியாதது.

படைத்தலைவன் : ஆயுதத்தை மிஞ்சிய தந்திரம் என்ன இருக்கிறது. அவர்கள் தொலைந்து போன

வர்கள். மீள முடியாது. நமக்கு வேண்டியது கட்டுமானப் பணி. நாட்டை விரிவு படுத்தும் அடுத்ததிட்டத்திற்கு இந்தக் கோயிலே படைத்தளமும் ஆகப்போவது உனக்குத் தெரியாதா? (பேசுகையில் அக்கம் பக்கத்தில் சலசலப்பு உண்டாகிறது. வேறு ஆட்கள் (அடிமைகள்) கொண்டு வரப்படு கின்றனர். வேலை மறுபடியும் நடைபெறு கிறது. சப்தங்கள் எழும்புகின்றன. சாட்டை களுடன் படை வீரர்கள் வேலை வாங்கு கின்றனர். பாறைகளை உடைக்கும் ஓசை கேட்கிறது. பாறைகளை உருட்டிச் செல்லும் உழைப்போசை கேட்கிறது.)

ஒரு சாரார் : எல மாலி.
மறுசாரார் : அய்லசா.

காட்சி-8

(சில படை வீரர்கள் மர்மமான முறையில் இறந்துபோவது பற்றியும், சில படைத்தலைவர்கள் கூடாரங்களிலிருந்து இரவோடு இரவாகக் காணாமல் போவது பற்றியும் பயத்துடன் பேசிக் கொள்கின்றனர்)

படைத்தலைவன் : நம்ப முடியாமல் இருக்கிறது. எல்லாம் மர்மமாக இருக்கிறது. எத்தனை படை வீரர்கள் இதுவரை இறந்து போனார்கள்? காணாமல் போன படைத்தலைவர்கள் எத்தனை பேர்?

ஒற்றன் : கணக்குக் கூடிக்கொண்டே போகிறது. எனக்கே பயமாக இருக்கிறது. உருவப் பாறையை முழுமையாகத் தகர்த்த நாளி லிருந்தே அங்குமிங்குமாய் வீரர்கள் செத்து விழுகின்றனர். ஒரு காயம் கூட உடலில் தென்படுவதில்லை. சிலருக்கு முள் குத்தியது போல் கழுத்தில் புள்ளிகள் தென்பட்டதாக வைத்தியர் சொல்கிறார். ஏதோ அடை

	யாளம் தெரியாத புதிய நோயாக இருக்குமோ என்றும் சந்தேகப்படுகிறார்.
படைத்தலைவன்:	இறப்பு மட்டும்தான் நோயால் ஏற்படும். காணாமல் போவது எப்படி நடைபெறும். இதில் வேறு ஏதோ விபரீதம் இருக்கிறது.
ஒற்றன் :	மலைக்குடிகள் நமக்கு அடிமைகளாக இருக்கலாம். ஆனால் அவர்கள் மலை தேவதைகளை வழிபடும் சடங்குகளும் நம்பிக்கைகளும் சக்தி வாய்ந்தவையாகத் திகழும் என்பார்கள். மலைக்குடிகள் வணங்கும் மலைத்தேவதைகள் மிகுந்த கோபமும் சக்தியும் உடையவை என்ற கதை உண்டு.
படைத்தலைவன்:	சடங்குகளும் சம்பிரதாயங்களும் நம்மை என்ன செய்துவிடும். இந்தப் பூர்வகுடிகள் ஊரைக் காலி செய்துவிட்டு எங்கே சென்றார்களோ அங்கே அவர்களுடனேயே (சிரித்தபடி...) அவர்கள் வணங்கும் மலைத் தேவதைகளும் ஓடிப்போயிருக்கும். சாவைக் கண்டு பயப்படுவது வீரர்களுக்கு அழகல்ல. வேலை முடிக்க வேண்டும். எதற்கும் (கிண்டலாக) நீ எச்சரிக்கையாக இரு.
ஒற்றன் :	அதிகம் எச்சரிக்கையாக இருக்க வேண்டியது நீங்கள்தான்.
படைத்தலைவன்:	(சிறிது கோபத்துடன்) எனக்காவது... எதுவும் நடப்பதாவது. கூடிய விரைவில் வேலை முடிந்து விழா நடத்திவிட்டுத் தலைநகரம் சென்றுவிட வேண்டும்.
ஒற்றன் :	எப்படியும் இங்கிருந்து தப்பித்தால் சரி. காட்டு விலங்குகள் கூட அவ்வப்போது படைவீரர்களைப் பதுங்கியிருந்து தாக்குவது மிகவும் அதிகமாகிவிட்டது.
பாட்டுக்குழு :	காட்டுப்பாதை வழி மறிக்கும் - புதுக் கால்கள் நடந்து வந்தால் காட்டு விலங்கறியும்-புது

மனிதர் காடு புகுந்தால்
மழையின் மேகங்கள் பணியும் - எம்
மலையும் காடும் இணைந்தால்

காட்சி - 9

(கோயில் திருவிழா, அரசன் வருவதற்கான கொண் டாட்டங்கள்) படைவீரர்கள் அங்குமிங்கும் செல்கின்றனர். நகரத்து இசைக்கருவிகள் ஒலிக்கின்றன. சில வண்ணத் துணி களைப் பிடித்தபடி வேறு சிலர் காட்சி அமைக்கின்றனர். வேறு சில ஆட்ட நிகழ்ச்சிகளும் நடைபெறுகின்றன. படைத்தலைவன் ஓரிடத்திலும் அரசன் குழு வேறிடத்திலும் நிற்கிறது.

பின்னிருந்து
குரல்கள் : லே லே லே லேலே
லே லே லே லேலே
லே லே லே லேலேலே...
உடைபட்ட மலைகளில்
உயிர்தந்த மனிதர்கள்
இடம்விட்டு மறைந்த போதும்-அவர்
படையென்ன பகையென்ன
பலநூறு காவல்கள்
தடைதாண்டித் தோன்றுவார்கள்
லே லே லே லேலே
அடையாளம் தெரியாத முகம் கொண்டு
வருவார்கள்
ஆக்கினைகள் செய்வதற்கே
அழியாது பெருங்கோபம்
ஆறாது இனக்கோபம்
அடிநெஞ்சின் சாபமிங்கே
லே லே லே லேலே

உடல்திறன்களைக் காட்டி விளையாடும் விளையாட்டுகள் தொடங்குகின்றன. மேளங்கள் ஒலிக்கின்றன. தீப்பந்த விளை யாட்டுகள் நடைபெறுகின்றன. பெண் களின் குலவை ஒலிகள் எழும்புகின்றன. சிலம்பு விளையாட்டுகள் நடைபெறு கின்றன.

பின்குரல்கள் : வாழ்கின்ற மண் இங்கு
தலைவிட்டுப் போனபின்
வஞ்சமே மிச்சம் நிற்கும்
வீழ்வது இனத்திற்கு
நிச்சயம் என்றானால்
வெறியாட்டம் மிச்சம் நிற்கும்

பெண்முகச்சாயல் கொண்ட பெரிய உருவத்திற்குள் மறைந்து வருகிறார்கள். பெண்கள், கால் மணிச்சலங்கைகள் எழுகின்றன. பெண்களின் குலவை கோபத்துடன் கிளம்புகிறது.

பின் குரல்கள் : கருதரும் பெண்சக்தி
கண்ணீரில் எழுகின்ற
வார்த்தையும் அழிவுமூட்டும்
ஒருதரம் தோற்றாலும்
சில நூறு ஆண்டுக்குப் பின்வந்தும்
தீயை மூட்டும்

மலைப்பாடகன் : உருமாற்றி வந்தார்கள்
எம் குடிப்பெண்கள்
முகத்தை மாற்றி வந்தார்கள்
மறுபடியும் அவர்கள் வந்தார்கள்
வெறியேற்றி வந்தார்கள்
முழுமையும் அழிப்பதே நோக்கம்
எனினும் எனினும்..

(உருவத்திலிருந்து வெளிப்பட்டு ஆடி படைத்தலைவனைக் கொல்கிறாள் ஒரு பெண். யாரும் எதிர்பாராமல் நடந்து விட்ட நிகழ்ச்சியைக் கண்டு இயல்பு நிலைக்குத் திரும்புவதற்குள் காணாமல் போனார்கள்; பிடியுங்கள் அவர்களை விடாதீர்கள் எனும் குரல் ஒலிகள் எழும்பு கின்றன. ஆனால் அவர்கள் மறைந்து விட்டார்கள்)

தலைமையைத் தகர்த்தார்கள்
தலைமையைத் தகர்த்தார்கள்
உருமாற்றி வருவார்கள்

எம்குடிப் பெண்கள்
மறுபடியும் வருவார்கள்
வெறியேற்றி வருவார்கள்

காட்சி-10

மலையின் உட்பகுதியொன்றில் சாபமிடும் பூர்வ குடிகளின் சடங்கு நடைபெறுகின்றது. ஆண்முகப் பொம்மை ஒன்றை நடுவில் வைத்து அதைச்சபிப்பதான சடங்குகள். இருபுறமும் அரைவட்ட வடிவில் பூர்வகுடிகள் கையில் சிறுமண் கலயங்கள் வைத்தபடி மருள்கொண்டது போல் ஆடுகின்றனர். சடங்கிற் கான இசை ஒலிக்கின்றது.

பூசாரி : பூர்வ குடிகளை அழிச்சு
வெற்றி நீ கண்டாலும்
உம் வம்சம்
வேரோட பொசுங்கிடணும்
வேதனையே மிஞ்சிடணும்

பூர்வகுடி பெண்-1 : தேவதை குடியிருந்த
காடுகளை அழிச்சவுங்க
தாகத்தை அழிச்சவுங்க
தட்டுக்கெட்டுப் போயிடணும்

பூர்வகுடி ஆண்-2 : நீரோடை திசைமாத்தி
உயிரழிச்ச மனிதர்களே
நீரத்துப் போவீங்க
ஈரமத்துப் போவீங்க

பெண்-2 : மண்ணைக் களவாண்டையே
மண்ணோட போகவேணும்

பெண்-3 : குடியழிச்ச கூட்டத்துக்கு
குலமழிஞ்சு போகவேணும்

பெண்-1 : இனத்தை அழிச்சவங்க
ஈனப்பட்டுப்போக வேணும்

பூசாரி வழிகாட்டிட மண் கலயங்களை ஒவ்வொன்றாக உடைக்கின்றனர். ஒரு பெண் இரு குச்சிகளை ஆண் பொம் மையின் கண்களில் செருகுகின்றாள்.

மலைப்பாடகன் : பழி தீர்க்கும் நாள் வரும். அடையாளங்கள் மறைத்தே அவர் ஆறாத கோபத்தில் வெவ்வேறு திசைகள் போனார்கள். அவர்கள் வெவ்வேறு உருவங்களில் போனார்கள். வெவ்வேறு குடிகளோடு கலந்து போனார்கள். கோபம்கொண்ட அவர்களின் சாபங்கள் காற்றில் கலந்தன. குலை பதறி குடியிழந் தோர் இட்ட சாபம்.

குலவைச் சத்தம்.

தோற்கருவிகளின் ஓசை.

16. தொட்டில் தொடங்கி

அரங்கில் வலது மூலையில் முன் பக்கமாகத் தொட்டில் தொங்குகிறது. தாய் தாலாட்டுகிறாள். விளக்கொளி மங்கலாகவே தெரிகிறது.

ஆராரோ ஆரிரரோ எங்கண்ணே
ஆரிரரோ ஆராரோ...
யாரடிச்சார் நீ அழுதே .... எங்கண்ணே
....
....
ஓடும் மான் ஆடிவர எங்கண்ணே
ஒன்பது மான் பின் தொடர-அந்த
மானோடும் பாதையெல்லாம்-எங்கண்ணே
தானோடி வந்த முத்து
ரே... ரே... ரே... ரே...

விளக்கொளி அணைகிறது. இருள் மேடையைக் கவ்வு கிறது. தவத்திரு சங்கரதாஸ் சுவாமிகள் நாடகப் பாணியின் ஆர்மோனியம், மிருதங்கம் இசை எழுப்புகின்றன.

மேடையின் மேல்தளம் கீழ்த்தளம் என இரு பகுதி அமைந் துள்ளது. மேல்தளத்தில் காலகண்ட அய்யர் விசிறி கொண்டு வீசித் தன்னை ஆசுவாசப்படுத்திக் கொண்டிருக்கிறார். ஈசி சேரில் படுத்துள்ளவரின் கால்கள் மட்டும் மெல்ல அசைகின்றன.

சந்திரமதி தலைவிரி கோலமாகக் கதறி, பதறியடித்து ஓடிவருகிறாள்.

சந்திரமதி : அய்யா! காலகண்ட அய்யரே! என் எஜமானே! தங்களின் கட்டளைப்படி அயலாத்துப் பிள்ளைகளுடன் தர்ப்பைப் புல் பறிக்கச் சென்ற என் மகன் லோகிதாசனைப் பாம்பு கடித்து விட்டது. இறந்து விட்டான். என் கணவர் தன் சுயநலத்துக்காக என்னையும் என் குழந்தையையும் உங்களிடம் விற்று விட்டுப் போன பாவி வந்து கேட்டால் நான் என்ன சொல்லுவேன் சாமி! நான் என்ன சொல்லுவேன்.

பாடல்

அப்பா மகனே பாம்பு
அய்யோ மகனே பாம்பு
அடவியில் தீண்டினதோ... மகனே...

அய்யர் : ஏண்டி சந்திரமதி ஒப்பாரி வச்சா காரியம் ஆயிடுமோ என்ன? என் பணம் போச்சுதடி.... மாட்டையும், கன்னுக் குட்டியையும் வெலைக்கு வாங்கி வந்தேன். கன்னுக்குட்டி இறந்து போச்சே.ன்னு நாந்தாண்டி ஒப்பாரி வைக்கணும்..

சந்திரமதி : அய்யரே! என் மகனை அடக்கம் செய்ய வேண்டும். காட்டுக்குச் சென்றுவர அனுமதி வேண்டும்.

அய்யர் : ஆத்துல வேலைகள் நெறையக் கெடக்கு... ஆத்து வேலைகளை முடிச்சிக் கொடுத்துட்டு நீ போய் வா..

ஒளி மங்குகிறது...

இராணுவ இசை ஒலிக்கிறது. பூட்ஸ் கால்களின் சப்தம் டக் டக் எனக் கேட்கிறது... போலீஸ் லாக் கப்பில் போலீஸ் இன்ஸ்பெக்டர் நாற்காலியில் அமர்ந்து பேப்பர் படித்துக் கொண்டிருக்கிறார். இரு போலீஸார் காவலுக்கு நின்று கொண்

டிருக்கின்றனர். மேடையின் மேல் தளத்தில் ஒருவன் படுத்துக் கிடக்கிறான்... கீழ்த்தளத்தில் போலீஸார் உள்ளனர்..அஞ்சி, அஞ்சி சாப்பாடு எடுத்துக்கொண்டு ஒரு பெண் வருகிறாள். சாமி... கும்பிடுறேனுங்க... எனக் கூறிக்கொண்டே சாப்பாட்டுப் பாத்திரத்தை அருகில் வைத்து விட்டு நெடுஞ்சாண் கிடையாக விழுந்து போலீசாரை வணங்குகிறாள்.

எஸ்.ஐ : ஏட்டு..! யாரய்யா... அது...

ஏட்டு : சந்தேகக் கேசுல புடிச்சி வந்து போட்டு ருக்கோ மில்லே... அந்தப் பயலோட பொண்டாட்டி....

எஸ்.ஐ : (எழுந்து நடந்து வந்து விழுந்து வணங்குபவளைப் பிடித்துத் தூக்குகிறான்) ஒம் பேரு என்ன?

அவள் : பத்மினி (பதறியபடி)

எஸ்.ஐ. : ஆமா! இது என்ன?

பத்மினி : எம் புருசனுக்குச் சாப்பாடு...

எஸ்.ஐ. : சாப்பாடு! பத்மினியா ஒம் பேரு... நல்ல பேரு தான்... நல்ல நாட்டுக்கட்டைதான்... அந்தக் காலத்தில் பத்மினி சினிமாவில பரதநாட்டியம் ஆடுவாளே... அவ மாதிரி நீ நல்லா ஆடுவியா?

பத்மினி : தயங்கி தயங்கி..அதெல்லாம் ஒண்ணுந் தெரியாதுங்க... சாமி...

எஸ்.ஐ. : ஒண்ணுந் தெரியாதுன்னா... நான் சொல்லித் தாறேன்.. சம்மதமா..

பத்மினி : வேணாஞ்சாமி..

எஸ்.ஐ. : ஒனக்கு வேணாம்னா... எனக்கு வேணாமா? (எனக் கூறிக்கொண்டே கைப்பிரம்பால் அவளது மாராப்புச் சேலையை எடுக்கிறான்) ஒம் புருசனுக்குச் சாப்பாடு கொடுக்கணுமா.

பத்மினி : ஆமாங்க.

எஸ்.ஐ. : ஒம்புருசனுக்கு சாப்பாடு கொடுக்கணும்னா... எனக்குச் சாப்பாடு வேணும். மொதல்ல என் பசிக்குச் சாப்பாடு போடு... (எனக் கையைப் பிடிக்கிறான்...)

பத்மினி : என்னங்க... வேண்டாங்க... கதறுகிறாள்... யோவ் (கணவனை அழைத்து) யோவ்... எழுந்திருய்யா... இந்த எஸ்.ஐ. எங்கிட்ட தப்பா நடக்கப்பாக்குறாரு...

கணவன் : மனைவி அலறும் சப்தம் கேட்டு... பத்மினி... பத்மினி... (முன்நோக்கி வரும்போது போலீசார் அவனைப் பிடித்துக் கொள்கிறார்கள்)

பத்மினி ஓடிப்போயிடு.

பத்மினி : (ஓட முயற்சிக்கிறாள்) அய்யய்யோ...! சாமி என்னை ஒண்ணுஞ் செஞ்சிறாதீங்க... ஒங்களுக்குப் புண்ணியமாப் போகும்...

எஸ்.ஐ. : கொன்னாப் பாவம் தின்னாப் போகும்.. பத்மினி வீணா ஏன் ஓடி விளையாடறே... (எஸ்.ஐ. விரட்டிப் பிடிக்கிறான்)

(கணவன் சப்தம், பத்மினி சப்தம்... பூட்ஸ் சப்தம், இணைந்து கேட்கிறது)

எஸ்.ஐ. : 201... யோவ் ஏட்டு, என்னய்யா அவனைக் கத்தவிடுறீங்க... ரெண்டு தட்டு தட்டிப் பேசாம படுக்கச் சொல்லுங்கய்யா...

கணவன் : பத்மினி ஓடிப்போயிடு... டேய் போலீஸ் நாய்களா... எம்பொண்டாட்டிய விட்டுடுங்கடா..

(என்று சொல்லி முடிப்பதற்குள் அவன் மண்டையில் அடி விழுகிறது)

பத்மினி : டேய் போலீஸ்... மொள்ளமாரிப்பயகளா... என்னடா எம்புருசன அடிக்காதீங்கடா...

எஸ்.ஐ. : ஒம்புருசன் உயிரோட ஒன்கூட வரணும்னா... நீ எங்கூட வரணும்...

(கதறுகிறாள்... வெளியில் ஓட எத்தனிப்புச் செய்கிறாள்...) ஒரு போலீஸ் கதவைச் சாத்துகிறார்... பத்மினியின் முயற்சி பலிக்கவில்லை. கணவன் ஓடிவந்து தடுக்க முயல்கிறான்... போலீஸ் தடுக்கிறது... கணவன் முன்னிலையிலேயே பத்மினி எஸ்.ஐ யால் கற்பழிக்கப்படுகிறாள்...

கணவனின் ஆதங்கக் குரல்... பத்மினியின் இழப்புக் குரல் இணைந்து ஒலிக்கிறது. விளக்கொளி மங்குகிறது.

ஒரு குரல் : நெக்ஸ்ட் ஏட்டு

நெக்ஸ்ட் போலீஸ் 201

நெக்ஸ்ட் போலீஸ் 202

நெக்ஸ்ட் போலீஸ் 203

ஆர்மோனியம் மிருதங்கம் இசை வாசிக்கப்படுகிறது. சந்திரமதி உரலில் உலக்கையால் குத்தும் காட்சி, அரிசியைப்புடைக்கும் காட்சி, மகனை நினைத்துச் செயலிழந்து அழுது கொண்டிருக்கிறாள்... காலகண்ட அய்யர் மேற்பார்வை யிடுகிறார்.

அய்யர் : ஏண்டி!... சந்திரமதி ஒண்ணு அழுதிட்டு வேலையைச் செய்யணும்... இல்லே... வேலையைப் பார்த்திண்டு அழணும்... வேலையை முடிக்காம அழுதா என்னடி நியாயம்?

பத்மினி : நியாயம்!.... எம் புருசன் நியாயமானாக வாழ என்னையும், என் பிள்ளை லோகிதாசனையும் உங்களிடம் விற்றது நியாயமா. என் மகன் இறந்து கிடக்கும் செய்தியறிந்தும் உங்களிடம் அனுமதி பெற முடியாமல் இப்படி வேலை கொண்டிருக்கிறேனே இது நியாயமா?

அய்யர் : என்னடி வேலைக்கார நாயே! எங்கிட்டே எதிர்த்துப் பேசுறியா...? (என்று கூறித் தன் கையில் உள்ள விசிறிக் கம்பால் தலையில் அடிக்கிறார்) ஆண்டவன் அவர் அவருக்கு எழுதி வச்ச விதிப்படிதாண்டி நடக்கும்..உன் மகன் பாம்பு கடிச்சி இறக்கணும்னு விதி இருந்திருக்கு... செத்துப் போயிட்டான். நம்ம கையிலே என்ன இருக்கு?

பத்மினி : தாழ்ந்த குரலில்.. ஒங்களை நான் திருப்பி அடிக்கணும்னு விதியிருந்தா அடிக்கலாம்... ஆண்டவன் விதி அப்படி எழுதலே போலிருக்கு... வேணும்மின்னா நான் புதுசா விதியைப் படைக்கலாம்...

அய்யர் : என்னடி மொனங்குறே... மொனங்குறதும், மொறச்சுப் பார்க்கிறதும்... தப்புடி....

பத்மினி : வாய்கொண்டு பேசுறதும் (தாழ்ந்த குரலில்) கை கொண்டு பேசுறதும் என்னக்கி பொம்பளைங்க நடத்த தொடங்குறாங்களோ அப்பதான் சரி யாகும்... முந்தானையால் கண்களை துடைத்துக் கொண்டு மகனே... லோகிதாசா...

ஆர்மோனியம் மிருதங்கம் பின்பாட்டுத் தொடருகிறது... விளக்கு அணைகிறது...

(போலீஸ் குடிசைக் கதவைத் தட்டுகிறது... அனைவரும் சேர்ந்த குரலில்...)

போலீஸ்கள்: யாருடா வீட்டிலே... வெளியே வாடா... யாரு வீட்டிலே... வெளியே வாறீகளா இல்லையா?

(பிரம்பு கொண்டு கதவைத் தட்டிக்கொண்டே குரல்கள் வேகப்படுகின்றன)

விஜயா : யாரது கதவை உடைக்கிறது..(விஜயா வெளியில் வருகிறாள்)... பார்த்து... அய்யய்யோ போலீஸ்... என்னங்க சார்..இந்த இராத்திரியிலே...

போலீசார்	:	இந்த இராத்திரியிலேயே... ஒன்னையப் பார்க்கத்தான் வந்தோம் (கிண்டலாக).
		(முறைத்தவாறு) யாருடி நீ...?
ஜெயா	:	எம்பேரு ஜெயா...
போலீஸ் 2	:	நொப்பன் வீட்டுக்குள்ளே இருக்கானா?
விஜயா	:	இல்லைங்க...
போலீஸ்	:	எங்கடி நொப்பன்?
விஜயா	:	எங்க சித்தப்பன் வீட்டுக்குப்போறேன்னு சொல்லித் திருவண்ணாமலைக்குப் போயி ரெண்டு நாளாச்சி...
போலீஸ்	:	இப்ப இங்கே? நீ மட்டும் தனியாதான் இருக்கியா?
விஜயா	:	ஆமாங்க... வீட்டிலே யாருமில்லே..
போலீஸ்	:	வா... வந்து வேனில ஏறு...
விஜயா	:	நா... எதுக்கு...
போலீஸ்	:	கன்னுக்குட்டியத் தூக்கிட்டுப் போயிட்டா பசுமாடு தானா வந்திடும்... அதுக்குத்தான்.
விஜயா	:	விடிஞ்ச பெறகு நான் வாறேனுங்க... இப்ப விட்டுடுங்க..
போலீஸ்	:	நாங்க என்ன காதுலை பூ வச்ச பயலுகளா... ஏறுடி வேனில...
		ஆர்மோனியம் பின்பாட்டு ஒலிக்கிறது... இருள்.
பாடல்	:	காட்டுக்குப் போன எந்தன் கண்மணி அந்தி யாயும் வீட்டுக்கு வரவும் காணேன்... வேகுதே கும்பி அய்யோ... அய்யோ...!
விஜயா	:	வேண்டாங்க சார்... நான் குளிக்காம இருக்கிறேன்.

போலீஸ் 1 : நாம எல்லோரும் சேர்ந்து குளிக்கலாம்.

போலீஸ் 2 : மொதல்ல இந்தக் குளியல்...

போலீஸ் 3 : அப்புறம் அந்தக் குளியல்...

விஜயா : அய்யய்யோ சாமி... எங்கப்பாவை நாளைக்கு நானே ஒங்க இடத்துலே வந்து ஒப்படைக் கிறேன்... இப்ப விட்டுடுங்க சாமி..

போலீஸ் 3 : ஒங்க அப்பாவை நீ நாளைக்கு ஒப்படைச்சிடு... இப்ப ஒன்னைய ஒப்படைச்சிடு...

(வட்டமடித்து விஜயாவை நடுவில் வைத்து வலம் வருகின்றனர்)

விஜயா : அய்யய்யோ... காப்பாத்துங்க... அக்கம்பக்கம் யாருமில்லையா..?

போலீஸ் 3 : யாருமில்லே... சுத்த மலங்காடு... இந்தக் காடும்... மலையும் எங்களுக்குத்தான் துணையாயிருக்கு...

விஜயா : அய்யய்யோ... சாமி விட்டுடுங்க... விட்டுடுங்க...

போலீஸ் 1 : வாயப் பொத்துடி... சத்தம் போட்டே இந்தத் துப்பாக்கியால சுட்டுடுவோம்..

போலீஸ் 2 : ஏதோ வந்தோம்... கொஞ்ச நேரம் சந்தோஷமா இருந்தோம்னு..பத்திரமா வீடு போய்ச் சேருறதை விட்டுட்டு... ஏன் சும்மா கத்துறே...

(பொத்தியவாய் வழியே சத்தம் மெல்ல வெளிப் படுகிறது... ஒவ்வொருவராய்க் கற்பழிப்புச் செய் கின்ற ஓலம் கேட்கிறது... மேடை இருளாகிறது...)

மக்கள் குரல்: தோழியர் பார்வதி வாழ்க... தோழியர் பார்வதி வாழ்க..

மேடையில் மாலைபெறுகிறார் பார்வதி... மாலை பெற்றதும் பேசத் தொடங்குகிறார்.

அன்பார்ந்த உழைக்கும் மக்களே... இன்று நமது பகுதியில் 15 அடி பைப்பு வசதிகள் செய்யப்

பட்டுள்ளன. தெருவிளக்குகள் யாவும் எரி கின்றன. தெரு வீதிகளில் தார் ரோடு போடு வதற்கு வேண்டிய வேலைகள் துரிதமாக நடை பெற்று வருகிறது. அனேகமாக ஓரிரு வாரத்தில் அந்த வேலை நம் பகுதியில் தொடங்கிவிடும்... தார்ரோடு போடும்போது தார் டின்கள் எத்தனை வருகின்றன. எத்தனை லாரி சரளைக் கற்கள் வருகின்றன... ஒழுங்காக வேலை நடை பெறுகிறதா எனக் கவனிக்கக் கண்காணிப்புக் குழு போடப்பட்டுள்ளது. நமது ஒற்றுமை பலமாக இருக்கும்போது மட்டுமே இலஞ்சப் பேர்வழிகள் ஊழல் பேர்வழிகள் தலை எடுக் காமல் மக்களுக்கு வேண்டிய அரசுப் பணிகள் சீராகத் தடையின்றி நடைபெறும்... விடைபெறு கிறேன்...

கைதட்டல் ஒலி கேட்கிறது... மேடையை விட்டு இறங்கி நடந்து போகிற வேளையில்...

குழுவில் விசில் சப்தம் மாறி மாறி ஒலிக்கிறது... பார்வதி பதறி ஓட முயற்சிக்கிறாள். ஒவ்வொரு வரது கைகளிலும் அரிவாள், கட்டை, சைக்கிள் செயின் உள்ளன...

குரல் 1 : ஏண்டி நீ என்ன பெரிய புடுங்கியா?

குரல் 2 : எங்கள எதுத்து ஜெயிச்ச அப்பவே ஒன்னையப் போட்டுத்தள்ளியிருக்கணும்...

குரல் 3 : ஒரு பொட்டச்சி எங்களுக்கெல்லாம் தலைவியா வரணும்... நீ சேர் போட்டு மேடைமேலேறிப் பெரிய மயிரு கணக்கா ஒக்காருவே நாங்க கீழே ஒக்காந்துருக்கணுமா...

லீலாவதி : இங்க பாருங்க. நான் ஒங்க சகோதரி மாதிரி... உங்களுக்கு ஒழைக்க வந்திருக்கேன்... தவறா நெனைக்காதீங்க... ஏதாவது நடந்ததுன்னா அது பெரிய மக்கள் போராட்டமா வெடிச்சிடும்.

குரல் 4 : என்னங்கடா ஒரு பொம்பள நம்ம கிட்டே வசனம் பேசுறா.. பார்த்துக்கிட்டு சும்மா நிக்கறீங்க... இவ கதையை முடிங்கடா...

(பார்வதி ஓட ஓட விரட்டி வெட்டுகின்றனர். மக்கள் திரண்டு ஓடி வருகின்றனர். அய்யய்யோ கொலை கொலை... சப்தங்களுக்கிடையே ரவுடிகள் தப்பி ஓடுகின்றனர்...)

வெளிச்சம் அணைந்து மெல்ல மெல்லப் பிரகாசிக்கத் துவங்குகிறது..

பார்வதியைக் கொலை செய்த ரவுடிகளை உடனே கைதுசெய்... போராட்டம் முழுக்கம் உரத்து ஒலிக்கிறது...

பாடல் : தேர்தலில் பெண்கள் நிற்கலாம் - அந்தத் தேர்தலில் பெண்கள் ஜெயிக்கலாம் ஆண்கள் ஆதிக்கம் அடங்கணும் - இந்தப் பெண்கள் சமத்துவம் அடையணும்...

17. பாவம் தொலையுது

(வீதி நாடக வடிவத்துக்கான பிரதி)

பிறப்புச் சடங்கு விழா

தாய் மாமன் தலைப்பாகை கட்டி முன் நடந்துவர ஆண்களும் பெண்களும் என உறவினர்கள் படைசூழ மேள தாளத்துடன் பிறந்த சீர் பொருள்களுடன் பிறப்புச் சடங்கு வீட்டு வாசல் முன் போடப்பட்டுள்ள பந்தலை வந்தடைகின்றனர். வீட்டுக் காரர்களுள் ஒருவர் வந்தோரை வரவேற்கும் முகத்தான் பாய் விரித்து அனைவரையும் அமரச் சொல்கிறார்.

(புல்லாங்குழல் இசை வாசிப்பு தொடர்கிறது)

தாலாட்டுப் பாடல்

ஆராரோ ஆரிரரோ
ஆராரோ ஆரிரரோ
ஓடும் மான் ஓடிவர எங்கண்ணே
ஒன்பது மான் பின் தொடர அந்த
மானோடும் பாதையெல்லாம் எங்கண்ணே நீ
தானோடி வந்த முத்து
மாமன் அடிச்சாரோ - எங்கண்ணே
மல்லியப்பூ செண்டாலே
கிளுக்குப் பேரபெடுத்து - எங்கண்ணே
கிளி வெரட்ட வந்த முத்தே

பெண்மணி ஒருவர்	:	வாங்க! வாங்க! வந்தவுங்க அவ்வளவு பேரும் பந்தலடியிலே பாய் போட்டிருக்கோம், உக்காருங்க.
மாமன் வீட்டுக் காரப் பெரியவர்	:	சீர் சீராட்டுப் பொருள்கள் தாய் மாமன் வீட்டிலிருந்து என்னென்ன வந்திருக்குன்னு நல்லா பார்த்துக்கிருங்க.
ஒருத்தி	:	ஒரே ஒரு தங்கச்சி அது பெத்த புள்ள தாய் மாமன் பின்னே கொறை என்ன வைக்கப்போறாரு.
மாமன் மனைவி	:	ஒவ்வொரு தட்டா அவையினருக்குத் தூக்கிக் காட்டி அனைவரும் அறியும் வண்ணம் கூவிச் சொல்கிறார்.

(ஒருவர் தட்டுத்தட்டாக. கூடை கூடையாக அவைக்குத் தூக்கிக்காட்டி மற்ற ஒருவர் பொருளைக் குறிப்பிட்டுச் சொல்கிறார்.)

பெண்மணி : இடுப்புக் கொடி - 1
கொலுசு - 1
செயின் - 1
மோதிரம் பவுன்ல - 2
ஆப்பிள் பழத்தட்டு - 1
ஆரஞ்சு பழத்தட்டு - 1
திராட்சைப் பழத்தட்டு - 1
கற்கண்டு தட்டு - 1
மாலை - 2
பூத்தட்டு - 1
அரிசிக்கூடை - 2
நெல்லு - 10 படி
கோரப் பாய் - 2
நாட்டுக் கோழி - 4
சட்டைத் துணி மணி

பெண்மணி - 2	:	தாய்மாமன் சீர் கொண்டு வந்தவுங்க எல்லாருக்கும் கோழி அடிச்சுக் கொழம்பு வச்சிருக்கோம் வாங்க சாப்பிடுக.
பெண்மணி - 1	:	புள்ளைக்குப் பேர் வச்சிட்டு அப்புறம் சாப்பிடலாம். யாரும் எந்திரிக்காதீங்க.
நபர் - 1	:	சரஸ்வதி இல்லேன்னா ஈஸ்வரி.
நபர் - 2	:	லச்சுமி
நபர் - 3	:	தட்சாயினி
நபர் - 4	:	இன்னக்கி புதுசு புதுசா பேரு வைக்கிறது போல நாகரிகமாக வைப்பீங்களா? சும்மா என்னமோ பேரு சொல்றீங்க.
நபர் - 1	:	சாமி பேரு சரஸ்வதி இதுல என்ன வரதாம்?
அன்னம்	:	தமிழ்ப் பெயர் வையுங்களேன் தமிழ்ச்செல்வி அமுதவல்லி அகரத்தாய்
நபர் - 2	:	யார் அந்தப் புள்ளே
நபர் - 4	:	பட்டணம் போய் படிச்சிட்டு வந்திருக்கு நம்ம கோவிந்தனின் மூத்தமகள். அப்பன் ஆத்தா வச்சபேரு கமலம். இந்தப் புள்ள தனக்குத்தானே வச்சிக்கிட்டபேரு அன்னம். அப்பப்ப கவிதைகள்ளாம் சொல்லிக் காட்டும்.
நபர் - 3	:	(கவனித்தவாறு) ஆம்பளப்புள்ள மாதிரி தலைமயிரை வெட்டி கிராப்பு வச்சிருக்குது. என்ன சும்மா! ஆளாளுக்குப் பேச்சு. 'தாட்சாயினி' சாமி பேரு இது. (அதிகாரக் குரலுடன்) பிறந்திருக்கிற புள்ளைக்குப் பேரு 'தட்சாயினி'.

அன்னம் : தட்சனின் கழிவுதான் நான்
எரிந்தாள் அரற்றினாள்
அவள் கடைசி நம்பிக்கையும்
சாம்பலாய் உதிர்ந்தது.
....
....
அழிந்தபின்
அருள்பாலித்தான் ஈசன்
புதியவளாய்ப் பிறந்தாள் பார்வதி
ஒற்றைக்காலில் ஓராயிரம் வருடம்
தவமிருந்தாள்
மறுபடியும் சிவபத்தினி
பாவம்
முக்காலும் உணர்ந்த
ஈசனுக்கு மறக்குமா
அவள் தாட்சாயினி
என்பது

(புல்லாங்குழல் இசைக்க குலவையிடு தலோடு மேளதாளங்கள் முழங்க காட்சி நிறைவுறுகிறது.)

ஒருவர் (ஆண்) : என்ன சாப்பாடு போட்டாங்க! (சலிப்புடன்) கோழிக்குழம்புன்னுதான் பேரு. பேருக்கு ஒரு கறிகூடப் போல.

மற்றவர் (ஆண்) : பொம்பளப்புள்ளையைப் பெத்த கவலையிலே அவுங்க இருக்குறாங்க, ஒனக்கு கோழிக்கறி இல்லேன்னு கவலை.

ஒருவர் (ஆண்) : பொம்பளபுள்ள பொறந்தா எதுக்குக் கவலப்படணும்.
ஒங்க அம்மா எங்க அம்மா பொம்பளங்க தானே.
அட அவ்வளவு எதுக்கு, ஒன் பொண்டாட்டி,
எம் பொண்டாட்டி இவுங்கள்ளாம் பொம்பளைங்கதானே.

மற்றவர் (ஆண்)	:	'அஞ்சில பதிவு அம்பு தச்ச புண்ணு ஆறவில்லை இன்னும்'
		அப்படின்னு பொம்பளப்புள்ளையப் பெத்துக் குலவை போட்டவுகளும் புலம்புறாங்க. சீர் சீராட்டு செஞ்சு விருந்து சாப்பிட்ட மாமன்காரனும் புலம்புறாரு.
ஒருவர்	:	அதுதான் ஏன்னு கேக்குறேன்.
மற்றவர்	:	காது குத்துச்சடங்கு இனி வைக்கணும்.
ஒருவர்	:	அப்புறம், வயசுக்கு வந்தவுடனே பூப்புச் சடங்கு வைக்கணும்.
மற்றவர்	:	சரி. பூப்புச் சடங்கு
ஒருவர்	:	கல்யாணச் சடங்கு
மற்றவர்	:	கல்யாணச் சடங்கு ஆடிச்சீர் ஆடிச்சீர் தலைதீபாவளிச்சீர் தலைதீபாவளிச்சீர் பொங்கல்சீர் பொங்கல்சீர் ஊர்த்திருவிழா சீர் ஊர்த்திருவிழா சீர் மாசமாயிட்டா வளைகாப்பு வளைகாப்பு பேறுகாலச் செலவு பேறுகாலச் செலவு
ஒருவர்	:	அப்படின்னு பொம்பளப்புள்ளைக்கு நாளும் பொழுதும் அந்தச் செலவு இந்தச் செலவுன்னு அடை மழை காலத்து அவதிபோல விடாமச் செலவுதான்.

அகத்திணை (தாட்சாயினி), ஈ, கனிமொழி, காலச்சுவடு, மே 2007.

ஒருவர்	:	இவுகள யார் சடங்குகள் செய்யச் சொன்னாக!
		எனக்கு ஒனக்கெல்லாம் விருந்துதரச் சொன்னாக?
மற்றவர்	:	நீ எழுதுற மொய் நான் எழுதுற மொய் இதெல்லாம் அவுங்க செலவுகசெஞ்சதுக்கு எந்த மூலைக்கு வரும்?
ஒருவர்	:	நம்ம மாதிரிப்பயக எழுதுற மொய்யை நம்பி வருமானம் எதிர்பார்த்தா விளங்குனது மாதிரிதான். பொம்பளப் புள்ளைக்கு அடுக்கடுக்காச் செய்யுறச் சடங்குகள் நிறுத்தினாப் பொம்பளப் புள்ளையப் பெத்த கஷ்டம் எதுக்கும்மா வரப்போகுது. வெட்டிச் சடங்குகள் எதுக்கு. அதுகள நிறுத்தினாலே போதும் கவலை இல்ல பாருங்க.
அன்னம்	:	ஆயுதபூஜைக்கு, துடைத்து பொட்டிட்டு, மறுபடி மூலையில சாத்தி இந்த உலக்கையைக் கட்டிக்கொண்டு மாரடிக்க யாருக்குச் சக்தியோ? நேரமோ இருக்கிறது?
ஒருத்தி	:	(உறவுகொண்ட உரிமையுடன்) அதெப்படி காது குத்துச்சடங்கு மட்டும் நடத்தாம இருக்கட்டும் இந்த ஊரு பூராம் நாத்திர மாட்டேன் இவ பரம்பரைய நாருநாராக் கிழிச்சிட மாட்டேன்.
பெண் - 1	:	பெத்தவுங்க சடங்கு ஏதும் செய்யாம விட்டாலும் மத்தவங்க சும்மா விட மாட்டாங்க போலிருக்கே.
பெண் - 2	:	ஊரோட ஒத்துப்போகணும்னு சும்மாவா சொல்லி வச்சாங்க. (நையாண்டித்தனத் துடன்)

அஃறிணை, கனிமொழி கவிதை வரிகள்.

ஒருத்தி : பெத்துப் பேரு வச்சது எந்த காலம் இன்னக்கி வரைக்கும் இந்தப் பொம்பளப் புள்ளக்குக் காது குத்தி ஒரு நகையோ நட்டோ போடாம மூளிக்காதாட்டமா இருக்கிறது - பொம்பளப் புள்ளையைப் பெத்தவுங்க செலவு செய்யப் பயந்துக் கிட்டு இருந்தா வெட்கமில்லே. ஊரு ஒலகம் பாத்துக் காரித்துப்பாது!

பெண் - 2 : பொம்பளப் புள்ளையப் பெத்திருக்கக் கூடாது.
பெத்தாலும் வளர்ந்திருக்கக்கூடாது.

பெண் - 1 : அடப்பாவிகளா? என்னப் பேச்சுப் பேசு றாளுக, இவளுக வாயில புழுத்தள்ளிச் சாவாளுக.

ஒருத்தி : காதுகுத்துச்சடங்கு எப்ப வைக்கப் போறாகளாம்?

(பிறப்புச் சடங்கில் வந்ததுபோல மேள தாளங்கள் முழங்க சீர் சீராட்டுப் பொருள்களுடன் உறவினர்கள் ஆண் பெண் என குழுவாக வருகின்றனர்)

பெண் : வாங்க! வாங்க!

காதுகுத்துச் சடங்குசீர் கொண்டு வந்த உறவுக்காரங்க அவ்வளவு பேரும் பந்தலடி யிலே பாய்போட்டிருக்கு ஒக்காருங்க.

(ஒருவர் சொல்ல மற்றவர் பொருளை வாங்கிச் சபைக்குக் காட்டி முறையே வைக்கிறார்.)

2 பவுன்ல தங்கத்தாலான அரைஞாண் கயிறு ஒண்ணு
அரைஞாண் கயிறு
அரை மூடி வெள்ளியில செஞ்சது
அரை மூடி
ரொக்கப்பணம் 10,000

பவுன்ல கம்மல் 2 ஜோடி
மாலை - மாலை
பழம் - பழம்
தேங்காய் - தேங்காய்
பூ - பூ
2 மரக்காய் புழுங்கலரிசி
2 மரக்காய் புழுங்கலரிசி
2 மரக்காய் பச்சரிசி
2 மரக்காய் பச்சரிசி
பட்டு பாவாடை - 2
பட்டு பாவாடை - 2
சட்டைத் துணி - 2
சட்டைத் துணி - 2

அன்னம் : உன் அசுத்தங்களை அடித்துக்கொண்டு போக இது நதியில்லை ஏரி. சலனமற்றுத் தேங்கிய நீர் பத்திரமாய் பாதுகாக்கும் ஏதொன்றும் தொலைந்து போகாமல் மரபுகளைக் காத்து நிற்கும் மங்கை யர்கள் வாழ்கின்ற உலகமிது. காலத்துக் கேற்ற மரபுகளை மங்கையர்கள் கைக் கொள்ளவும், காலத்திற்கேற்ப மரபுகளை மாற்றிக்கொள்ளவும் மங்கையர்கள் முன்வர வேண்டும். கட்டமைக்கப்பட்ட கட்டுக் கதைகள் புதுமைப் பெண்கள் நம்மில் தோன்றுவர். பெண் பூப்படை கிறாள். பெண்களுக்கு இது இயற்கை. இயற்கையையும் செயற்கைச் சடங்கு களாய் தமக்குத்தாமே வேலிகள் அமைத்துக் கொள்கின்றனர் இவர்கள். வேடிக்கை யான உலகமிது.

(இளம் பெண்ணைக் கூட்டிவந்து அமரவைக்கின்றனர். உறவுக்காரர்கள் பெண்கள் குலவையிடப் பாடும் வேளையில் பசுந்தளைகளால் சுற்றி வளையமாய்ச் செய்துள்ள வளையத்தைத் தலை வழியே செலுத்திக் கால்வழியே எடுக்கின்றனர். முறையே உறவுக்காரப் பெண்கள் இவ்வாறு செய்து பொட்டு வைத்து ஆரத்தி செய்து சடங்கு நிறைவேற்றுகின்றனர்.)

பூப்புச் சடங்குப் பாட்டு

வேம்பிறங்கு வேம்பிறங்கு
சிறுமல்லியர்க்கு வேம்பிறங்கு
காட்டிலே பூத்து நிக்கும் கன்னிசிலை வேம்பிறங்கு
வீட்டுக்கு வேணுமின்னு
விரும்பினாரு ஒன்தகப்பன்
தண்ணிக்கொடமெடுத்து தங்கை
தண்ணிக்குப் போகையிலே
கட்டும் புடவையிலே
பொட்டும் தெறிச்சதென்ன
தலைவாழைச் சீலையிலே
பொய்வாழை பூத்ததென்ன
அய்யோ! சிவனேயென்று
அலறிப்புலம்பி நின்னோம்
மாமன் ஓடிவந்து மச்சேறி
நெல்லெத்தார்
மாமியார் ஓடிவந்து களிசெஞ்சு
தான்கொடுத்தார்.
வேம்பிறங்கு வேம்பிறங்கு
சிறுமல்லியர்க்கு வேம்பிறங்கு

(எனப் பெண்கள் முன்பாட்டு பின்பாட்டு என முறையே பூப்புச்சடங்குப் பாடல் பாடும் சமகாலத்தில் பசுத்தலை வளையத்தை தலை முதல் கால் வரை செலுத்திப் பொட்டு வைக்கும் சடங்கு உறவுக்காரர்களால் முறையே நிகழ்த்தப்படுகிறது)

அன்னம் : ஏன் எதுக்கு எனக் கேள்விகள் நாம் எப்பவுமே கேக்குறதில்லை.

பெண் : இவள் வாயாடின்னு பட்டம் தருவாக, எனக்கு அந்தப் பட்டம் வேணாம்.

அன்னம் : செக்குமாடு போல காலம் பூராம் சுத்திச் சுத்தி வரப்போறே ஒனக்கு அலுப்புத் தட்டலை? மாற்றம் குறித்து நீ சிந்திக்கவே மாட்டியா?

பெண் : ஒலக்கையப்புச்சு நெல் குத்தின காலம் போய்

இன்னக்கி நெல் அறுவை மிசின் வந்தது. இது மாற்றமில்லையா? சேலை கட்டுன பொம்பளப்

புள்ளைக இன்னக்கி சுடிதார், மிடின்னு உடுத்துறாங்களே இதெல்லாம் ஒனக்கு மாற்றம்னு கண்ணுக்குப் படலையா?

அன்னம் : நம்மைச் சுற்றி மாற்றங்கள் நிகழ்ந்துகொண்டே இருக்கின்றன. நம்மில்தான் மாற்றமில்லை. நீ கொண்டு வந்த பூச்செடிகள் தொட்டியில் நடப்பட்டு நீரூற்றிய பின்னும் தலைசாய்த்துக் கொண்டிருக்கின்றன. எப்பொழுதும் அது தன் தோட்டத்து வெளியை விட்டு வருவதில்லை. தன்னை இங்க ஊன்றிக்கொள்கிற ஒரு வேரை வெளிப்படுத்து வதில்லை.

பெண் - 1: ஒனக்குக் கல்யாணம் பண்ணி வைக்கலியா?

அன்னம் : எனக்குப் பிடிச்ச ஒருத்தரை நான் தேடிக் கிட்டிருக்கேன்.

பெண் - 1: எனக்கு மாப்பிள்ளை பார்த்திருக்காக இன்னும் ரெண்டு நாளையில எனக்குக் கல்யாணம். அன்னம் நீ அவசியம் வந்திடு. எங்க பூர்வீக நெலத்தை வித்து எனக்கு தாலிக்கட்டப்போறவருக்கு வரதட்சணையா எங்க அப்பா கொடுத்திருக்காரு. ரொம்பக் கடன் சுமையிலே இந்தக் கல்யாணம் எனக்கு நடக்குது.

திருமண நிகழ்வு

மணப்பந்தல் போடப்பட்டுள்ளது. மேளதாள வாசிப்பு நிகழ்கிறது. திருமணம் நடந்தேறுகிறது.

மணவாழ்த்துப்
பாடல் : கல்யாணம் கல்யாணம்
இளங்கொடிக்குக் கல்யாணம்
இன்னக்கிக் கல்யாணம்
தெக்கத்தி மாமனுக்கு
தென்னலையில பாக்குவச்சு
கிழக்கத்தி மாமனுக்கு
கிளி இலையில் பாக்குவச்சு

கிழக்கத்தி மாமனுக்கு
கிளி இலையில் பாக்குவச்சு
மேற்கத்தி மாமனுக்கு
மேலிலையில் பாக்குவச்சு
இந்த இளங்கொடிக்கு
இன்னிக்குக் கல்யாணம்.

அன்னம் : (பாரதியின் பாடல் ஒன்றினை பாட பெண்கள் கும்மியாட்டம் ஆடுகின்றனர்.)

பட்டங்கள் ஆள்வதும் சட்டங்கள் செய்வதும்
பாரினில் பெண்கள் நடத்த வந்தோம்
எட்டு மறிவினிலாணுக்கிங்கே பெண்
இளைப்பில்லை காணென்று கும்மியடி
வேதம்படைக்கவும் நீதிகள் செய்யவும்
வேண்டி வந்தோமென்று கும்மியடி
சாதம் படைக்கவும் செய்வோம் தெய்வச்
சாதி படைக்கவும் செய்திடுவோம்.

ஆண் - 1 : இந்தப் புள்ளைய ஒருத்தன் கையில புடிச்சுக் கொடுத்தாச்சு அம்மாடி! பொம்பளைப் புள்ளைய பத்தின கவலை இனிமே இல்லை.

ஆண் - 2 : ம்... ம்... என்னப்பா நீ அப்படிச் சொல்றே! பின்னுக்கிருக்குது பெரட்டாசின்னு சொல்றது மாதிரி இனிமேதான் இருக்குது எல்லாக் கஷ்டமும் ஆடிச்சீர் செய்யணும்.

குழு : ஆடிச்சீர் செய்யணும்.

பெண் - 2 : தலைத் தீபாவளி வந்தா சீர் செய்யணும்.

குழு : தலைத் தீபாவளி வந்தா சீர் செய்யணும்.

பெண் - 2 : பொங்கல் சீர் செய்யணும்.

குழு : பொங்கல் சீர் செய்யணும்.

பெண் - 1 : ஊர்த்திருவிழா வந்தா சீர் செய்யணும்.

குழு : சீர் செய்யணும்.
பின்னிரங்கில் பாட்டு ஒலிக்கிறது.

(பாடல் வரிகள் ஒலிக்கின்றன)
பொண்ணு பொறக்குமா
ஆணு பொறக்குமா
பத்துமாசமா போராட்டம்
(தாயும் மகளும் பேசிக்கொண்டிருக்கின்றனர்)

மகள் : மூணுமாசமா முழுகாம இருக்கிறேனம்மா, நேத்துத்தான் டாக்டர் அம்மா கிட்டே போயிட்டு வந்தேன். சத்து மாத்திரைகள் கொடுத்திருக்காங்க. தாய் சேய் நலப் பணியாளர்கள் மாதந்தோறும் வீடு தேடி வந்து என்னுடைய எடை பார்த்து நாடித் துடிப்பெல்லாம் கவனிச்சி வாறாங்க.

தாய் : வயித்தில வளர்ற கொழந்தை ஆணா பெண்ணா அப்படின்னு மருத்துவமனையிலே போய் பார்த்தால்... ... (காதோடு மகளிடம் இரகசியம் பேசும் சைகை மொழி நடக்கிறது)

குழு - 1 : (பேசுவதை உணர்ந்தவாறு ஆவேசமாக) அது தப்பு.

அன்னம் : வயிற்றில் வளரும் கொழந்தை ஆணா பெண்ணான்னு பார்ப்பது சட்டப்படி குற்றம்.

தாய் : பெண் சிசுக்கொலை, பெண் கருக்கலைப்பு பாவம் பொம்பளப் புள்ளையாப் பொறந்த தாலே நம்ம குடும்பம் படாத கஷ்டம் பட்டுருச்சு. படாத கடன்பட்டுருச்சும்மா பேரு வைக்கிற சடங்கு காதுகுத்து சடங்கு, பூப்புச் சடங்கு, திருமணச் சடங்கு, பேறு காலச் சடங்கு.

மகள் : நான் இப்படிச் சடங்குகள் வைக்கச் சொல்லலியே.

குழு : அப்படிச் சடங்குகளை நான் வைக்கச் சொல்லலியே.

தாய் : ஒங்க அப்பா நம்ம நெலத்தை வித்து ஒங்கல்யாணத்துக்கு வரதட்சணை கொடுத் தாரும்மா.

அன்னம் : ஏன் வீணாச் சடங்குகள் செய்யணும். வீணான கடன் தொல்லைகளுக்கு ஏன் ஆளாகணும்?

ஆண் : நாயை அடிப்பானேன் பீயச் சொமப் பானேன்.

தாய் : என்ன இருந்தாலும் ஆம்பளப் புள்ளை போல பொம்பளப்புள்ளே வர முடியுமா?

சங்கரி : ஏன் முடியாது
கல்பனா சாவ்லா
சுனிதா வில்லியம்ஸ்

குழு - 2 : விண்வெளிக்குச் சென்று திரும்பிய அறிவியல் அறிஞர்கள்

அன்னம் : கிரண் பேடி,

திலகவதி I.P.S. சட்டம் ஒழுங்கைக் காப் பாற்றும் காவல்துறை அதிகாரிகள்.

சங்கரி : ராஜம் கிருஷ்ணன், கனிமொழி, சல்மா, பாமா, வெண்ணிலா, தமிழச்சி போன்ற பெண் எழுத்தாளர்கள்.

அன்னம் : பெண்கள் தன் சொந்தக் கால்களில் நிற்க வழிகாட்டிய மதுரையைச் சேர்ந்த சின்னப் பிள்ளை பெண்களுக்கான பாதுகாப்புக்கான சட்டங்கள்.

குழு : பெண் கல்வி அவசியம்.

அன்னம் : பெண் கருக் கொலைக்கு உடந்தையாக உள்ள மருத்துவர் மீது நடவடிக்கை வேண்டும். பெண்ணைச் சுமையாகக் கருத இடம் தரும் வரதட்சணை வழக்கம் ஒழித்திட வேண்டும். ஒரு வயதிற்குள் பெண் குழந்தைகள் இறந்தால் பொது விசாரணை வேண்டும். செயற்கைக் கருத்தரிப்பு மருத்துவமனைகளை கண் காணிக்க வேண்டும். பெண் சிசுக்கொலையைத் தடுக்க வேண்டும். பெண் கருக் கொலையைத் தடுக்க வேண்டும்.

குழு : பாவம் தொலைய வேண்டும். ஒவ்வொரு முறை ஒரு பெண்ணை விடுதலை அடையச் செய்யும் போதும் ஓர் ஆணையும் விடுதலை யடையச் செய்கிறோம். (மார்க்ரெட் மீட்)

18. வரைவு கடாவுதல்

"வரைவு கடாவுதல்" என்னும் இந்நாடகப் பிரதியானது பின்வரும் கருத்துகளைக் கொண்டமைகிறது. தரமான, நாணயமான அரசியல் மக்களிடையே அரசியல்வாதிகள் நடத்த வேண்டும். ஆட்சி அதிகாரத்தில் இருக்க விரும்புவோர் மக்களின் சமூக விழுமியங்கள் தேவையான பழமைமுறைகள் தேவையற்ற புதுமைமுறைகள் நம்நாட்டில் வராமல் சமூக முன்னேற்றம் குறித்த நோக்கில் நாட்டின் வளர்ச்சிக்குக் கவனங் கொள்ள வேண்டும். அரசியல்வாதிகளை மக்கள் செதுக்க வேண்டும். மக்களை அரசியல்வாதிகள் பண்பட வைக்க பாடுபட வேண்டும். கலாசார முறையில் நவீனத்தையும், பழமையையும் கண்டுணர்ந்த நிலையில் மக்களிடம் பரப்புரை செய்திடத் துணை நிற்க வேண்டும். சாதி சமயமற்ற மேன்மை யான நாடு என உலகத்தார் கண்டு வியந்திட வழி செய்யும் ஒரு புதிய வெளிச்சத்தில் அரசியல்வாதிகளும், ஆட்சி அதிகாரத்தில் இருப்போரும் செயலாற்ற வேண்டும் என இந்நாடகப் பிரதி முன்மொழிகிறது.

காட்சி - 1

பொய்க்குதிரையை பனைஓலை மற்றும் தென்னை ஓலைகளால் வேய்ந்து வடிவமைப்புச் செய்து அதற்குள் நின்று ஊர்வலம் வரும் காட்சி "மடல் ஏறுதல்" என்று சங்க இலக்கியம் இக்காட்சியைச் சுட்டும்.

சிறுவர்கள் மடல் ஏறிய இளைஞனுக்கு முன்னும் பின்னும் ஆரவாரம் செய்துகொண்டு வருகின்றனர். பறை கொட்டியும் மேளம் வாசித்தும் வர ஊர்வலம் வீதியில் வருகிறது. வீதியின்

இருமருங்கிலும் வாசல்களில் நின்று ஆண்களும் பெண்களும் கவனித்து வருகின்றனர்.

இளைஞன் : அய்யன் மீர்

சிறுவர் குழாம் : அய்யன் மீர்

இளைஞன் : தாய்மார்களே

சிறுவர் குழாம் : தாய்மார்களே!

இளைஞன் : சான்றோரே பெரியோரே

சிறுவன் : சான்றோரே பெரியோரே

இந்த ஊர் அறிய என்னை இந்தக் கோலத்தில் உங்கள் முன் எளியவனாகவும் பைத்தியக்காரன் போன்றவனாகவும் கொஞ்சமும் கல்வியறிவு இல்லாதவன் என்பதாகவும்; அத்தனை பேரும் மனங் கொள்ளுமளவுக்குச் செய்தவள் ஒருத்தி.

சிறுவர் குழாம் : ஆமாம். ஒருத்தி

சிறுவன் 1 : அந்தப் புள்ளை மட்டும் என் கையில கெடச்சா.

சிறுவன் 2 : கெடைச்சா. என்ன செய்வே.

சிறுவன் 3 : ஏம்மா! இந்தப் பையன் ரொம்ப நல்லபையன் இந்த காலத்திலே இப்படி யான ஒரு பையனைப் பார்க்குறதே அரிது. தான் விரும்பிய பெண்ணையே வாழ்க்கை முழுவதும் தன் மனைவி யாக்கிக்கொள்ள விரும்பி இந்தக் கோலம் கொண்டிருக்கிறாரு. தான் விரும்பியதைக் கொடுக்காததாலே ஆத்தா அப்பனை ஒதறிட்டு கோவணம் கட்டின கோலத்தோட மலை மேலே ஏறி நின்னாரு முருகன்.

சிறுவன் 4 : புராணத்திலே சொல்லுற மாதிரி முருகனுக்கு ஆண்டிக் கோலம் இந்த இளைஞருக்கு ஓலைக் குதிரைக் கோலம்.

சிறுவன் 5 : முருகனோட அண்ணன் கணபதி என்ன செஞ்சாரு.

சிறுவன் 1 : என்ன செஞ்சாரு.

சிறுவன் 5 : தன்னோட தாயைப் போல வடிவான ஒரு பொண்ணு என்னைக்கு கிடைக்கிறாளோ அந்தப் பொண்ணோடத்தான் கல்யாணம், அந்த நாள்ள தான் கல்யாணம்னு தண்ணி யெடுக்க வாரபோற பொண்ணுகள உன்னிப் பாக கவனிச்சுக்கிட்டு குளத்தாங்கரை ஓரத்திலே உக்காந்திருக்காரே அவரு பண்ணுறது மாதிரி நம்மூரு இளைஞரு பண்ணுறாரு. இதெல்லாம் நியாயம்னா நம்ம இளைஞர் பண்றது எப்படித் தப்பாகும்.

சிறுவன் 3 : அவுங்கள்ளாம் தன் விருப்பத்தை நெறை வேறச்செய்ய என்னென்னமோ பண்ணுற போது நம்மூருதம்பி இப்படி ஒரு அறத்தின் வழி நின்று பெரியவர்கள், சான்றோர்கள், தாய்மார்கள் முன்னிலையில் ஊர்வலம் வந்து வேண்டுகோள் வைப்பது தவறில்லையே.

இளைஞன் : நீரில் தோன்றும் நிறைமதியின் நிழலைக் கைக்கொள்ளமுடியாது. அதுபோல், காதல் கொண்ட அவளை அடைவது அரிதாக உள்ளது. இந்த சமூகத்தை மாற்றி யமைத்திடத் துடிக்கும் பல்லாயிரக் கணக்கான இளைஞர்களில் நானும் ஒருவன். சமூக அக்கறை கொண்ட இளைஞர்கள் இல்லறம் காண கூடாதா? இல்லறமே நல்லறம் என்று நம் அற நூல்கள் சொல்லவில்லையா? சமூகம் மேம்பட எண்ணும் சான்றோர்களே எனக்கு உங்கள் உதவியும், ஆதரவும் வேண்டி அறவழியில் வேண்டுகிறேன். ஆவன செய்திட வேண்டுகிறேன்.

பெரியவர் 2	:	கள்வர்களும் கயவர்களும் கன்னம் வைத்துத் தாங்கள் மனங்கொண்ட வற்றைக் கவர்ந்து செல்லும் மோசமான இந்தச் சமூகத்தில் இப்படி ஒரு அறவழிப் போராட்டக்காரனின் வேண்டுகோளை ஏற்பது பெரியவர்களாகிய நமது கடமை யாகும்.
பெரியவர் 3	:	தான் கொண்ட கொள்கைக்காகக் கடுஞ் சொற்களைப் பேசாதவனாக உள்ளான் இனிய இளைஞன்.
இளைஞன்	:	சான்றோரே வாழ்வீராக! ஒரு இரவுப் பொழுது. "தடதட" என்றும் "மடமட" என்றும் மேகக் கூட்டங்கள் அச்சத்தைத் தரத்தக்க இடி முழக்கங்களைச் செய்து கொண்டு இருக்கிற வேளையில் பளிச்சென இருளைக் கிழித்துக்கொண்டு மின்னல் தோன்றி மறையுமே அதுபோல ஒரு நாள் அவளின் சிரித்த முகத்தைப் பார்த் தேன். இந்த ஊர்ப்பெண், அடுத்த வீதியின் கடைசி வீட்டுக் கன்னிப் பெண்.
சான்றோர் 1	:	சமூகப் பணிப்படையில் பல வேளைகளில் இந்த இளைஞனை நான் பார்த்துள்ளேன், பேசியுள்ளேன், இளைஞர்களுக்கு முன்னோடி.
சான்றோர் 2	:	தன்பெண்டு, தன்பிள்ளை, தன்வீடு, தன் இனம் என மனங்கொண்டு பதவிப்பேய் பிடித்து அதிகாரம் கொள்ள முனையும் ஆதிக்க வர்க்கத்தாருக்கு எதிராகப் போராடுவது சமூகப் பணிப்படை. அதில் தன்னையும் இணைத்துக்கொண்டு பொது நலம், பொதுத்தொண்டு எனப் பணி செய்யும் சமூகப் போராளி இந்த இளைஞன்.

தாய் 1	:	மனதில் பதிந்த மின்னல் ஒளியை வாழ்க்கைத் துணையாகக் கொண்டால் இல்லறத்தோடு சமூக அறத்தில் தன்னைத் தொடர்ந்து ஈடுபடுத்திக் கொள்வான் என்பதில் ஐயமில்லை ஏதாவது நல்லது செய்வோம் அல்லது தொலையும்.
இளைஞன்	:	வீதிகள் தோறும்! மன்றங்கள் தோறும்! மக்களைத் திரட்டிச் சமூக விடுதலைக்காக முழக்கங்கள் பல செய்தவர்களில் நானும் ஒருவன். இன்று வீதியிலும், மக்களிடமும் தன்னிலை விளக்கம் தர வழியாகிவிட்டது. அந்த மின்னல் அழகி எங்குள்ளாள் எனத் தெரிந்த அளவுக்கு அவள் பெற்றோர் யார் எனத் தெரியாது. பண்பழகியின் இனம் என்ன என நான் அறியேன். சிரிப் பழகி எனக்கு மூத்தவளா இளையவளா என அறியாதவன். அவளுக்கு என் விருப்பத்தைச் சொல்லுங்கள். என்னை அவள் சந்திக்கவும் என்னோடு கலந்து சிந்திக்கவும் ஏற்பாடு செய்து தாருங்கள். சிந்தனைத்தளம் செயல் தளம் இவற்றில் அவள் மனமும் என் மனமும் இணைந்து செல்லுமேல் மணம் முடிக்கத் துணை நில்லுங்கள்.
சான்றோர் 3	:	காலங்கள் சக்கரங்கள் போல விரைந் தோடும். உருண்டோடும் காலச் சக்கரத்தில் உலகு மேம்பட உரிய பணியைச் செய்ய வேண்டும். அவரவர் செய்துள்ள அறப்பணிகளே சமூகத்தில் அவரவரின் சாதனைகள் எனச் சேர்த்துப் பேசப்படும். அவர்களே காலத்தை வென்று வாழும் சான்றோராக அமைவர்.

காட்சி - 2

துறவி ஒருவர் ஒரு மரத்தடியில் அமர்ந்து தவம் செய்து கொண்டுள்ளார். ஒரு தாய் அவரிடத்தில் சென்று வினவுகிறாள். துறவியிடம் பாடம் பயில்வோர் கவனிக்கிறார்கள்.

துறவி : ஐம்புலன் அடக்குதல் மானிடர்க்குப் பயன்.

அல்லவை தேய அறம் பெருகும் நல்லவை நாடி இனிய சொலின்.

நல்வழி இது என்று இனிமையான மொழியில் சொல்லுங்கள். அல்லவை தேயும் நல்லவை வளர்ச்சி அடையும்.

உலகப் பற்று அற்றவர்கள் ஆசைகளை வெறுப்பவர்கள் உலகில் எதுவும் நிலைக்காது எனும் உண்மை உணர்ந்தோர் ஆவர்.

பருவத்தோடு ஒட்ட ஒழுகல் திருவினை ஆகும். காலத்தே பயிர் செய்தால் நற்பயன் தரும்.

தாய் : துறவியரே அய்யா!

தூய உள்ளத்தவரே!

இந்த உலகு உய்த்திடத் தவம் இருப்பவரே

அடியேன் சொல்லொணா கவலையில் உழல்கிறேன். ஆறுதல் மொழி தருவீர் என விழைகிறேன்.

துறவி : என்ன கவலை உனக்கு என்னால் என்ன உதவி வேண்டும்.

தாய் : எனது மகள், இன்னொருத்தி பெற்ற மகன் ஒருவனுடன் இந்த வழியே போகக் கண்டீரோ! ஊர் அறியாது கூடினர். இன்று ஊர் அறிய ஓடினர். தேடி அலைகிறேன். இளையோர் இருவரைக் கண்டீர்களோ சாமி.

துறவி	:	(மெல்லப் புன்னகைக்கிறார்)
		தாயே அமர்க.
		அமைதியுறுக
		கவலை விட்டொழி.
தாய்	:	(பதற்றத்துடன்). கண்டீரோ அவர்களை!
துறவி	:	கண்டேன். அவ்விருவரும் இவ்வழியே செல்லக் கண்டேன் அவ்விருவரும் இணைந்து செல்வது அறம் எனக் கருதினேன். அவர்களை வாழ்த்தி அனுப்பினேன்.
தாய்	:	எவ்வழி போயினர் (எனத் திசை நோக்கிப் பயணிக்க எத்தனிக்கிறாள்)
துறவி	:	(அவளைப் பார்த்து கை அசைத்து அமைதி கொள்க என்கிறார்) எவ்வழி போயினும் அவர்கள் போகட்டும்.
சீடர் 1	:	(பாடம் கேட்போரில் ஒருவர், கை வாய் பொத்திப் பணிந்து) சாமி!
		குலம் இணைவு வேண்டாமா
		குடி வாழ்த்த வேண்டாமா
		தாய் தந்தை துன்புறல் வேண்டுமா?
துறவி	:	(அமர்க! எனக் கை அசைக்கிறார்)
		சீடர்களே!
		குலமும் வேண்டாம்
		இனமும் வேண்டாம்
		வளர்ச்சி பெற்ற மனித சமூகத்தில் இவை தேவையுமில்லை.
		தாய் தந்தை துன்புற வேண்டிய அவசிய மில்லை.
		தாயே கேள்! மலையிடத்தே பிறந்த சந்தனம் மலையிலேயே இருப்பது

மதிப்பல்ல. அம்மலைக்கும் பயன் இல்லை. சந்தனம் பூசும் மக்களுக்குப் பயன் விளைவிக்கும் போதுதான் சந்தனத்திற்கே பிறந்த பயன் உண்டாகிறது.

சீடர்கள் : குருவே வணக்கம் (எழுந்து சொல்லி விட்டு அமர்கிறார்கள்).

துறவி : தாயே! நான் கூறுவதைக் கவனியுங்கள்.

முத்து கடலிலே பிறக்கிறது. கடலிலே பிறந்த போதிலும் கடலுக்கு என்ன பயன் மக்களில் அணிகலன் அணிவோர் அணியும் போதுதான் கடலில் விளைந்த முத்துக்கு மதிப்பும், பயனும் உண்டாகிறது.

நரம்பைக் கூட்டி இசைக்கப்படும் யாழ், இனிய இசை பாடுவோர்க்கும், பாடும் இசைப் பாடலைக் கேட்டு இரசிக்கும் மக்களுக்கும் பயன் உண்டாகிறது. யாழிடத்தே பிறந்த நரம்பாயினும் யாழுக்கு எவ்விதப்பயனும் இல்லை. துய்ப்போருக்கு நரம்பிசைக் கூட்டி இசைக்கப்படும் போதுதான் நரம்புக்கும் மதிப்புண்டாகிறது.

பருவம் எய்திய உன் மகள் பருவம் கொண்ட இளைஞனுக்குப் பயன் படுவாள். அதுபோல இளைஞனுக்கு உன் மகளால் பயன் உண்டு. இருவரும் இல்லறம் காண்பதால் இந்த உலகு இந்த மானுட சமூகம் உய்வு பெறும். எண்ணிப்பார்த்தால் பருவம் எய்திய உன் மகள் உன்னருகே இருப்பதால் உரிய பயன் ஏற்படாது. உனக்கும் பயனில்லை. பருவம் எய்தியும் தனித் திருப்பதால் உன் மகளுக்கும் பயன் இல்லை. (சீடர்கள் தங்களுக்குள் சைகை மொழி செய்துகொள்கின்றனர். குரு சொல்லும் கருத்துகள் அரிய கூரிய

கருத்துகள் என ஏற்றுக்கொள்வதை வெளிக்காட்டத் தம் தலைகளை அசைத்துக்கொள்கின்றனர்) இல்லையா சீடர்களே!

சீடர்கள் : சாலச்சிறந்த கருத்து! குருவே வணக்கம்! (சீடர்கள் எழுந்து நின்று சொல்லிவிட்டு அமர்கிறார்கள்).

சீடர்கள் : (பணிந்து நின்று சேர்ந்து பாடுகின்றனர்)

உலகம் உய்வுற உயர்ந்த கருத்து

பணிவோம் குருவை

பண்பில் நுளைப்போம்

அன்பில் இணைவோம்

குருவே வணக்கம்

------ காட்சி உறைகிறது --------

காட்சி - 3

ஊர்மந்தையில் ஊர்க்கூட்டம் நடைபெறுகிறது இரவுப் பொழுது, இந்தக் காட்சியில் பெரியகுச்சி, சின்னகுச்சி, சிம்புக்குச்சிகள் என குச்சிகள் மட்டுமே பார்வையாளர் களுக்குத் தெரியுமாறு அமைத்திட வேண்டும். குச்சிகள் பேசும் போது முன்பின் பக்கவாட்டு என அசைந்து அசைந்து அவை பேசுவதாகப் பார்வையாளர் உணர காட்சிப்படுத்த வேண்டும். ஒளி அமைப்பின் வழியே அல்லது திரைத்துணி வழியே ஐந்தடி உயரம் மேடையில் கட்டி ஆட்கள் குச்சிகளைப் பேச வைத்திட இயக்கும் செயற்பாடுகள் வழியே பார்வையாளர் அறியா வண்ணம் காட்சிப்படுத்த வேண்டும். குச்சிகள் பேசும்போது உயர்ந்து நின்று பேசுவதும், பேசும் கருத்துகளுக்கேற்ப குச்சிகள் பணிவதும், சிலவேளைகளில் உறழ்ந்தும் இசைவைத் தெரிவிக்கும்போது இணைந்தும், சாய்ந்தும், உராய்ந்தும் சைகை மொழிகளால் பேச வேண்டும். அவை காட்சிக்கு விருந்தாகும்.

தோற்பாவை நிழற்கூத்துக் கலையில் திரைகட்டி யாரும் காணாதவாறு பாவையாட்டி அமர்ந்து அவர் ஆட்டுவிக்கும் பாவைகள் ஆடி நடித்துக் கூறுவது போலக் காட்சிப்படுத்த வேண்டும்.

பெரியகுச்சி : பெரும்புள்ளிகளே, சிறுபுள்ளிகளே, தலைவர்களே, வட்டாரத் தலைவர்களே, இந்தக் கூட்டத்திற்கு எங்கள் அழைப்பை ஏற்று வந்துள்ள வெவ்வேறு வட்டாரங்களைச் சேர்ந்துள்ள பெருந் தலைவர்களே, பல்வேறு அணி பொறுப்பாளர்களே! உங்கள் அனைவருக்கும் என் வணக்கங்கள். இக்கூட்டத்தில் சில முக்கிய முடிவுகளை எடுக்க வேண்டியுள்ளதால் அனைத்துப் பெருமக்களும் தங்கள் கருத்துகளைத் தாராளமாகத் தெளிவாக முன்வைக்கலாம்.

பெரியகுச்சி 2 : மலைசாதிக்காரங்களப் பாருங்க அவங்க அவங்க சாதியிலேதான் பொண்ணு எடுக்கிறாங்க, குடுக்கிறாங்க. முறை தவறிப்போனா ஊரைவிட்டுத் தள்ளி வைக்கிறாங்க. நாகரிகம்னா என்னான்னு தெரியாத மலைசாதிக்காரங்களே அவர் அவர் சாதிக்குள்ளேயே கல்யாணம் நடத்துறாங்க. ஆனா நாம யாரு நம்ம தரம் என்னான்னு இந்த நாடே சொல்லும்.

சிறுகுச்சி 1 : நாம் ஆண்ட பரம்பரை

சிறுகுச்சி 2 : மனுதர்மம் சொல்றபடி பார்த்தா நாம சத்திரியர்கள்.

நடுக்குச்சி 3 : பல்லவ வம்சத்தோட உறவுகொண்ட வுங்க நாம.

சிறுகுச்சி 2 : வீர சைவம் போல நம்ம வம்சம் வீர வம்சம்.

சிறுகுச்சி 4 : சங்கத் தமிழிலேயே "கொங்கணர்" எனப் பதிவு செய்யப்பட்டுள்ளது. கொங்கணர்த் தமிழர் நாம். நமது மரபை நாம் போற்ற

வேண்டாமா நமது மரபில் இரத்தக் கலப்பு ஏற்பட்டால் அவமானம் இல்லையா.

பெரியகுச்சி 3 : வெட்கக்கேடு நாம என்ன சோத்தத் திங்கிறோமா இல்லே வேற எதையும் திங்கிறோமா? நம்ம சாதிக்காரங்க நல்ல நெலம் புலம் வச்சு வசதியாக வாழ்றதப் பார்த்துப் பொறுக்க முடியாம நம்ம சொத்து சுகத்தை அபகரிக்கத் திட்ட மிட்டு நம்ம இளவட்டப் பெண் புள்ளை களை ஏமாத்திக் கல்யாணம் பண்ணிக் கப்பாக்குறாங்க, அந்த மங்குனிப் பயலுகளைச் சும்மாவிடக்கூடாது.

பெரியகுச்சி 2 : என்னப்பா ஒங்க ஊர்ல தடி எடுத்த வன்லா தண்டல்காரனாயிருக்கானுக, நாங்கள் உருட்டுக்கட்டைகளைக் கையில புடிச்சா ஊரே ரெண்டுப்பட்டுப் போகும். பள்ளிக்கூடம், காலேஜ்னு நம்ம புள்ளைங்க படிக்கப்போற எடத்துல மத்த பயலுக டாவ் அடிக்கிறானுக. (கூட்டத்தில் சிறு சலசலப்புக் குரல்கள் எழுகின்றன) உளுத்த குச்சிகள் மாதிரிச் சலசலன்னு பேசாதீங்க, தன் ஒத்தப் புள்ளைய போராளியாகப் போருக்கு வாள் கொடுத்து அனுப்பி வைத்த வீரத்தாய் பரம்பரையில் வந்த வீர மறவர்கள் நாங்கள். மறத் தமிழர் களாகிய நாங்கள் ரத்தக் கலப்பினால் எங்கள் அடையாளங்களை இழப்பதா இதுக்கு ஒரு முடிவு கட்டியாகணும். குலநாசம் கூடாது.

நடுக்குச்சி 1 : சங்ககால மக்கள் காதல் வாழ்க்கை வாழ்ந்துள்ளனர். அக இலக்கியங்கள் வரைவுகடாதல், உடன்போக்கு, மடல் ஏறுதல் என்று பேசுகின்றன. காதலைப் போற்றிப் பேசுகின்றன.

சிம்புக்குச்சி 3 : அய்யா இந்த மாதிரி தீக்குச்சிகளை யெல்லாம் அழைக்காதீங்க, குண்டக்க மண்டக்கப் பேசுவாங்க, நம்ம சங்க இலக்கியத்திலே பல பிரச்சனைகள் இருக்கு. அதைவிடுங்க, இப்ப நம்ம மக்கள் இனக் கலப்பு இரத்தக் கலப்பு களுக்கு ஆளாகாமல் இருக்க என்ன செய்யணும்னு மட்டும் பேசுங்க.

நடுக்குச்சி 2 : கி.மு.6ஆம் நூற்றாண்டிலேயே சமணர், ஆரியர், தமிழ் மண்ணுக்கு வந்துட்டாங்க. கி.மு.3ஆம் நூற்றாண்டில் மோரியர் எனும் மௌரியர்கள் வந்துவிட்டனர். சமணர்களும் பௌத்தர்களும் ஏசு கிறிஸ்து பிறப்பதற்கு முன்பேயே தமிழகத்துக்கு வந்து விட்டனர். கி.பி. 13 ஆம் நூற்றாண்டிலேயே முஸ்லீம்கள் வந்து விட்டார்கள். கி.பி.14ஆம் நூற்றாண்டில் தெலுங்கு பேசும் நாயக்கர்கள் வந்து விட்டனர். கி.பி.16, 17 ஆம் நூற்றாண்டில் பிரிட்டீஸ்காரரர் வந்துவிட்டனர். சங்க காலம் தொட்டு சோழர் காலம் வரை, இலங்கை, பர்மா, சுமத்திரா போன்ற நாடுகளுக்குச் சென்று போர் செய்து, கொண்டிப் பெண்கள் என அடிமைப் பெண்களை தமிழகத்துக்குக் கொண்டு வந்துள்ளனர். பல நாட்டவரும் மக்கள் கடல் வணிகத்தின் பொருட்டு தமிழ் நாட்டுக்குள் வந்து போயுள்ளனர். இனக்கலப்பு, இரத்த உறவு காலங் காலமாகவே தொடர்ந்து நடந்து கொண்டே வந்துள்ளது.

"பல் தீர் தேயத்துபல்மொழி பேசும்" மக்கள் வந்து போன இடம்னு காவிரிப் பூம்பட்டினத்தைப் பற்றி பட்டினப் பாலையில் பதிவு இருக்கிறது.

நடுக்குச்சி 2 : உச்சாணிக் கொம்பு காத்திலே சரசரன்னு ஆடுறது போல தமிழ்மாண்புக் கட்சிக் காரர் பேசுறாரு. பெரிய கொம்பு கணக்காப் பேசாதே நானுந்தான் படிச்சிருக்கேன். வம்ப மோரியர்னு மௌரியர்கள் வட பகுதியில் இருந்து தென்பகுதிக்கு வந்த தாகன்னு நம்ம சங்க இலக்கியங்கள் சொல்லியிருக்கு. மொழிக்கலப்பு, இனக்கலப்பு தமிழர்களிடம் எப்பவோ வந்தாச்சு! அதனால, அப்படியே விட்டுடலாம்னு சொல்ல வாறீங்களா?

சிம்புக்குச்சி 3 : அது எப்படி அப்படியே விட்டுடலாமா? தமிழர்னு சொன்னாத்தானே இந்தப் பிரச்சனை. வருணாசிரம காலத்திலே இருந்து பாட்டன், முப்பாட்டன் காலத்திலே இருந்தே நாலுவர்ண சாதி யிலே தானே வாழ்ந்துக்கிட்டு இருக் கிறோம், நாம் எல்லோரும் சாதித் தமிழர்கள்தான்!

சிம்புக்குச்சி 2 : அவனவன் சாதியப் பத்திரமாக் காப்பாத்தணும் இல்லேன்னா. குலம் கோத்திரம் இல்லாம சாதி இல்லாமப் போயி சாதி கெட்டபயலுக அப்படின்னு நம்ம தமிழினத்தப் பார்த்து நாளைக்கு நாக்குல பல்லுப் போட்டுப் பேச மாட்டாங்களா?

நடுக்குச்சி : தடிக்குச்சி, சிம்புக்குச்சின்னு வெத்துக் குச்சிகள் எல்லாம் ஆடுகிற ஆட்டம் தாங்க முடியலே! அவங்க அவுங்க நோக்கத்துக்குப் பேசவா இந்தக் கூட்டம். தலைக்கோல் என்ன சொல்றாங்கன்னு கவனிப்போம்.

தலைக்கோல் : நம்ம பொண்ணுகளக் காதலிச்சுக் கல்யாணம் பண்ணிக் கூட்டிட்டு ஓடிப போயிடுவானுக. அப்புறம் பெத்தவுக

அய்யோ! அய்யோ!ன்னு கத்திப் புலம்பு வாங்க. கிளிய வளர்த்துப் பூனை கையிலே கொடுக்கிறதா? காதலே தேவையில்லை.

சிம்புக்குச்சி 1 : தலைக்கோல் அய்யா! ஒண்ணுமட்டும் சொல்லிக்கிறேன். அரசாங்கம் சலுகை குடுக்கிறதாலே படிச்சு வேலைக்குப் போயி வீடு வாசல்னு கட்டிப்பவரு காட்டுறானுக. பொருளாதாரத்திலே நம்மைவிட அவனுக முன்னேறி வருறதாலே நமக்கு இவ்வளவு தலைவலி.

சின்னக்குச்சி 2 : ஆண்டபரம்பரை நாம, அவுங்க காலங் காலமா அடிமைப்பட்டு வாழ்ந்தவங்க.

சிம்புக்குச்சி 3 : தலைக்கோல் அய்யா இனி பொறுக்க முடியாது.

சிம்புக்குச்சி 4 : ஏதாவது உடனே செய்யணும்.

(பலக்குச்சிகள் சேர்ந்து குரல் கொடுக் கின்றன, சிலகுச்சிகள் அமைதி காக்கின்றன. சலசலப்பு வலுக்கிறது.)

தலைக்கோல் : அமைதி, அமைதி, அமருங்கள்.

நடுக்குச்சி 1 : வீண்பேச்சு உதவாது.

சிம்புக்குச்சி 1 : இவன் கருப்புச் சட்டைக்காரன். நம்ம முடிவுக்கு ஒத்து வரமாட்டான்.

சிம்புக்குச்சி 2 : இவன் சிவப்புச் சட்டைக்காரன் இவனும் காதல் தேவையில்லை என தலைக்கோல் முடிவை ஏத்துக்கொள்ளமாட்டான்.

நடுக்குச்சி 2 : சாதித் தமிழனா இருக்கப் போறோமா. சாதனைத் தமிழர்களாக வாழப் போறோமா? (உரத்த குரல்களோடு கம்புகள் மோதிக்கொள்கின்றன.)

சின்னக்குச்சி 3 : அவன் குடும்பத்திலே சாதி மறுப்புத் திருமணம் ஏற்கெனவே பண்ணுனதாலே

கே.ஏ.குணசேகரனின் நாடகங்கள் 395

		கூட்டத்திலே குழப்பத்தை உண்டு பண்ணுறான்.
நடுக்குச்சி 1	:	மார்க்ஸ், பெரியார், அண்ணா, அம்பேத்கர் பேசிய சமூக நீதி கருத்துகளை எடுத்துச் சொல்வது தப்பா? மனித உரிமை மீறல் ஆகாதா? நாளைக்கு சட்டம் நம்ம மேல பாயுமே!
குச்சி 1	:	என்ன கம்பு வெளையாட்டு வெளையாடுறியா? எல்லாச் சட்டங்களையும் நாங்க படிச்சவுகதான். இனக் கலப்புன்னு வரும்போது சும்மா இருக்க முடியுமா?
சிம்புக்குச்சிகள்	:	கூடாது, விடவே மாட்டோம் (கம்புகள் துள்ளுகின்றன).
தலைக்கோல்	:	அமைதி, அமைதி. ஏன் வீணா நமக்குள்ளே சண்டை, அவரவர் இடங்களில் அமருங்கள்.
		(மதிப்பளிக்கும் வகையில் கம்புகள் தலை சாய்ந்து நிற்கின்றன)
சிம்புக்குச்சி 3	:	தலைக்கோல் பேசுறாங்க கொஞ்சம் அமைதியா இருங்க.
தலைக்கோல்	:	எல்லாரும் பேசுன கருத்துகளா கவனமாய் கேட்டேன். ஒவ்வொரு கிராமத்திலேயும் ஓர் இளைஞர்படை உருவாக்க வேணும். (கைத்தட்டல் ஒலிக்கிறது) அந்த இளைஞர் படை இரவு வேளைகளில் கம்புகளோடு ஊரை காவல் செய்யணும் (ஏற்கும் வகையில் விசில் மற்றும் கைத்தட்டல் ஒலிக்கிறது). யாராவது காதல் செய்றது மாதிரித் தெரிஞ்சா கண்ட எடத்திலே அடியக் குடுக்கணும்.
சிம்புக்குச்சி 2	:	பயலுகளுக்கு மட்டுமா? - இல்லை நம்ம சாதிப் பொண்ணுகளுக்கும் அடியக் குடுக்கணுமா?

சிம்புக்குச்சி 1	: நம்ம சாதிப் பொண்ணுகளுக்காகப் பாது காப்புக் கொடுக்கத்தானே நம்ம இளைஞர் படை கம்புகளைத் தூக்கி யிருக்கிறாங்க.
தலைக்கோல்	: நம்முன் உள்ள முக்கியமான பிரச்சனைகள் என்னன்னு உன்னிப்பாகக் கவனிச்சு நாம செயற்படணும். பதிவுத் திருமணச் சட்டம் கூடாது. இனக்கலப்புக்கு இந்தச் சட்டம் வழி செய்கின்றது.
நடுக்குச்சி 3	: பதிவுத் திருமணச் சட்டம் கட்டாயம் தேவை அது இன்னும் சரியாகப் பயன் படுத்தப்பட வேண்டும். பதிவுத் திருமணம் என்பது இன்றைய காலத்தில் தவிர்க்க முடியாதது. தடுக்க முடியாதது. பதவி ஆசைகளுக்காக இளைஞர்கள் திசை திருப்பப்படுவது நல்லதல்ல. அரசு மீதும் அரசியல் மீதும் இளைஞர்கள் வெறுப்புக் கொண்டால் புரட்சிதான் வெடிக்கும். (கூட்டத்தில் சலசலப்பு)
தலைக்கோல்	: இதற்கான கருத்துகளை ஆராயவும் விவாதங்கள் நடத்தவும் நாம ஊர் ஊராக் கூட்டம் போட்டு மாநாடுகள் தொடர்ந்து நடத்த வேண்டும்.
நடுக்குச்சி 2	: தீண்டாமை ஒரு பாவச் செயல். பழைய அதிகாரங்களைத் தேடுவதும் பழைய சாதி அமைப்புகளின் நடவடிக்கைகளை தூசிதட்டிச் செயற்படுத்த நினைப்பதும் பிற்போக்குத்தனமானவை. சாதி மறுப்புத் திருமணத்தை எதிர்ப்பது சட்டத்துக்கு எதிரானதாகும். தாங்கள் விரும்பும் துணையைத் தேர்ந்தெடுக்கும் உரிமையை மறுப்பதும், சாதியைத் தூக்கிப்பிடிப்பதும், பெண் உரிமையை மறுப்பதும் தேச விரோத நடவடிக்கைகளாகும். தேர்தலை நோக்கிய செயற்பாடுகளை விட்டு விட்டு நாடு முன்னோக்கி நடக்க

நாமும் நமது இயக்கமும் தடையாக இருக்கக் கூடாது. இளைஞர்களைத் தவறான வழியில் தள்ளப் பார்ப்பதும், அவர்கள் தாங்களே தங்களை சுய ஆய்வு செய்துகொள்ளத் தடையாக இருப்பதும், நல்லவை அல்ல. தாழ்வு மனப்பான்மை ஏற்பட்டு இளைஞர்கள் முன்னேற்றம் கொள்ளாமல் முடங்கிப் போவார்கள்.

சின்னக்குச்சி 1 : தலைவரே! இந்த மாதிரி பல்லுக் குச்சிகளையெல்லாம் பேசவிடுவது நமக்கும் நம்ம இயக்க நடவடிக்கை களுக்கும் நல்லதல்ல.

சின்னக்குச்சி 4 : டேய்! நிறுத்துடா ஒடஞ்சகுச்சிப் பயலே ஓம் பிரசங்கத்தை தலைக் கோல்யிருக்க கிளைக்குச்சியெல்லாம் ஆடக் கூடாது பொத்துடா! ஒன் வாயை (ஒரு குச்சியை நோக்கி பல குச்சிகள் செல்கின்றன).

தலைக்குச்சி : நிறுத்துங்க! நிறுத்துங்க. அவரவர் இடத்துக்குப் போங்க. அமைதியா இருங்க. (குச்சிகள் நகர்ந்து இயல்புநிலை களுக்குச் சென்றடைகின்றன). சரி அடுத்த கூட்டத்தில் நமது முடிவுகளை அறிவிக்கலாம். இன்று இக்கூட்டம் முடிகிறது (குச்சிகள் ஒன்றோடொன்று நெருக்கமாய் பேசிய நிலையில் வெளி யேறுகின்றன).

காட்சி - 4

ஆண் பெண் பிள்ளைகள் இருவர் வீட்டுப்பாடம் படித்துக் கொண்டுள்ளனர். அருகே தொலைக்காட்சிப் பெட்டி உள்ளது. விருந்தினர் பிள்ளைகளுக்குத் தொல்லை ஏற்படா வண்ணம் தொலைக்காட்சிப் பெட்டியை தனக்கு மட்டும் சத்தம் கேட்கு மாறு அமைத்த நிலையில் செய்தி கேட்டுக்கொண்டுள்ளனர். தொலைக்காட்சிப் பெட்டியில் காட்சிகள் மட்டும்

ஓடிக்கொண்டிருக்கச் செய்ய வேண்டும். (டில்லி மருத்துவப் படிப்பு மாணவி பாலியல் பலாத்காரத்தை ஒட்டி நடந்த போராட்டங்கள் திரைப்படக் காதல் காட்சிகள், செய்தி வாசிப்பு எனக் காட்சிப் பின்புலத்தில் அமையுமாறு இக்காட்சி முழுதும் அமைத்திடலாம்)

பெண் பிள்ளை : "சாதி இரண்டொழிய வேறில்லை
சாற்றுங்கால் நீதி வழுவா நெறிமுறையின் மேதினியின்
இட்டார் பெரியார் இடாதார் இழிகுலத்தார்
பட்டாங்கில் உள்ளபடி"

இரண்டு சாதிகள்தான் உலகில் உள்ளன. இல்லாதார்க்குக் கொடுக்கும் நல்ல உள்ளம் கொண்ட ஒரு சாதி இவர்களே உயர்சாதியினர். இல்லாதாரைக்கண்டு கொள்ளாமல் அவர்களைப் பற்றி எண்ணிப் பார்க்காமல் வாழ்வோர் இழிந்த சாதியினர் ஆவர்.

ஆண் பையன் : நீ சத்தமா இப்படிப் படிச்சா நான் எப்படிப் படிக்கிறது?

பெண் பிள்ளை : நீ என்ன படிக்கிறே? கம்ப்யூட்டரை வச்சு நோண்டிக்கிட்டே இருக்கிறே.

விருந்தாளி : சத்தம் போடாம அவுங்க அவுங்க வேலையப்பாருங்க. யாரும் யாருக்கும் தொல்லை கொடுக்காமல் படிங்க.

வீட்டுக்காரர் : வாங்க சீனிவாசன் வந்து ரொம்ப நேரமாச்சா? பக்கத்து கடை வரைக்கும் போயிருந்தேன். அப்புறம் ராத்திரி நடந்த கூட்டத்துல என்ன முடிவு எடுத் தாங்க? ஆண், பெண் காதலை தடுத்து நிறுத்த முடியுமா? காதலை திண்டுக்கல் பூட்டு வச்சு பூட்டி வச்சிட முடியுமா? இந்திய மரபிலே, வாத்சாயாணா காம சூத்திரம் எழுதலையா? நம்ம தமிழ் மரபிலே சங்க அகப்பாடல்கள் காதலைப்

பற்றி தானே சொல்கிறது? தமிழ்ச் சமூகமே காதல் வாழ்க்கை வாழ்ந்ததுன்னு தானே பதிவு செஞ்சிருக்கு? நம்ம திருவள்ளுவர் காமத்துப்பால் எழுதியிருக்கிறாரே அவைக்கு ஒதவாத பேச்சு (வு.ஏ.யைக் கவனித்த நிலையில்) டிவியில் ஒரு அரவாணி பேசுது என்ன பேசுதுன்னு கவனிக்கலாம். கொஞ்சம் சவுண்டுக் கூட்டலாமா?

ஆங்கிலத்தில் அந்த உரை அமைகிறது. (A Transgender continues has interview in the television...) That's what I have been emphasing. Sex education is the need of the hour. If all the teenage boys and girls all offered compulsory sex education as part of their science curriculum, then they won't be any sexual harassment, sexual disorientation etc. I strongly belive that awareness about sex alone can demolish man-made boundaries like gender disparity, caste based dicriminations, trans-gender problems, etc. what I would like to stress upon is...

விருந்தாளி : வாத்தியாரே! என்ன சொல்லுறாங்க இங்கிலீஸ்ல? (ஒலியைக் குறைத்தவாறு)

வாத்தியார் : பாலியல்சார் கருத்துகளை இளைஞர்களுக்குப் பள்ளி மற்றும் கல்லூரிகளில் பாடங்களாக வைக்க வேண்டும் அப்பத் தான் இளைஞர்கள் பாலியல் வன்முறைச் செயல்களில் ஈடுபடமாட்டார்கள் என்று கூறுகின்றார்.

விருந்தாளி : அபச்சாரம் அபச்சாரம் அரவாணி பேசுற பேச்சு இப்படித்தான் இருக்கும். இதெல்லாம் ஓர் ஆளுன்னு மதிச்சு டிவியிலே பேச வைக்கிறவன சொல்லணும். மொதல்ல டிவியை அமத்துங்க.

வாத்தியார் மனைவி	:	அரவாணியைக் குறைச்சு மதிக்காதீங்க. அவுங்களும் நம்மைப்போல உள்ளவங்க. அவுங்கபேசுற இங்கிலீஸ் மற்றும் சிந்தனையைக் கவனிங்க.
வாத்தியார்	:	(சவுண்டைக் குறைக்கிறார்) நம்ம வீட்டு டிவியை மூடிட்டா பக்கத்து வீட்டு டிவியிலே போய் பார்ப்பாங்க. தெருவிலே பள்ளிக்கூடத்துக்குப் போற வழியிலே சினிமா போஸ்டர்ல விதவிதமா பாலியல் தூண்டதக்க விளம்பரங்களப் பார்க் கிறாங்க. புள்ளைங்க கம்ப்யூட்டரைத் திறந்தாலே அறை குறை ஆடைகளோட இளம் பெண்கள் படங்கள்தான் வருது Globalisation, Modernisation உலகத்திலே எல்லாமே திறந்த கலாச்சாரம் ஆயிடுச்சு. எதையும் மூடி வச்சுக்க முடியாது. ஆரவாணி பேச்சு எனக்கு சரின்னு படுது. 'எப்பொருள் யார் யார் வாய்க் கேட்பினும் அப்பொருள் மெய்ப் பொருள் காண்பது அறிவு.'
வாத்தியார் மனைவி	:	இந்தாங்க என்ன பேசுறீங்க? நம்ம கலாசாரம் கெட்டுப் போகமா இருக்க இந்த அரசியல்வாதீங்க என்ன பேசுறாங்க? ஓட்டு வாங்குறதுக்காக சாதி அரசியல் பண்ணுறாங்க. கூல்டிரிங்ஸ் குடிங்க.
விருந்தாளி	:	அந்தக் காலத்திலே மோர் அல்லது நீராகாரம் குடுப்பாங்க. இதுதான் நம்ம பழைய கலாசாரம். இப்ப கூல்டிரிங்ஸ். (டிவியில் ஒலி ஏதும் இன்றி காட்சிகள் ஓடிக்கொண்டிருக்கின்றன. திடீரென ஆண் பெண் இணைந்து உள்ளாடை விளம்பர காட்சி.)

வாத்தியார்	:	(மெல்ல தன் தலையை உணர்ந்தவாறு ஆட்டிக்கொள்கிறார்) மேலை நாட்டுக் கலாசாரத்தை உடையிலே, உணவிலே பின்பற்றுற நாம, சமூக இழிவுகளைப் போக்கப் பயன்படுத்த மறுக்கிறோம்.
விருந்தாளி	:	சமூக இழிவுகள்னு எதைச் சொல்றீங்க வாத்தியாரே? இங்க பாருங்க நம்ம நாடு பூராவும் கார்பரேட் கம்பெனிகள் வந்திருக்கு. ஆணும், பொண்ணும் சேர்ந்து ஷிப்ட் முறையிலே வேலை செய்யுறாங்க. கை நெறையா சம்பாதிக்கிறாங்க. திருமணம்னு வரும்போது தன்னோட சாதியிலேயே கல்யாணம் பண்ணணும் நினைக்கிறாங்க.
வாத்தியார்	:	சாதி, மதம் பார்த்துக் கல்யாணம் பண்ணுற செயல்களைத்தான் சமூக இழிவுன்னு சொல்லுறேன்.
வாத்தியார் மனைவி	:	கார்ப்பரேட் கம்பெனியிலே வேலை செய்யுற ஆணும் பெண்ணும் சாதி பார்க்காமல் மனம் ஒத்துப்போன கல்யாணம் பண்ணிக்கிறாங்க. கல்யாணமே பண்ணிக்காம வாழ்க்கைபூரா சேர்ந்தே வாழுறாங்க. இதெல்லாம் மேலைநாட்டுக் கலாசாரம் தான். (பிள்ளைங்கள பார்த்து) புள்ளைங்க ரெண்டு பேரும் அடுத்த அறையிலே போய்ப் படிங்க போங்க.
விருந்தாளி	:	பிள்ளைங்க படிச்சிட்டு இருக்குதுங்க. அவுங்க காதிலே விழாம மெதுவா பேசுங்க.
வாத்தியார்	:	(தொலைக்காட்சிப் பெட்டியில் விளம்பரம் வருகிறது) அந்தக் காலத்தில ஒரு ஆணும் பெண்ணும் சேர்ந்து பேசக்கூடாது, பேசவே முடியாது. திருவிழா, கூத்து, சடங்கு இங்கே ஆண் பெண் சேர்ந்து பேசிக்கொள்ள வாய்ப்பிருந்துச்சு.

காதலர்தினம் என்னும் மேலைநாட்டுக் கலாசாரம் இந்தியாவுக்கும் வந்து விட்டது. இன்னைக்கி செல்போன் இல்லாத ஆண் பெண் யாராவது இருக் கிறாங்களா? எல்லாருடைய கையிலேயும் கைபேசி இருக்குன்னு சொல்லுறதைவிட உலகத்தை கையிலே வச்சிருக்கிறாங் கன்னே சொல்லலாம்.

விருந்தாளி : நாடு முன்னேறிடுச்சுன்னு எப்படிச் சொல்லலாம்? நம்ம மரபை, பழமையை விட்டுட முடியுமா?

வாத்தியார் மனைவி : அந்தக் காலத்திலே கணவன் இறந்தா மனைவியைத் தீயிலே தள்ளிச் சாகடிச்ச சதியை இன்னக்கி பழமைங்கிற பேருல ஏத்துக்க முடியுமா?

வாத்தியார் : பழையன கழிதலும், புதியன புகுதலும் இயல்புன்னு தொல்காப்பியர் சொல் றாரே மாற்றம் எனும் சொல்லைத் தவிர மாறாதது எதுவுமில்லைன்னு காரல் மார்க்ஸ் சொல்றாரு. மாத்திரை மருந்து, ஆபரேசன்னு வந்தா அதையில்லாம் மேலை நாட்டுக்காரன் கண்டுபிடிச்சதுன்னு சொல்லி வேணாம்னு சொல்றோமா? இல்லை நம்ம அரசியல்வாதிங்க தான் வேணாம்னு சொல்றாங்களா? பாலியல் கல்வி குறித்த அறிவியல் பூர்வமான கல்வி வேண்டும். சாதி மதம் குலம், கோத்திரம்னு பேசி நம் சமூகத்தைப் பிளவுபடுத்தும் அரசியல் தொலை யனும் அப்பத்தான் சமூகம் உருப்படும்.

(பையன் கைபேசியைக் காதில் வைத்த வாறே விரைந்து ஓடி வருகிறான்)

பையன் : கொஞ்சம் லைன்ல இருங்க (அப்பா விடம் போனைக் கொடுக்கிறேன்) அப்பா ஓங்களுக்கு யாரோ போன் பேசுறாங்க.

வாத்தியார் : (காதில் வைத்துப் பேசுகிறார்) மேடம் நீங்களா! என் மனைவி கோகிலாவிடம் கொடுக்கிறேன். பேசுங்க. (மனைவி யிடம் கொடுக்கிறார்).

வாத்தியார் மனைவி : வணக்கம், வணக்கம். நாளை மாலை வந்துவிடுவேன் கூட்டம் கனமா இருந்தால் தான் சாதி ஒழிப்பு குறித்த எழுச்சியை மக்களிடம் கொண்டு செல்ல முடியும். விருந்தாளி வீட்டுக்கு வந்திருக்கிறார் நாம் சந்திக்கலாம். (போனை அமர்த்தி மேசையில் வைத்துவிட்டுப் பேச்சைத் தொடர்கிறார். பையனை பார்த்து சைகை மொழியில் போய்ப் படி என்கிறாள் தாய். பையன் கார் ஓட்டிக் கொண்டு செல்வதாக பாவனை செய்து ஓடுகிறான்)

வாத்தியார் மனைவி : பெண்களை தெய்வமாக வணங்குற நாடு நம்ம நாடு. இங்கேதான் பெண்கள் பாலியல் வன்முறைகளுக்கு ஆளாவதும் நடக்கிறது. நாள்தோறும் ஊடகங்களில் கவனிக்கிறோம். அரசியல்வாதிகள் இம்மாதிரிப் பிரச்சனைகளைக் கண்டு கொள்வதே இல்லை. நம்ம சாதிப் பெண்கள் நம்ம இனப் பெண்கள்னு பேசுற சாதித்த தலைவர்களுக்கு பிற சாதி மதப் பெண்களின் உரிமை, சமூக மதிப்பு குறித்தெல்லாம் குறித்துப் பேசுறதே இல்லை. ஓட்டுக் கேக்க வரும்போது மட்டும் அம்மா! தாயே! இதென்ன நாடகம், அரசியல் நாடகம்.

விருந்தாளி : ராத்திரி நடந்த சாதி கூட்டத்திலே நடந்த சேதிகளை ஒங்களுக்குச் சொல்லலாம்னு தான் வந்தேன். ஒங்க பேச்சுக்களை கவனிச்சதும் ஏண்டா! அதில போய்க்

கலந்துகொண்டோம்னு நெனச்சு வெட்கப் படுறேன். (எனச் சிந்தனையில் மூழ்கு கிறார்). வாத்தியாரே நீங்க ரெண்டு பேரும் காதல் கல்யாணம் செஞ்சு வாழ்றவுங்க. நான் காதல் செஞ்சு கல்யாணம் செய்யலாம்னு இப்பத்தான் புத்தி வருது.

வாத்தியார் மனைவி : 3 பிள்ளையப் பெத்த பின்னே இந்த ஞானம் வருதா? இது தப்பு (எல்லோரும் சிரிக்கின்றனர்.)

வாத்தியார் : ராத்திரி கூட்டம் நடத்துறது - ஊர்க் கூட்டம் போடுறது - கட்டப்பஞ்சாயத்து பண்றது கத்தி கம்புகளைத் தூக்குறத விட்டுட்டு புத்திக் கூர்மையோட வாழணும். ஒன்ன மாதிரி ஆளுங்க தெளிவாயிட்டா பின்னே யாரை வச்சு சாதி அரசியல் பண்ண முடியும்?

சாதி கூட்டம், சமய கூட்டம் நடப்பது இந்த சமூகம் வளர்ச்சிகொள்ள வாய்ப் பில்லை. சாதி அரசியல் நடத்துற அரசியல்வாதிகள் தொலையனும். பழமைவாதிகள் தங்களை மாற்றிக் கொண்டு சமூக மாற்றத்தில் இணைந்து செயல்படுத்த துணை நிற்க வேண்டும்.

வாத்தியார் மனைவி : இந்த மண்ணில் புதிய கலாசாரம் விளையவேண்டும். ஆண் பெண் சுதந்திரமா வாழ, சாதியற்ற வாழ்க்கை வாழ காதல் வாழ வேணும். அகமணங்களை ஆதரிப் பதை விட புறமணங்களை ஆதரிக்க வேணும்னு டாக்டர் அம்பேத்கர் சொல்லியது சரிதான். மனித சமூகம் உள்ளவரை நாடு மொழி, சாதி, மதம், இனம், நிறம் தாண்டி காதல் வாழும். காதல் வாழ்க...

* * *